भारताची राज्यघटना, व्यावसायिक नीतिमूल्ये आणि मानवी हक्क

ॐ सह नाववतु।

सह नौ भुनक्तु।

सह वीर्यं करवावहै।

तेजस्वि नावधीतमस्तु मा विद्विषावहै।

ॐ शान्तिः शान्तिः शान्तिः।।

देव आम्हा दोघांचे (गुरू-शिष्य) रक्षण करो

देव आम्हा दोघांचे पोषण करो

आम्हा दोघांना ऊर्जा आणि प्रेरणा देवो

आमचे ज्ञान तेजोमय व अविद्वेषी होवो

ॐ, शान्तिः। शान्तिः। शान्तिः॥

— तैत्तिरीय उपनिषद

भारताची राज्यघटना, व्यावसायिक नीतिमूल्ये आणि मानवी हक्क

प्रवीणकुमार मेल्लल्ली
सहायक प्राध्यापक, लोकप्रशासन अभ्यास विभाग, म्हैसूर विद्यापीठ, म्हैसूर

SAGE | bhasha

Los Angeles | London | New Delhi
Singapore | Washington DC | Melbourne

Originally Published in 2015 in English by
SAGE Publications India Pvt Ltd as *Constitution of India, Professional Ethics and Human Rights*

This edition published in 2017 by

SAGE Publications India Pvt Ltd
B1/I-1 Mohan Cooperative Industrial Area
Mathura Road, New Delhi 110 044, India
www.sagepub.in

SAGE Publications Inc
2455 Teller Road
Thousand Oaks, California 91320, USA

SAGE Publications Ltd
1 Oliver's Yard, 55 City Road
London EC1Y 1SP, United Kingdom

SAGE Publications Asia-Pacific Pte Ltd
3 Church Street
#10-04 Samsung Hub
Singapore 049483

Published by Vivek Mehra for SAGE Publications India Pvt Ltd, typeset in 12.5/15 pt Kokila by Diligent Typesetter India Pvt Ltd, Delhi and printed at Repro India Ltd., Mumbai.

ISBN: 978-93-866-0203-9 (PB)

Translator: Ms. Medha Dhapre (Content Respondus)
SAGE Team: Mahesh Sachane, Siddharth Khandekar

माझे आई-वडील
आणि
या पुस्तकाचे सर्व वाचक
यांना समर्पित...

अनुक्रमणिका

तक्त्यांची यादी

आकृत्यांची यादी

प्रस्तावना

विविध स्पर्धात्मक परीक्षा यशस्वीरित्या उत्तीर्ण होण्यासाठी आणि हा विषय मुळापासून समजून घेण्यासाठी या पुस्तकाची मदत होऊ शकेल. या विषयाची काही उद्दिष्टे आहेत, जी साध्य करण्याच्या दृष्टीनेही हे पुस्तक लिहिले गेले आहे. यासाठी अतिशय सोप्या भाषेत अभ्यास साहित्य उपलब्ध करून देण्याचा प्रयत्न होता.

मी गेल्या सात वर्षांपासून या विषयाशी सुपरिचित आहे. कारण मुलकी सेवेचा एक इच्छुक म्हणून, मी चिकाटीने स्वत: केलेल्या अभ्यासातून या विषयाचे सखोल ज्ञान आणि समज मिळवता आली. गेल्या सहा वर्षांपासून मुलकी सेवेचे इच्छुक विद्यार्थी, अभियांत्रिकीचे विद्यार्थी आणि इतर विद्यार्थ्यांना हा विषय मी मोठ्या आनंदाने शिकवत आहे. त्यामुळे, या विषयाशी संबंधित अभ्यास, ज्ञान, समज आणि अनुभवाच्या उच्च पातळीने मला हे पुस्तक लिहिण्यास मदत झाली.

विद्यार्थ्यांच्या परीक्षाभिमुख गरजा आणि या विषयाची उद्दिष्टे यांच्यात समतोल साधणे ही माझ्यासमोरची एक प्रमुख अडचण होती. यासाठी मी या पुस्तकाची रचना, मजकूर आणि शैली यांची अभिनव सांगड घातली. अशा प्रकारे त्या प्रमुख अडचणीवर मी मात करू शकलो. अभ्यासक्रमाचे सुबोध स्पष्टीकरण देण्याचा माझा प्रयत्न राहिला आणि जेथे स्पष्ट आणि सोपे सादरीकरण आवश्यक होते तेथे आकृत्या आणि सारण्या वापरल्या आहेत.

मला खात्री आहे की विद्यार्थ्यांना उत्तीर्ण होण्यासाठी हे पुस्तक अत्यंत उपयुक्त ठरेल आणि अशा प्रकारे अभ्यासक्रमाची उद्दिष्टे व परिणाम सुलभरित्या साध्य होतील.

मी या पुस्तकाच्या वाचकांकडून विधायक अभिप्राय मिळविण्यासाठी खूप उत्सुक आहे आणि सर्व ठोस सूचनांचे स्वागत करतो.

'शेवट सुरवातीलाच ठरलेला असतो'या ऊक्तीप्रमाणे अभियांत्रिकी पाठ्यक्रमाचा चांगला शेवट व्हावा यासाठी आपणा सर्वांना ही एक चांगली सुरुवात सादर करत आहे. आपल्या शिक्षणासाठी माझ्यातर्फे शुभेच्छा!

प्रवीणकुमार मेल्लल्ली

हे पुस्तक वाचण्यासाठी मार्गदर्शक तत्त्वे

आपण हे पुस्तक वाचणे सुरू करण्यापूर्वी खालील मार्गदर्शक तत्त्वांचे अनुसरण करावे:

१. प्रकरणे सलग किंवा क्रमशः वाचावीत. त्याने आपला वेळ, प्रयत्न वाचतील, शिवाय मुद्दे लक्षात राहतील. कारण सर्व प्रकरणे एकसमान रीतीने किंवा संदर्भाप्रमाणे रचलेली आहेत. उदा. पंतप्रधान आणि मुख्यमंत्री या दोघांची एकाच विभागामध्ये (विभाग चार) चर्चा करण्यात आली आहे.

२. आपली फक्त विषयाचे मूलभूत ज्ञान मिळवण्याची आणि परीक्षेत पास होण्याची इच्छा असेल, तर बोल्ड टाइपात लिहिलेल्या शब्दांवर लक्ष केंद्रित करा. परीक्षेच्या काळात पुन्हा सर्व साहित्य वाचून काढण्याऐवजी फक्त त्याचे पुनरावलोकन करा; याने आपला वेळ आणि प्रयत्न वाचविण्यास मदत होईल.

३. हा विषय सर्व स्पर्धात्मक परीक्षांसाठी अनिवार्य आहे. आपण भविष्यात स्पर्धात्मक परीक्षा देऊ इच्छित असल्यास या विषयाचे उत्तम ज्ञान आणि समज असणे आवश्यक आहे. त्यामुळे कृपया या पुस्तकातील एकूणेक वाक्य लक्षपूर्वक वाचा.

लेखकाविषयी

श्री प्रवीणकुमार मेल्लल्ली यांनी २००८मध्ये कर्नाटक विद्यापीठ, धारवाडमधून आपले बी.एससी.चे (पीसीएम) शिक्षण पूर्ण केले, पण आपल्या आजूबाजूच्या वातावरणातील सामाजिक-आर्थिक समस्यांनी त्यांना एक मुलकी सेवक होण्यास प्रवृत्त केले आणि त्याकरिता त्यांनी २०१२मध्ये कर्नाटक राज्य विद्यापीठ, म्हैसूरमधून लोकप्रशासन या विषयामध्ये एम.ए. पूर्ण केले. पण ते सनदी अधिकारी बनू शकले नाहीत. मग त्यांनी एक प्रतिष्ठित प्राध्यापक आणि सामाजिक शास्त्रज्ञ होण्याचा निर्धार केला. त्याकरिता त्यांनी विविध सामाजिक शास्त्र विषयांचा अभ्यास केला. त्यातही भारतीय संविधानात त्यांना विशेष स्वारस्य होते. त्यांनी ऑनलाइन माध्यमातून काही प्रतिष्ठित विद्यापीठांमधून आपले उच्च शिक्षण यशस्वीरित्या पूर्ण केले, जसे – टोकियो विद्यापीठ, जपान; मिशिगन विद्यापीठ, जॉन्स हॉपकिन्स विद्यापीठ आणि व्हर्जिनिया विद्यापीठ; यूएसए.

२०१४मध्ये त्यांची श्रीकृष्ण इन्स्टिट्यूट ऑफ टेक्नॉलॉजी, बंगळुरू या संस्थेत सहायक प्राध्यापक म्हणून नियुक्ती करण्यात झाली आणि त्याअंतर्गत ते व्हीटीयू, बेळगावी या संस्थेतील अभियांत्रिकीच्या विद्यार्थ्यांना भारतीय राज्यघटना, व्यावसायिक नीतिमूल्ये आणि मानवी हक्क (CPH) हे विषय शिकवू लागले. याच कालावधीत त्यांनी हे पुस्तक लिहिले. हे सेज प्रकाशनातर्फे प्रकाशित झालेले त्यांचे पहिले पुस्तक होते, ज्याने त्यांना अनेक देशांत एक लक्षणीय तरुण लेखक म्हणून ख्याती मिळवून दिली. त्यांनी अनेक जर्नल्स आणि लेखदेखील प्रकाशित केले. तसेच अनेक राष्ट्रीय आणि आंतरराष्ट्रीय परिषदांमध्ये आपले शोधनिबंध सादर केले. २०१५पासून, ते म्हैसूर विद्यापीठ, मानसगंगोत्री, म्हैसूर येथे लोकप्रशासन अभ्यास विभागामध्ये मानद सहायक प्राध्यापक म्हणून काम करीत आहेत. आपण त्यांच्याशी 47praveen@gmail.com वर संपर्क साधू शकता.

आभार

माझी आई विशालाक्षी दयानंद आणि माझे वडील दयानंद मेल्लल्ली यांच्याप्रति अतिशय भावनिक आणि आदरयुक्त असे दोन शब्द बोलायला मला फारच आवडेल. ते माझ्या या आव्हानात्मक काळात माझ्या पाठीशी खंबीरपणे उभे राहिले आणि माझ्या सर्व कल्पना, ध्येये, विचार आणि कामांमध्ये महत्त्वाची भूमिका निभावतानाच त्यांनी माझ्यात एक आत्मविश्वास निर्माण केला. या शिदोरीमुळेच हे पुस्तक आणि माझे इतरही प्रयत्न यशस्वी होतात. मी माझ्या भावाचेदेखील त्याने दिलेल्या सहकार्याबद्दल आभार मानू इच्छितो. मी हुक्केरी मठ, हावेरी येथील महंत श्री सदाशिव महास्वामी यांचा आभारी आहे. त्यांच्या आशीर्वादाने मला हे पुस्तक लिहिण्यास प्रेरित केले.

मी डॉक्टरेट अभ्यासाचे माझे संभाव्य पर्यवेक्षक आणि जर्मनीतील कॉन्स्टान्झ विद्यापीठाच्या राज्यशास्त्र आणि लोकप्रशासन विभागातील आंतरराष्ट्रीय राजकारण अध्यासनाचे अध्यक्ष प्राध्यापक डॉ. गेराल्ड श्नायडर (Gerald Schneider) यांचा खूप ऋणी आहे, ज्यांनी मला हे खडतर कष्ट घेण्याची प्रेरणा दिली. त्यांची उत्कृष्ट प्रकाशने व लेखांमुळे प्रभावित होऊन मी हे पुस्तक लिहायला घेतले. मी म्हैसूर विद्यापीठातील प्राध्यापक डॉ. दयानंद माने आणि कर्नाटक राज्य मुक्त विद्यापीठातील सहायक प्राध्यापक जगदीश बाबू यांचादेखील त्यांनी दिलेल्या सहकार्याबद्दल आभारी आहे.

अनेक प्रसिद्ध घटनातज्ज्ञ आणि राजकीय अभ्यासकांप्रति मी कृतज्ञ आहे. विशेषत: डॉ. सुभाष सी. कश्यप आणि एम. लक्ष्मिकांत यांच्या कामाचा माझ्यावर विलक्षण प्रभाव पडला. एका प्रकारे त्यांनीही मला हे पुस्तक लिहिण्याची प्रेरणा दिली.

माझे प्रिय मित्र आणि शिमोगा येथील कुवेंपू विद्यापीठातील डॉक्टरेट रिसर्च स्कॉलर नीतीश यांना मनापासून धन्यवाद देतो. त्यांनी या पुस्तकाच्या लेखनावर सकारात्मक टीका केली, सहकार्य केले आणि प्रोत्साहन दिले. मी इतर काही मित्रांचादेखील आभारी आहे. विशेषतः महसूल विभाग निरीक्षक इंदर मणी; भारत-तिबेट सीमा पोलिस दलातील सहायक पोलिस आयुक्त किरण; केंद्रीय औद्योगिक सुरक्षा दल, पुणे येथील उपनिरीक्षक प्रवीण बी, डॉ. नंजुन्दा कुसुनुर, श्रीमती त्रिनिदाद व श्रीमती मारियाना यांचा उल्लेख करतो. त्यांनी मला या विषयाचे सखोल ज्ञान मिळवण्यास मदत केली आणि हे पुस्तक पूर्ण करण्यासाठी वेळोवेळी भावनिक आधार आणि प्रेरणा दिली.

मी राज रेड्डी इन्स्टिट्यूट ऑफ टेक्नॉलॉजीतील माझ्या सहकाऱ्यांचा आभारी आहे. विशेषत: गणेश एम., डॉ. व्यंकटेश के., लक्ष्मी देवी, आशा आणि डॉ. शंकरानंद यांचा. सोबतच मी श्रीकृष्ण इन्स्टिट्यूट ऑफ टेक्नॉलॉजीतील सहकाऱ्यांचादेखील त्यांनी या पुस्तकाच्या लेखनात केलेल्या सहकार्याबद्दल आणि मला उत्तेजन दिल्याबद्दल अतिशय आभारी आहे, विशेषत: डॉ. मंजुनाथ (प्राचार्य), शंकर बी. एस., नागेश व्ही. एन., डॉ. मंजू, कल्पना जी., विरेषा एस. आणि मंजुनाथ यांचा.

मी नवी दिल्लीतील सेज प्रकाशनच्या टीमचादेखील अतिशय आभारी आहे, विशेषत: अमित कुमार, इंद्राणी दत्ता, वंदना गुप्ता, निरंजन झा, अंजू सक्सेना आणि रितू चोप्रा यांचा, ज्यांनी हे पुस्तक वेळेवर प्रकाशित करण्यासाठी दिवस-रात्र प्रयत्न केले.

प्रवीणकुमार मेल्लल्ली

विभाग एक

भारतीय राज्यघटनेची ओळख

१

प्रकरण

राज्यघटनेची संकल्पना

क्रिकेटच्या खेळाचा पाया काय आहे? एका षटकामध्ये फक्त सहा चेंडूच का असतात? खेळपट्टीवर दोनच फलंदाज का असतात? चार का नाही? चेंडू सीमारेषेपार गेल्यास चार किंवा सहा धावा का मिळतात? आठ किंवा दहा का नाही? क्रिकेटमध्ये दोनच पंच का असतात? कारण हे सर्व क्रिकेटच्या नियमांमध्ये अंतर्भूत आहेत. हे नियम पायाभूत असतात. त्यांच्याशिवाय क्रिकेटचा खेळ बनू शकत नाही. सर्व खेळांचे निश्चित असे नियम असतात.

याच प्रकारे राज्यघटना ही राष्ट्र आणि राष्ट्राची शासनव्यवस्था यांची मूलभूत नियमावली असते. उदाहरणार्थ, विचार करा - भारत हे एक लोकशाही राज्य का आहे? आपल्याकडे अमेरिकेसारखी अध्यक्षीय पद्धती नसून संसदीय शासकीय पद्धती का आहे? आपल्याकडे संसदेची दोन सभागृहे का आहेत? भारत एक धर्मनिरपेक्ष राष्ट्र का आहे? भारतीयांना मूलभूत हक्क का आहेत? भारतातील पंतप्रधानांना सर्वाधिक अधिकार का आहेत? आपण राज्यपाल का निवडून देत नाही? शासन जनकल्याणासाठी कटिबद्ध का असते? या सर्वांचे कारण याची तरतूद राज्यघटनेमध्ये केलेली आहे आणि शासकीय व्यवस्था कार्यान्वित करण्याचे ते एक साधन आहे. राज्यघटना हा एक सजीव दस्तावेज असून तो भारतीय भूभाग, जनता व शासन यांना एकमेकांशी संलग्न ठेवतो.

राज्यघटना 'Constitution' **ही संज्ञा 'Consituere' या लॅटिन शब्दावरून आली आहे, ज्याचा अर्थ स्थापन करणे निर्माण करणे किंवा रचणे** असा होतो. कालांतराने फ्रेंच भाषेत 'Constitutio' हा शब्द नियमन व आज्ञावलीसाठी वापरला जाऊ लागला.

नवीन ऑक्सफर्ड अमेरिकन शब्दकोशात राज्यघटनेची व्याख्या याप्रमाणे आहे: "राज्यघटना म्हणजे असा एक पायाभूत तत्त्वांचा संचय किंवा प्रस्थापित पायंडे, ज्यांच्या आधारे एखादे राज्य किंवा संघटना प्रशासित होते." ग्रीक तत्त्वज्ञ अरस्तु (ॲरिस्टॉटल) याच्या मते राज्यघटना एक व्यवस्था आहे ज्यात राज्याचे घटक भाग असलेल्या नागरिकांना एकमेकांच्या संबंधात नियमित केले जाते.[१]

भारतीय राज्यघटना म्हणजे असा एक मूलभूत तत्त्वांचा संच किंवा प्रस्थापित संकेत आहेत, ज्या आधारे भारताची शासनव्यवस्था कार्यान्वित होते. **भारताची राज्यघटना हा या राष्ट्राचा प्राथमिक कायदा किंवा मूलभूत कायदा किंवा सर्वोच्च कायदा (सर्व कायद्यांचा कायदा)** आहे.

याची कारणे अशी आहेत –

- इतर सर्व कायदे यावर आधारित आहेत. अर्थात सर्व कायदे नियम व नियमावली भारतीय राज्यघटनेवर आधारितच हवेत.
- शासनाच्या सत्तेचे ते उगमस्थान आहे आणि त्यानुसार शासनप्रकाराचे स्वरूप, रचना, कार्ये व सत्ता निश्चित होते.

---

[१] अरस्तु (३८४-३२२ येशुपूर्व) एक ग्रीक तत्त्वज्ञ अणि वैज्ञानिक होता. त्याने ही व्याख्या 'पॉलिटिक्स' या त्याच्या प्रसिद्ध पुस्तकामध्ये दिली आहे.

- भारतामध्ये राज्यघटनेपेक्षा उच्च कोणीही नाही. यामध्ये राष्ट्रपती व पंतप्रधानांचादेखील समावेश होतो. त्यांनादेखील राज्यघटनेतील तरतुदींचे पालन करणे बंधनकारक असते; आणि
- राज्यघटनेचा सत्तेचा स्रोत भारतीय जनता आहे. अर्थात राज्यघटना आपली शक्ती लोकांपासून मिळवते. हे खालील आकृती क्र. १.१वरून स्पष्ट होते.

आकृती १.१

भारतीय राज्यघटनेच्या मूलभूत संकल्पना

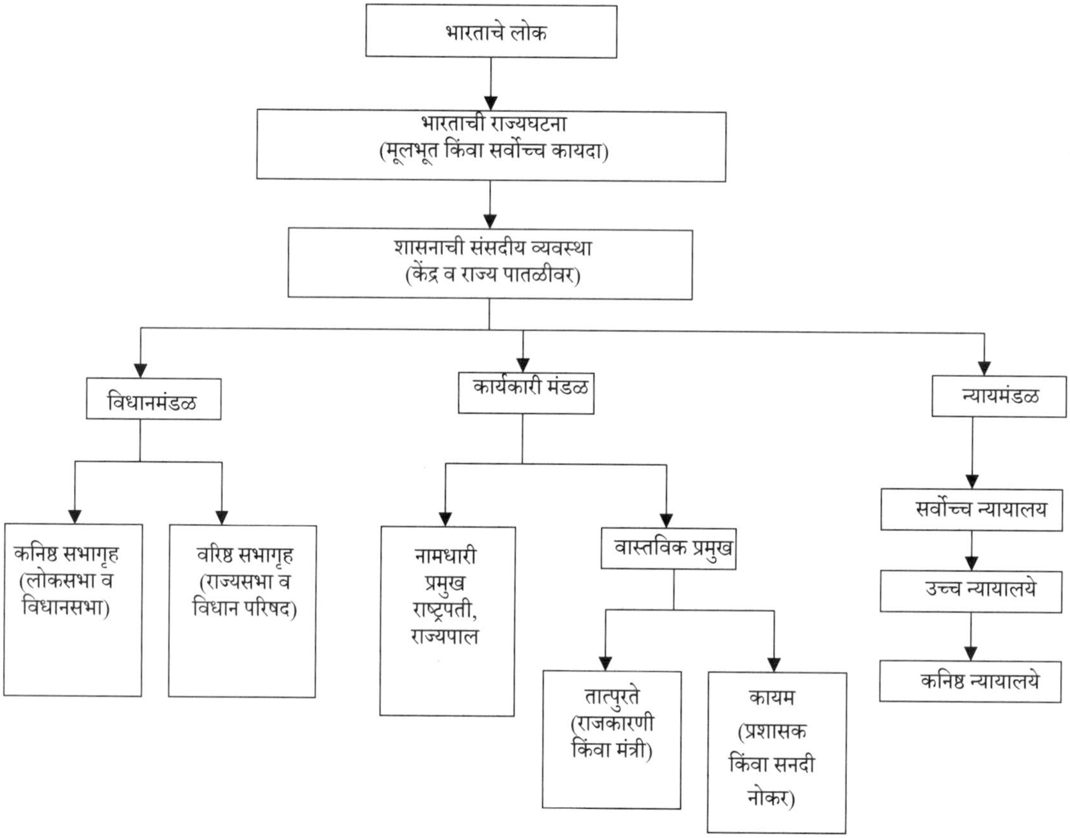

२

प्रकरण

राज्यघटनेची निर्मिती

भारतीय राज्यघटनेची निर्मिती प्रक्रिया दोन प्रमुख मुद्द्यांवरून अभ्यासता येते.

एक – राज्यघटनेची उत्क्रांती

दोन – घटनासमिती

राज्यघटनेची उत्क्रांती

भारतीय राज्यघटना टप्प्याटप्प्याने उत्क्रांत झालेली आढळते आणि ती एका दस्तावेजाच्या स्वरूपात आहे. तिचा उगम ब्रिटिश राजवटीमध्ये आढळून येतो. तक्ता क्र. २.१मध्ये भारतामधील ब्रिटिश कालखंडातील राज्यघटनेच्या प्रगतीच्या महत्त्वपूर्ण टप्प्यांचा आढावा घेता येतो.

घटनासमिती

सर्वसाधारणपणे घटनासमिती म्हणजे व्यक्तींचा असा समूह जो देशाच्या राज्यघटनेचा मसुदा तयार करतो. भारताची राज्यघटना निर्माण करण्याकरीता घटनासमिती स्थापन करावी या मागणीसाठी भारतीय स्वातंत्र्यसैनिकांनी ब्रिटिश सरकारविरुद्ध लढा दिला. घटनासमितीचा ऐतिहासिक विकास खालीलप्रमाणे आहे:

१९३४- एम.एन.रॉय हे भारताच्या राज्यघटना निर्मितीसाठी घटनासमितीची मागणी करणारे पहिले भारतीय होते.

१९३५- भारतीय राष्ट्रीय काँग्रेसने अधिकृतरित्या ब्रिटिश सरकारकडे घटनासमितीच्या स्थापनेची मागणी केली.

१९४०- ब्रिटिश सरकारने भारताच्या राज्यघटनेच्या निर्मितीसाठी घटनासमितीच्या स्थापनेच्या मागणीला "**१९४०**च्या ऑगस्ट प्रस्तावा"नुसार **तत्त्वत:** मान्यता दिली.

१९४६- "कॅबिनेट मिशन प्लॅन १९४६"नुसार ब्रिटिश सरकारने अखेरीस घटनासमितीच्या स्थापनेला मान्यता दिली.

कॅबिनेट मिशन प्लॅन १९४६नुसार घटनासमितीची सदस्य संख्या ३८९ होती. घटनासमितीचे सदस्य **अंशत: निवडून** आलेले (२९६ सदस्य ब्रिटिश भारतामधून अप्रत्यक्ष पद्धतीने निवडून आलेले) आणि **अंशत: नामांकने** असलेले (९३ सदस्य संस्थानिकांमधून नामांकने मिळालेले) होते. विशेष म्हणजे **महात्मा गांधी** घटनासमितीमध्ये सहभागी झाले नव्हते.

घटनासमितीची पहिली सभा ९ डिसेंबर १९४६ रोजी झाली, त्यात सर्वांत जुने सदस्य **डॉ. सच्चिदानंद सिन्हा** यांची घटनासमितीचे **हंगामी अध्यक्ष** म्हणून निवड झाली. ११ डिसेंबर १९४६ रोजी **डॉ. राजेंद्रप्रसाद यांची अध्यक्ष** म्हणून व **एच. सी. मुखर्जी यांची उपाध्यक्ष** म्हणून निवड झाली. **घटनासमितीचे सल्लागार** म्हणून **सर बी.एन.राऊ** यांची नियुक्ती करण्यात आली.

दोन दिवसानंतर अर्थात १३ डिसेंबर १९४६ रोजी **पं.जवाहरलाल नेहरू** यांनी घटनासमितीसमोर **"उद्दिष्टांचा ठराव"** मांडला. घटनासमितीने त्याला मान्यता दिली. पुढे त्याचीच सुधारित आवृत्ती **सरनामा म्हणून नावारूपाला आली.**

घटनासमितीवर केवळ भारतीय राज्यघटनेच्या निर्मितीची जबाबदारी नव्हती, तर ते **स्वतंत्र भारताचे वैधानिक मंडळ**देखील होते. सन १९५१मध्ये निवडणुका होऊन पहिली संसद अस्तित्वात येईपर्यंत घटनासमिती स्वतंत्र भारताचे कायदेमंडळ होते. घटनासमितीने घेतेलेले काही महत्त्वपूर्ण निर्णय खालीलप्रमाणे आहेत –

1. भारताच्या **राष्ट्रकुलाच्या** सदस्यत्वाला मे, १९४९मध्ये मान्यता दिली.
2. **२२ जुलै १९४७ रोजी राष्ट्रीय ध्वज** स्वीकारण्यात आला.
3. **राष्ट्रगीत व राष्ट्रगान** यांना **२४ जानेवारी १९५०** रोजी अंगिकारण्यात आले.
4. २४ जानेवारी १९५० रोजी **डॉ. राजेंद्रप्रसाद यांची भारताचे पहिले राष्ट्रपती** म्हणून निवड करण्यात आली.

घटनासमितीने भारतीय घटनानिर्मितीच्या प्रक्रियेला **२ वर्षे ११ महिने व १८ दिवस** इतका कालावधी व **११ बैठका** घेतल्या. **२६ नोव्हेंबर १९४९** रोजी राज्यघटनेला मान्यता देण्यात आली. घटनासमितीचे सदस्य आणि अध्यक्षांनी त्यावर स्वाक्षऱ्या केल्या. त्यामध्ये **सरनामा, २२ भाग, ३९५ कलमे ८ परिशिष्टे** यांचा समावेश होता. **राज्यघटना २६ जानेवारी १९५० रोजी अमलात** आली. हा दिवस **"राज्यघटना अमलात येणारा दिवस"** म्हणून ओळखला जातो आणि **"गणराज्य दिवस"** म्हणून साजरा होतो.

भारताने राज्यघटना २६ जानेवारी रोजी अमलात आणली कारण त्या तारखेला ऐतिहासिक महत्त्व होते. काँग्रेसने **२६ जानेवारी १९३०** रोजीच **'पूर्ण स्वराज्या'**ची मागणी केली होती.

विविध जबाबदाऱ्या पार पाडण्यासाठी घटनासमितीने विविध समित्यांची स्थापना केली. त्यामधील **'मसुदा समिती'** ही सर्वांत महत्त्वपूर्ण समिती होती. तिच्यावर नव्या राज्यघटनेचा मसुदा तयार करण्याची जबाबदारी होती. त्यामध्ये खालील **सात सदस्यांचा** समावेश होता:

1. डॉ. बाबासाहेब आंबेडकर – अध्यक्ष
2. अल्लादीकृष्णस्वामी अय्यर
3. डॉ. के. एम. मुन्शी
4. टी. टी. कृष्णम्माचारी
5. एन. माधव राउ
6. एन. गोपालस्वामी अय्यंगार
7. सर सईद मोहम्मद सादुल्ला

इतर समित्या व त्यांच्या अध्यक्षांची नावे तक्ता क्र. २.२मध्ये दिलेली आहेत.

डॉ. आंबेडकर (प्रथम कायदेमंत्री) यांनी भारतीय राज्यघटनेचा मसुदा तयार करण्यात महत्त्वाचा वाटा उचलला होता. त्यांना **"भारतीय राज्यघटनेचे जनक"** किंवा **"राज्यघटनेचे प्रमुख शिल्पकार"** म्हणून ओळखले जाते.

तक्ता २.१

राज्यघटनेच्या निर्मितीमधील महत्त्वपूर्ण टप्पे व ब्रिटिश कालखंडातील काही महत्त्वपूर्ण कायद्याच्या तरतुदी

क्र.	प्रमुख कायदे	महत्त्वाच्या तरतुदी
१	१७७३चा रेग्युलेटिंग ॲक्ट	• ईस्ट इंडिया कंपनीचा कारभार नियंत्रित करण्याचा ब्रिटिश शासनाचा पहिला प्रयत्न • बंगालचा गव्हर्नर बंगालचा गव्हर्नर जनरल म्हणून घोषित, व पहिले गव्हर्नर जनरल लॉर्ड वॉरन हेस्टिंग्ज • कलकत्ता येथे सर्वोच्च न्यायालयाची स्थापना
२	१७८४चा पीट्स इंडिया ॲक्ट	• भारतीय कामकाज थेट ब्रिटिश शासनाच्या अधिपत्याखाली आले. • ईस्ट इंडिया कंपनीची व्यापारी आणि राजकीय उद्दिष्टे स्वतंत्रपणे निश्चित करण्यात आली. • ईस्ट इंडिया कंपनीच्या राजकीय उद्दिष्टांसाठी 'बोर्ड ऑफ कंट्रोल' आणि व्यापारी उद्दिष्टांसाठी 'कोर्ट ऑफ डायरेक्टर्स' स्थापन करण्यात आले. म्हणजेच, या कायद्यानुसार भारतात "दुहेरी सरकारे" अस्तित्वात आली.
३	१८३३चा चार्टर ॲक्ट	• बंगालच्या गव्हर्नर जनरलची नियुक्ती भारताचे गव्हर्नर जनरल म्हणून झाली. भारताचे पहिले गव्हर्नर जनरल लॉर्ड विल्यम बेंटिंक होते. • पहिल्यांदा भारतीय सरकारची निर्मिती, जिचा ब्रिटिश भारतावर अधिकार होता. • एक व्यापारी कंपनी म्हणून ईस्ट इंडिया कंपनीचे अस्तित्व संपुष्टात आले.
४	१८५३चा चार्टर कायदा	• गव्हर्नर जनरल परिषदेच्या वैधानिक व कार्यकारी जबाबदाऱ्यांचे विभाजन. • केंद्रीय विधान परिषदेची निर्मिती, ते संसदेचे लघु स्वरूप होते. • या कायद्याद्वारे प्रथमच विधान परिषदेत स्थानिकांचा सहभागाची तरतूद • सनदी सेवांमधील भरतीसाठी खुल्या स्पर्धेचे तत्त्व स्वीकारले.
५	१८५८चा गव्हर्नमेंट ऑफ इंडिया ॲक्ट (१८५७ च्या पहिल्या स्वातंत्र्ययुद्धानंतर अमलात आला)	• ईस्ट इंडिया कंपनीचा कारभार थांबवून ब्रिटिश साम्राज्याचा प्रत्यक्ष कारभार सुरू • गव्हर्नर जनरलच्या पदाचे नामांतर 'भारताचे व्हाइसरॉय' असे करण्यात आले. भारताचे पहिले व्हाइसरॉय लॉर्ड कॅनींग होते. • "दुहेरी सरकार" प्रणाली संपुष्टात आणली गेली. • भारत राज्य सचिव (सेक्रेटरी ऑफ स्टेट) यांची नेमणूक करण्यात आली ज्यांच्याकडे भारताच्या सर्व प्रशासनाचे संपूर्ण अधिकार होते.
६	१८६१चा इंडियन कौन्सिल ॲक्ट	• विकेंद्रीकरणाच्या प्रक्रियेला सुरुवात • प्रतिनिधी व कायदेमंडळाची तरतूद करून भारतातील संसदीय व्यवस्थेचा पाया. • विधान परिषदेमध्ये भारतीयांचा अशासकीय सदस्य म्हणून समावेश. • व्हाइसरॉयना वटहुकूम जारी करण्याचे अधिकार.
७	१८९२चा इंडियन कौन्सिल ॲक्ट १९०९चा इंडियन कौन्सिल ॲक्ट (मोर्ले मिंटो सुधारणा)	• अप्रत्यक्ष निवडणुकांचा प्रारंभ • केंद्रीय कायदेमंडळाच्या कार्यकक्षेत वाढ. • केंद्रीय वैधानिक परिषदेचे नामकरण – 'साम्राज्य वैधानिक परिषद' करण्यात आले. • व्हाइसरॉय व गव्हर्नर याच्या कार्यकारी परिषदेमध्ये भारतीयांचा समावेश करण्यात आला. सत्येंद्र प्रसाद सिन्हा या कौन्सिलमध्ये समाविष्ट होणारे पहिले भारतीय होते. • मुस्लिमांसाठी वेगळया मतदारसंघाची मागणी मान्य करून 'जातीयवादी मतदार संघाची निर्मिती करण्यात आली. लॉर्ड मिंटो यांना जातीयवादी मतदार संघाचे जनक म्हणून संबोधण्यात येते.

(तक्ता २.१)

(तक्ता २.१)

क्र.	प्रमुख कायदे	महत्त्वाच्या तरतुदी
९	१९१९चा गव्हर्नमेंट ऑफ इंडिया ॲक्ट (माँटेग्यू चेम्सफर्ड सुधारणा)	• भारतामध्ये प्रत्यक्ष निवडणुकांची सुरुवात झाली. मालमत्ता कर व शिक्षण यांवर मर्यादित लोकांना मतदानाचा हक्क देण्यात आला. • केंद्रीय व प्रांतिक विषय वेगळे करण्यात आले. • प्रांतिक विषयांचे विभाजन 'स्थानांतरित विषय' (राज्यपाल याचे प्रशासन राज्य विधिमंडळाला जबाबदार असलेल्या राज्यमंत्र्यांच्या सहाय्याने करत होते) आणि दुसरे, 'राखीव विषय' राज्य विधिमंडळाला उत्तरदायित्व नसलेल्या कार्यकारी मंडळाच्या सहाय्याने राज्यपाल याचे प्रशासन करत होते.) या दुहेरी व्यवस्थेला "द्विशासन राज्य व्यवस्था" असे म्हणतात. • केंद्रामध्ये द्विगृही रचना सुरू करण्यात आली. साम्राज्य वैधानिक परिषद याचे रूपांतर वरिष्ठ सभागृह व कनिष्ठ सभागृहात करण्यात आले. • केंद्रीय लोकसेवा आयोगाची स्थापना १९२६ साली करण्यात आली.
१०	१९३५चा गव्हर्नमेंट ऑफ इंडिया ॲक्ट	• अखिल भारतीय संघराज्य स्थापन करण्यास परवानगी. • संघीय, प्रांत व समवर्ती अशा तीन सूची याची सुरुवात करण्यात आली. • प्रांतामधील द्विशासन पद्धती संपुष्टात आणून ती केंद्रामध्ये सुरू करण्यात आली. • प्रांतिक स्वायत्तता प्रस्थापित करून प्रांतात जबाबदार शासन पद्धती सुरू करण्यात आली. • प्रांतामध्ये द्विसदन सभागृहे सुरू करण्यात आली. • भारतीय रिझर्व्ह बँकेची स्थापना
११	१९४७ चा इंडियन इंडिपेंडन्स ॲक्ट	• भारतातील ब्रिटिश राज्य बरखास्त करून १५ ऑगस्ट १९४७पासून भारताला एक स्वतंत्र व सार्वभौम राष्ट्र घोषित करण्यात आले. • ब्रिटिश भारताचे विभाजन दोन स्वतंत्र राष्ट्रांमध्ये करण्यात आले. – भारत व पाकिस्तान • संस्थानांना पर्याय देण्यात आले- भारतामध्ये किंवा पाकिस्तानमध्ये विलीनीकरण किंवा स्वतंत्र राष्ट्र म्हणून राहणे

तक्ता क्र. २.२

घटनासमितीच्या प्रमुख समित्या व त्यांचे अध्यक्ष

अध्यक्ष	समित्या
सरदार वल्लभभाई पटेल ("भारताचे लोहपुरुष" व पहिले गृहमंत्री)	• प्रांतीय राज्यघटना समिती • मूलभूत हक्क व अल्पसंख्यांकाबद्दल सल्ला समिती
जवाहरलाल नेहरू (भारताचे पहिले पंतप्रधान)	• संघ अधिकार समिती • राज्य अधिकार समिती • संघ राज्यघटना समिती
डॉ. राजेंद्रप्रसाद (भारताचे पहिले राष्ट्रपती)	• कार्यपद्धती विषयक नियम समिती • संचालन समिती

३
प्रकरण

राज्यघटनेची ठळक वैशिष्ट्ये

राज्यघटनेची ठळक वैशिष्ट्ये खालीलप्रमाणे आहेत:

१. जगातील सर्वांत प्रदीर्घ लिखित घटना

राज्यघटना दोन श्रेणींमध्ये विभागली आहे: लेखी राज्यघटना, जी मुद्रांकित आहे, उदाहरणार्थ, भारतीय राज्यघटना किंवा अमेरिकन राज्यघटना; आणि

अलिखित राज्यघटना, जी मुद्रांकित नाही, म्हणजे ब्रिटिश राज्यघटना.

मूळतः, १९४९मध्ये, भारतीय राज्यघटनेत सरनामा, २२ भाग,३९५ कलमे ८ अनुसूची यांचा समावेश होता.सध्या, त्यात एक सरनामा, २५ भाग, सुमारे ४६५ कलमे आणि १२ अनुसूची समाविष्ट आहेत. इतर कोणत्याही देशातील लिखित घटना भारतासारखी जटिल, तपशीलवार आणि विस्तृत नाही. त्यामुळे, भारतीय राज्यघटना जगातील सर्व लेखी संविधानांत सर्वांत मोठी आहे. अमेरिकन संविधान जगातील सर्वांत जुने आणि सर्वांत छोटे लिखित संविधान आहे. त्यात फक्त सात कलमे आहेत.

२. सर्वंकष प्रौढ मताधिकार

ब्रिटिश भारतीय सरकाराने मर्यादित मताधिकाराची तत्त्वे अंगिकृत केली होती, तिने सर्वांना नाही तर फक्त पुरुष, श्रीमंत आणि सुशिक्षित लोकांना मतदानाचा अधिकार दिला होता. परंतु भारतीय संविधानाने मतदानाची तत्त्वे समाविष्ट केली, त्यांनुसार जाती, वंश, लिंग, संपत्ती, साक्षरता इत्यादीच्या आधारावर कोणताही भेदभाव न करता वयाची १८ वर्षे पूर्ण झालेल्या सर्व नागरिकांना 'मतदानाचा हक्क' दिलेला आहे.

३. धर्मनिरपेक्ष राज्य

भारतीय राज्यघटनेवर कोणत्याही धर्माचा प्रभाव नाही. ती सर्व धर्माला समान आदर आणि प्रोत्साहन देते आणि कोणत्याही दोन धर्मांमध्ये कुठलाच भेदभाव करीत नाही. दुसरीकडे पाकिस्तानी राज्यघटना धर्मनिरपेक्ष नाही, ती फक्त इस्लामला प्रोत्साहन देते. ती हेदेखील सुचवते की कोणतीही गैरमुस्लिम व्यक्ती पाकिस्तानचा अध्यक्ष होऊ शकत नाही.

४. विविध स्रोतांवर आधारित

भारतीय राज्यघटनेच्या संस्थापकांनी विविध राष्ट्रांच्या राज्यघटनांचा आणि भारत सरकार अधिनयम १९३५चा अभ्यास केला आणि काही महत्त्वाच्या तरतुदी अंगीकारल्या; याचा तपशील तक्ता ३.१मध्ये दिलेला आहे.

५. कठोर नाही किंवा लवचीक नाही पण मिश्र

आधुनिक संविधान कठोर आणि लवचीक यातदेखील विभागले आहे. कठोर संविधानात एक विशेष प्रक्रिया आवश्यक असल्याने त्यात कोणतीही दुरुस्ती किंवा बदल करणे फार कठीण असते, जसे अमेरिकी घटना. पण ते लवचीकदेखील असू शकते,

ज्यात कोणतीही दुरुस्ती किंवा बदल करणे सोपे असते, कारण त्याच्याकरिता फक्त एका साध्या प्रक्रियेची आवश्यकता असते, जसे ब्रिटिश घटना.

भारतीय राज्यघटना कठोर किंवा लवचीक दोन्हीही नाही, पण काही तरतुदी विशेष किंवा जटिल प्रक्रियेद्वारे दुरुस्त केल्या जाऊ शकल्याने ती या दोघांचे एक मिश्रण आहे, जसे संसदेत 'विशेष बहुमत' (सभागृहाच्या एकूण सदस्यत्वाच्या ५० पेक्षा जास्त टक्क्यांचे समर्थन आणि/किंवा सभागृहात हजर असलेल्या दोन तृतियांश किंवा बहुसंख्य सदस्यांचे समर्थन आणि मतदान) आणि भारतातील एकूण राज्यांपैकी अर्ध्यांची मंजुरी मिळविणे; या दोन्ही बाबी कठीण आहेत. उदाहरणार्थ, मूलभूत हक्कांमध्ये कोणतीही दुरुस्ती करणे. दुसरीकडे, संविधानाच्या काही इतर तरतुदी संसदेत 'साध्या बहुमता'सारख्या सोप्या प्रक्रियेद्वारे दुरुस्त केल्या जाऊ शकतात, (सदनांत हजर असलेल्या ५० टक्क्यांपेक्षा जास्त सदस्यांचा बहुमत पाठिंबा आणि मतदान). उदाहरणार्थ, नव्या राज्यांची निर्मिती.

६. अर्ध-संघराज्यात्मक प्रणाली

राष्ट्रीय सरकार आणि प्रादेशिक सरकारांमधील संबंधांच्या स्वरूपाच्या आधारे, आधुनिक सरकार प्रामुख्याने 'शासनाची संघराज्यात्मक प्रणाली' आणि 'शासनाची एकात्मक प्रणाली' यात विभागली आहे. 'संघराज्यात्मक शासन' प्रणालीत राज्यघटना स्वतःच राष्ट्रीय सरकार आणि प्रादेशिक सरकारांमध्ये अधिकारांचे विभाजन करते आणि दोन्ही सरकार स्वतंत्रपणे आपापल्या कार्यक्षेत्रांत कार्य करतात. उदाहरणार्थ, अमेरिका, कॅनडा, ब्राझील आणि रशिया.

'एकात्मक शासन' प्रणालीत राज्यघटना सर्व अधिकार फक्त राष्ट्रीय सरकारमध्ये निहित करते आणि कधी सर्व प्रादेशिक सरकारे अस्तित्वात जरी असली, तर ती आपली सत्ता आणि अधिकार राज्यघटनेपासून नव्हे, तर राष्ट्रीय सरकारपासून मिळवतात. उदाहरणार्थ, ब्रिटन, जपान, स्पेन आणि चीन (आकृती ३.१ पहा).

भारतीय राज्यघटना सरकारच्या संघराज्यात्मक प्रणालीची तरतूद करते. भारतीय घटनेतील महत्त्वाची संघराज्यात्मक वैशिष्ट्ये खालीलप्रमाणे आहेत:

(१) लिखित घटना: भारतीय घटना मुद्रांकित आहे. अर्थात, तिच्या प्रत्येक तरतुदी पद्धतशीरपणे क्रमांकित केलेल्या आहेत, जसे भाग आणि कलम.

(२) द्विसदन: भारतीय राज्यघटना संसदेत दोन सदनांची तरतूद करते. अर्थात, राज्यसभा (राष्ट्रीय पातळी वर राज्यांचे प्रतिनिधित्व) आणि लोकसभा (भारतीय लोकांचे प्रतिनिधित्व). 'एकसदनीय प्रणाली'चा अर्थ विधानमंडळात फक्त एकच सदन असणे आहे.

(३) अधिकारांची विभागणी: भारतीय राज्यघटना तीन सूचींद्वारे केंद्र आणि राज्यांमध्ये खालीलप्रमाणे अधिकारांची विभागणी करते:

(अ) केंद्रीय सूची: यात १०० विषय आहेत, ज्यांच्या संदर्भात कायदे करण्यासाठी केंद्र सरकाराला विशेष अधिकार आहेत. उदाहरणार्थ, रेल्वे, पासपोर्ट आणि व्हिसा, संरक्षण, परराष्ट्र व्यवहार आणि इतर.

(ब) राज्यांची सूची: या यादीत ६१ विषय समाविष्ट आहेत ज्यांच्यावर राज्य सरकारांना कायदे करायचा विशेष अधिकार असतात. उदाहरणार्थ, पोलिस, स्थानिक प्रशासन, शेती, मद्य, ग्रंथालय आणि इतर.

(क) समवर्ती सूची: यात ५२ विषय असतात, ज्यांच्यावर कायदे करण्याचा केंद्र सरकार आणि राज्य सरकार या दोघांना समान अधिकार असतो. उदाहरणार्थ, गुन्ह्यांसंबंधी कायदे, वन, शिक्षण, आरोग्य आणि इतर. समवर्ती सूचीतील कोणत्याही विषयावर केंद्रीय कायदा आणि राज्य कायद्यारम्यान कोणताही संघर्ष उद्भवल्यास केंद्रीय कायदा लागू होतो.

एखादा विषय या तिन्ही सूचींमध्ये येत नसेल, तर तो 'अवशिष्ट विषय' मानला जातो आणि भारतीय राज्यघटनेने असा अवशिष्ट अधिकार केंद्र सरकारकडे निहित केला आहे.

आकृती ३.१

संघराज्यात्मक शासन आणि एकात्मक शासनाच्या संकल्पनेचे चित्रण

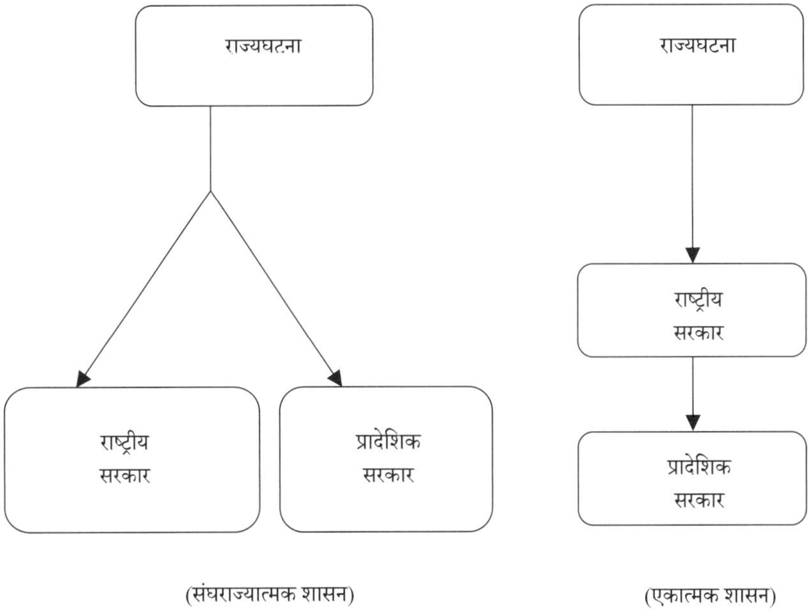

(४) संविधानाचा सर्वाधिकार: भारतात राज्यघटना सर्वोच्च आहे; इतर कोणीही राज्यघटनेपेक्षा श्रेष्ठ नाही. शासन, कायदे, कार्यकारी मंडळाची कार्ये, न्यायालयीन कार्ये आणि इतर गोष्टींचे प्रत्येक पैलू राज्यघटनेशी संरेखित असणे आवश्यक आहे. याउलट, ब्रिटनमध्ये संसद सर्वोच्च आहे, राज्यघटना नाही.

(५) स्वतंत्र न्यायपालिका: आपली न्यायपालिका आपले अधिकार थेट राज्यघटनेपासून मिळविते आणि ती सरकारच्या वैधानिक आणि कार्यकारी मंडळांपासून स्वतंत्र आहे.

(६) कठोर राज्यघटना: संविधानाच्या काही तरतुदी बदलणे फार कठीण आहे.

(७) दुहेरी शासन: याचा अर्थ दोन सरकार असणे: एक राष्ट्रीय स्तरावर (केंद्र सरकार) आणि दुसरे प्रादेशिक पातळीवर (राज्य सरकार). पण आता, भारतीय राज्यघटनेने शासनाची तिसरी पातळी तयार केली आहे, ती म्हणजे स्थानिक स्वराज्य संस्था.

भारतीय राज्यघटनेत एकात्मक शासनाची काही वैशिष्ट्येदेखील आहेत. ती खालीलप्रमाणे आहेत:

(१) एकात्मक राज्यघटना: भारतात फक्त एकच राज्यघटना आहे, जी समान रीतीने केंद्र आणि राज्ये दोघांना लागू होते. एरवी संघराज्यात्मक प्रणालीत केंद्र आणि राज्यांच्या स्वतंत्र घटना असतात.

(२) एकात्मक नागरिकत्व: नागरिक म्हणजे अशी व्यक्ती जी देशाचे 'नागरी आणि राजकीय हक्क' बजावते. भारतात लोकांजवळ फक्त एकात्मक नागरिकत्व आहे, ते म्हणजे 'भारतीय नागरिकत्व'. सर्व भारतीय नागरिकांना संपूर्ण देशभरात समान नागरी

आणि राजकीय अधिकार बजावता येतात. पण अमेरिकेत दोन नागरिकत्वे आहेत: एक अमेरिकन नागरिकत्व आणि दुसरे राज्याचे नागरिकत्व.

(३) मजबूत केंद्र सरकार: भारतीय राज्यघटना अधिकारांची विभागणी केंद्र व राज्य सरकारांमध्ये करीत असली, तरी केंद्र राज्यांपेक्षा अधिक शक्तिशाली आहे. उदाहरणार्थ, केंद्रीय सूचीमध्ये अधिक महत्त्वाचे विषय आहेत आणि केंद्राचे कायदे राज्यांच्या कायद्यांना अधिलिखित करू शकतात.

(४) नाशवंत राज्ये: केंद्र सरकार कोणत्याही विद्यमान राज्याला विभाजित करू शकते, दोन किंवा अधिक राज्यांची पुनर्रचना करू शकते, कोणत्याही राज्याचे नाव बदलू शकते, कोणतेही राज्य बरखास्त करू शकते आणि नवीन राज्य तयार करू शकते आणि कोणत्याही राज्याची सीमा बदलू शकते. त्यामुळे, भारतातील राज्य सरकारे शाश्वत अस्तित्वाची अपेक्षा धरू शकत नाहीत, कारण ती केंद्र सरकारतर्फे विसर्जित केली जाऊ शकतात. पण अमेरिकेत राज्ये अविनाशी असतात.

(५) लवचीक राज्यघटना: भारतीय घटनेच्या काही तरतुदी बदलणे सोपे आहे.

(६) अखिल भारतीय सेवा: भारतात तीन प्रकारच्या सेवा अस्तित्वात आहेत. पहिली म्हणजे 'राज्य सेवा', जिथे एक व्यक्ती आपल्या संपूर्ण कारकिर्दीत राज्य सरकारकरिता काम करते. उदाहरणार्थ, तहसीलदार, ग्राम लेखापाल, राज्य रस्ते परिवहन महामंडळाचे बसचालक आणि इतर. दुसरी 'केंद्रीय सेवा' ज्यात एक व्यक्ती आपल्या संपूर्ण कारकिर्दीत केंद्र सरकारकरिता काम करते. उदाहरणार्थ, रेल्वे, भारतीय पोस्ट, लष्कर आणि इतर. तिसरी म्हणजे 'अखिल भारतीय सेवा', जिथे एक व्यक्ती आपल्या कारकिर्दीत केंद्र आणि राज्य सरकार दोन्हींकरिता काम करू शकते. उदाहरणार्थ, भारतीय प्रशासकीय सेवा, भारतीय पोलिस सेवा आणि भारतीय वन सेवा; ही मंडळी प्रशासनामध्ये सहसा उच्चपदस्थ असतात. उदाहरणार्थ, सचिव, पोलिस आयुक्त आणि इतर; ते केंद्रातर्फे नियुक्त केले जातात. केंद्राचे त्यांच्यावर संपूर्ण नियंत्रण असते, तर राज्य सरकारचे त्यांच्यावर फक्त तात्पुरते नियंत्रण असते.

(७) राज्यपालांची नियुक्ती: राज्यपाल राज्यांमध्ये प्रमुख असतात आणि ते राज्यात केंद्राचे एक प्रतिनिधी म्हणूनदेखील काम करतात. राष्ट्रपतींना राज्यपालांची नियुक्ती करण्याचा आणि त्यांना काढण्याचा अधिकार आहे. राज्यपालांजवळ राज्य विधानमंडळाचा बिलांना मनाई करण्याचा अधिकार (वीटो पॉवर) आहे. पण यूएसएमध्ये राज्यपाल (गव्हर्नर) लोकांद्वारे निवडून येतात.

(८) आणीबाणीच्या तरतुदी: 'राष्ट्रीय आणीबाणी'च्या काळात भारतीय सरकार एकात्मक सरकारच्या स्वरूपात कार्यवाही करू लागते आणि त्यामुळे अधिक शक्तिशाली होते.

(९) एकात्मिक न्यायव्यवस्था: भारतातील न्यायालयाची प्रत्येक पातळी, अर्थात, सर्वोच्च न्यायालय, उच्च न्यायालय आणि निम्न न्यायालयांना पदानुक्रमानुसार स्थापित केले गेले आहे आणि त्या सर्वांवर केंद्र व राज्य दोघांचे कायदे लागू होतात. याला न्यायालयाची एकात्मक प्रणालीदेखील म्हणतात. अमेरिकेत न्यायालयाची दुहेरी प्रणाली आहे. तेथे राज्यस्तरीय न्यायालयांवर फक्त राज्यांचे कायदे लागू होतात आणि संघराज्यात्मक न्यायालयात केवळ केंद्रीय कायदे.

(१०) एकात्मिक ऑडिट प्रणाली: ऑडिटचा अर्थ आर्थिक खाती तपासणे किंवा त्यांचे सत्यापन करणे. भारतीय महालेखापाल (कॅग), ज्यांची नियुक्ती राष्ट्रपतींतर्फे केली जाते, ते केंद्र आणि राज्य दोघांच्या खात्यांचे ऑडिट करतात. ते संसदेचे एक प्रतिनिधी म्हणून काम करतात.

(११) एकात्मिक निवडणूक प्रणाली: भारतीय निवडणूक आयोग संसद तसेच राज्य विधानमंडळांसाठी निवडणूक घेतो. या आयोगावर केंद्र सरकारचे नियंत्रण असते.

अशा प्रकारे, भारतीय राज्यघटनेत 'संघराज्यात्मक आणि एकात्मक' अशा दोन्हींची वैशिष्ट्ये आढळतात, म्हणून तिचे 'अर्ध-संघराज्यात्मक', 'सहकारी संघराज्यात्मक' आणि 'संघराज्यात्मकाच्या स्वरूपात' असे वर्णन केले आहे', तिथेच तिचा आत्मा एकात्मक स्वरूपाचा आहे. विशेष म्हणजे, 'संघ' ही संज्ञा भारतीय संविधानात कोठेही वापरली गेली नाही.

७. संसदीय शासन

कार्यकारी मंडळ आणि विधानमंडळ यांच्यामधील संबंधांच्या प्रकाराच्या आधारावर लोकशाही शासन व्यवस्था दोन प्रकारांत विभागली गेली. एक म्हणजे सरकाराचे अध्यक्षीय स्वरूप, ज्यात कार्यकारी मंडळ **विधानमंडळाला उत्तरदायी किंवा जबाबदार नसतात आणि दोन्ही घटक "अधिकारांचे विभाजन"** या तत्त्वावर एकमेकांपासून स्वतंत्रपणे काम करतात. उदाहरणार्थ, अमेरिका, ब्राझील, चिली आणि इतर.

दुसरे म्हणजे **"सरकाराचे संसदीय स्वरूप किंवा पंतप्रधान मंत्रालयीन सरकार"** ज्यात **कार्यकारी मंडळ विधानमंडळाला उत्तरदायी किंवा जबाबदार असते**, आणि दोन्ही घटक 'सह**कार्य आणि समन्वय' या** तत्त्वांवर काम करतात. उदाहरणार्थ, भारत, जपान, ब्रिटन, पाकिस्तान, मंगोलिया आणि इतर.

संसदीय शासन **'सरकारचे वेस्टमिन्स्टर मॉडेल'** म्हणूनदेखील ओळखले जाते, कारण लंडनमध्ये जिथे ब्रिटिश संसद आहे त्या ठिकाणाचे नाव 'वेस्टमिन्स्टर' आहे. तसेच, संसदीय शासनाचे मूळ ग्रेट ब्रिटन होते.

भारतीय राज्यघटनेने भारतात शासनाचे संसदीय स्वरूप स्थापन केले. त्याची महत्त्वाची वैशिष्ट्ये खालीलप्रमाणे आहेत:

(१) **सामूहिक जबाबदारी:** केंद्रीय मंत्री परिषद (कार्यकारी मंडळ) संसदेला (विधानमंडळ) एकत्रितपणे उत्तरदायी आहे, विशेषतः लोकसभेला.

(२) **बहुमत पक्ष नियम:** ज्या राजकीय पक्षाला लोकसभेत बहुमत मिळेल, तो केंद्रात सरकार तयार करू शकतो.

(३) **दुहेरी कार्यकारी मंडळ: याचा अर्थ 'नाममात्र कार्यकारी मंडळ'** (म्हणजे राष्ट्रपती आणि राज्यपाल); आणि **'खरे कार्यकारी मंडळ'** (पंतप्रधान किंवा मुख्यमंत्री आणि त्यांची मंत्री परिषद) अशा दोन्हींची उपस्थिती.

(४) **दुहेरी सभासदत्व:** कार्यकारी मंडळाचा एक सदस्य (मंत्री) विधानमंडळाचा (संसद)देखील एक सदस्य असतो.

(५) **पंतप्रधान आणि मुख्यमंत्र्यांचे नेतृत्व:** पंतप्रधान राष्ट्रनेते असतात आणि मुख्यमंत्री राज्यातील नेते असतात.

(६) **कनिष्ठ सदनाची बरखास्ती:** याचा अर्थ कनिष्ठ सदनाचा (लोकसभा किंवा विधानसभा) कार्यकाल संपल्यावर किंवा इतर बाबतीत त्याचा कार्यकाल संपविणे. वरिष्ठ सदन (राज्यसभा किंवा विधान परिषद) एक स्थायी अंग आहे, त्यामुळे त्याचे विसर्जन होत नाही.

८. तीन स्तरीय सरकार

मुळात, भारतीय राज्यघटनेने फक्त दुहेरी शासनाची तरतूद केली होती, अर्थात केंद्र सरकार आणि राज्य सरकार. पण ७३ व्या आणि ७४ व्या घटनादुरुस्तीने तिसऱ्या स्तराचे सरकार जोडले आहे, ते म्हणजे स्थानिक स्वराज्य, जसे पंचायत आणि नगरपालिका. हे वैशिष्ट्य जगातील इतर कोणत्याही घटनेत आढळत नाही.

९. घटनात्मक संस्था

जिची **स्थापना थेट घटनेद्वारे होते** आणि जी आपले अधिकार केंद्र किंवा राज्यांपासून नव्हे तर घटनेपासून मिळविते, अशी संस्था म्हणजे घटनात्मक संस्था. ती कार्यकारी मंडळ, विधानमंडळ आणि न्यायमंडळापासून स्वतंत्र असते. उदाहरणार्थ, भारतीय निवडणूक आयोग, राज्य निवडणूक आयोग, केंद्रीय लोकसेवा आयोग (यूपीएससी), राज्य लोकसेवा आयोग, अनुसूचित जातींकरिता राष्ट्रीय आयोग आणि इतर.

१०. मूलभूत हक्क: कृपया प्रकरण ५चा संदर्भ घ्या.

११. राज्य धोरणाची मार्गदर्शक तत्त्वे (डीपीएसपी): कृपया प्रकरण ६चा संदर्भ घ्या.

१२. मूलभूत कर्तव्ये: कृपया प्रकरण ७चा संदर्भ घ्या.

१३. न्यायिक प्रणाली: कृपया प्रकरण १८ व २० पहा.

१४. आणीबाणीच्या तरतुदी: कृपया प्रकरण २४चा संदर्भ घ्या.

तक्ता ३.१

या स्रोतांपासून संविधान विकसित झाले आणि भारतीय संविधानामध्ये त्यांचे योगदान

अ.क्र.	स्रोत	घेतलेली वैशिष्ट्ये
१.	भारत सरकार कायदा १९३५	- न्यायप्रणाली - **लोकसेवा आयोग** - संघ प्रणाली - **राज्यपालांचे पद** - **आणीबाणीच्या तरतुदी**
२.	ब्रिटिश राज्यघटना	- **संसदीय प्रणाली** - **एकात्मक नागरिकत्व** - **कॅबिनेट प्रणाली** - **पंतप्रधान आणि मंत्री परिषद** - **कायद्याचे नियम** - **द्विसदनीय आणि कनिष्ठ सदन अधिक शक्तिशाली** - वैधानिक प्रक्रिया - **रिट** - **लोकसभेला जबाबदार मंत्रिमंडळ** - संसदीय विशेषाधिकार
३.	यूएसए राज्यघटना	- लिखित राज्यघटना - **मूलभूत हक्क** - **न्यायिक आढावा** - **न्यायपालिकांचे स्वातंत्र्य** - सर्वोच्च न्यायालय व उच्च न्यायालयांच्या न्यायाधीशांची बडतर्फी - उपराष्ट्रपतीपद
४.	ऑस्ट्रेलियन राज्यघटना	- **समवर्ती सूची** - **केंद्र-राज्य संबंध** - **संसदेच्या दोन्ही सदनांची संयुक्त बैठक**
५.	सोव्हिएत राज्यघटना (पूर्वी सोव्हिएत संघ आता रशिया)	- **मूलभूत कर्तव्ये** - प्रस्तावनेत न्यायाचे आदर्श (सामाजिक, आर्थिक आणि राजकीय)
६.	जर्मन राज्यघटना	- आणीबाणीच्या काळात **मूलभूत हक्कांचे निलंबन**
७.	दक्षिण आफ्रिकेची राज्यघटना	- **संविधानाच्या दुरुस्तीची प्रक्रिया** - राज्यसभा सदस्यांची निवडणूक
८.	जपानी राज्यघटना	- कायद्याने स्थापन केलेली प्रक्रिया - **मजबूत केंद्रासह संघराज्य** - राज्याच्या राज्यपालांची नियुक्ती
९.	कॅनेडियन राज्यघटना	- **केंद्रामध्ये अवशिष्ट शक्ती निहित करणे** - सर्वोच्च न्यायालयाची सल्लागार कार्यकक्षा

अ.क्र.	स्रोत	घेतलेली वैशिष्ट्ये
१०.	आयरिश राज्यघटना	- **राज्य धोरणांविषयीची मार्गदर्शक तत्त्वे** - राष्ट्रपतींच्या निवडणुकीची पद्धत - राज्यसभेत सदस्यांचे नामांकन
११.	फ्रेंच राज्यघटना	- **प्रजासत्ताक** - प्रस्तावनेत **स्वातंत्र्य, समता व बंधुता यांचे आदर्श**

भारतीय राज्यघटनेचे भाग एका दृष्टिक्षेपात

अ.क्र.	भाग	विषय	कलम
१.	I	संघ आणि त्याचे प्रदेश	१-४
२.	II	नागरिकत्व	५-११
३.	III	मूलभूत हक्क	१२-३५
४.	IV	मार्गदर्शक तत्त्वे	३६-५१
५.	IV अ	मूलभूत कर्तव्ये	५१ अ
६.	V	संघ	५२-१५१
		प्रकरण I– कार्यकारी मंडळ	५२-७८
		प्रकरण II- संसद	७९-१२२
		प्रकरण III- राष्ट्रपतींचे वैधानिक अधिकार	१२३
		प्रकरण IV- संघ न्यायप्रणाली	१२४-१४७
		प्रकरण V- भारतीय महालेखापरीक्षक	१४८-१५१
७.	VI	राज्ये	१५२-२३७
		प्रकरण I- सामान्य	१५२
		प्रकरण II- कार्यकारी मंडळ	१५३-१६७
		प्रकरण III- राज्य विधानमंडळ	१६८-२१२
		प्रकरण IV- राज्यपालांचे वैधानिक अधिकार	२१३
		प्रकरण V- राज्यांमध्ये उच्च न्यायालये	२१४-२३२
		प्रकरण VI- कनिष्ठ न्यायमंडळ	२३३-२३७
८.	VII	घटनेतून रद्दबातल. (७ वी सुधारणा) अधिनियम, १९५६	
९.	VIII	केंद्रशासित प्रदेश	२३९-२४२
१०.	IX	पंचायत	२४३-२४३ –O
११.	IX A	नगरपालिका	२४३P-२४३ZG
१२.	X	अनुसूचित आणि आदिवासी क्षेत्र	२४४-२४४A
१३.	XI	केंद्र व राज्यांमधील संबंध	२४५-२६३
		प्रकरण I-वैधानिक संबंध	२४५-२५५
		प्रकरण II-प्रशासकीय संबंध	२५६-२६३
१४.	XII	अर्थ, मालमत्ता, करार आणि दावे	२६४-३००A
		प्रकरण १ - वित्त	२६४-२९१
		प्रकरण २ - कर्ज घेणे	२९२-२९३
		प्रकरण ३ - मालमत्ता, करार, जबाबदाऱ्या, दावे, कर्तव्ये आणि अधिकार	२९४-३००
		प्रकरण ४ – मालमत्तेचा अधिकार	३००A

अ.क्र.	भाग	विषय	कलम
१५.	XIII	भारतीय प्रदेशाअंतर्गत व्यापार, वाणिज्य आणि परस्परसंबंध	३०१-३०७
१६.	XIV	केंद्रीय व राज्यांतर्गत सेवा	३०८-३२३
		प्रकरण I-सेवा	३०८-३१४
		प्रकरण II-लोकसेवा आयोग	३१५-३२३
१७.	**XIVA**	न्यायाधिकरण	३२३A-३२३B
१८.	**XV**	निवडणूक	३२४-३२९A
१९.	**XVI**	काही वर्गांसंबंधात विशेष तरतुदी	३३०-३४२
२०.	**XVII**	अधिकृत भाषा	३४३-३५१
		प्रकरण I- संघाची भाषा	३४३-३४४
		प्रकरण II- प्रादेशिक भाषा	३४५-३४७
		प्रकरण III- सर्वोच्च न्यायालय, उच्च न्यायालये, इ.ची भाषा	३४८-३४९
		प्रकरण IV- विशेष निर्देश	३५०-३५१
२१.	XVIII	आणीबाणीच्या तरतुदी	३५२-३६०
२२.	XIX	विविध	३६१-३६७
२३.	XX	राज्यघटनेची दुरुस्ती	३६८
२४.	XXI	तात्पुरत्या, संक्रमित आणि विशेष तरतुदी	३६९-३९२
२५.	XXII	लघु शीर्षक, प्रारंभ [हिंदीमध्ये प्राधिकृत मजकूर] आणि समापन	३९३-३९५

भारतीय राज्यघटनेच्या अनुसूची एका दृष्टिक्षेपात

अनुसूची	विषय
पहिली	राज्ये आणि केंद्रशासित प्रदेशांची यादी.
दुसरी	राष्ट्रपती, राज्यांचे राज्यपाल, लोकसभेचे सभापती आणि उपसभापती आणि राज्यसभेचे अध्यक्ष आणि उपाध्यक्ष आणि इतरांचे भत्ते, वेतन, विशेषाधिकार आणि इतर संबंधित तरतुदी
तिसरी	मंत्री, खासदार, न्यायाधीश व इतरांची शपथ आणि अनुमोदनाचे स्वरूप
चौथी	राज्यसभेत राज्ये आणि केंद्रशासित प्रदेशांमध्ये जागेचे वाटप.
पाचवी	अनुसूचित क्षेत्र आणि अनुसूचित जमातींचे प्रशासन आणि नियंत्रण.
सहावी	आसाम, मेघालय, त्रिपुरा आणि मिझोराम राज्यांमध्ये आदिवासी भागात प्रशासन
सातवी	केंद्रीय सूची, राज्यांची सूची तसेच समवर्ती सूचीच्या माध्यमातून केंद्र आणि राज्य सरकारांमध्ये अधिकारांची विभागणी,
आठवी	**२२ मान्यताप्राप्त भाषांची** यादी - आसामी, बंगाली, बोडो, डोगरी, गुजराती, हिंदी, कन्नड, काश्मिरी, कोंकणी, मैथिली, मल्याळम, मराठी, मेइतेइ, नेपाळी, उडिया, पूर्व पंजाबी, संस्कृत, संताली, सिंधी, तामिळ, तेलुगु, उर्दू.
नववी	काही कायदे आणि नियमांचे प्रमाणीकरण.
दहावी	देश सोडून जाण्याच्या कृतीच्या आधारावर खासदार, विधानसभा आमदार/विधान परिषद आमदारांची अपात्रता
अकरावी	पंचायतींचे अधिकार, प्राधिकरण व जबाबदाऱ्या
बारावी	नगरपालिकेचे अधिकार, प्राधिकरण व जबाबदाऱ्या

विभाग दोन

राज्यघटनेची संरचना

४

प्रकरण

राज्यघटनेचा सरनामा

प्रस्तावना किंवा सरनामा म्हणजे, राज्यघटनेचा प्राथमिक परिचय, जो तिचे उद्दिष्ट समजावून सांगतो. भारतीय संविधानाचा प्रास्ताविक भाग, म्हणजे प्रस्तावना ही संविधानाचा **उद्देश, ध्येय आणि मूलभूत तत्त्वांचे वर्णन करते**. ही प्रस्तावना **घटना समितीमध्ये जवाहरलाल नेहरूं**तर्फे प्रस्तावित **'उद्दिष्टांच्या ठरावाचे'** एक रूपांतरण आहे. राज्यघटनेचे संपूर्ण स्वरूप प्रस्तावनेच्या मूलभूत **तत्त्वज्ञानावर आणि मूलभूत मूल्यांवर आधारित आहे**. ही प्रस्तावना घटनेच्या संस्थापकांची **स्वप्ने, महत्त्वाकांक्षा आणि प्रेरणा** आहे, ज्याकरिता भारतीय स्वातंत्र्य सैनिकांनी इतका महान त्याग केला. त्यांच्यामुळेच आज आपण या मूल्यांचा आनंद घेत आहोत. या प्रस्तावनेचे **'घटनेचे ओळखपत्र', संविधानाची गुरुकिल्ली' 'घटनेचा आत्मा'** आणि **'आपल्या स्वतंत्र, लोकशाही आणि प्रजासत्ताक राष्ट्राची कुंडली'** म्हणून वर्णन केले आहे.

'आम्ही भारतीय लोक भारताचे *सार्वभौम समाजवादी धर्मनिरपेक्ष लोकतांत्रिक गणराज्य घडवण्याचा* आणि त्याच्या सर्व नागरिकांना

सामाजिक, आर्थिक आणि राजकीय न्याय;

विचार, अभिव्यक्ती, विश्वास, श्रद्धा व उपासना यांचे स्वातंत्र्य;

दर्जा आणि संधीची समानता;

आणि त्यांच्या सर्वांमध्ये प्रसार करण्यासाठी;

बंधुत्व, लोकांचा आत्मसन्मान आणि **देशाचे** ऐक्य आणि **एकात्मकतेचे** आश्वासन देऊन;

आमच्या घटनासमितीमध्ये, आज २६ नोव्हेंबर, १९४९ रोजी,

याद्वारे ही राज्यघटना अवलंबतो, अधिनियमित करतो आणि स्वतःला समर्पित करतो.'

लक्ष्मिकांत यांच्या मते,

ही प्रस्तावना खालील चार महत्त्वाच्या गोष्टी जाहीर करते:

(१) **संविधानाच्या अधिकाराचा स्रोत:** प्रस्तावना असे सांगते, की राज्यघटना आपले अधिकार **भारताच्या जनतेकडून प्राप्त करते**.

(२) **भारतीय राज्याचे स्वरूप:** सार्वभौम, समाजवादी, धर्मनिरपेक्ष, लोकशाही आणि गणतंत्रात्मक.

(३) **संविधानाचा उद्देश:** भारतातील सर्व लोकांना न्याय, स्वातंत्र्य, समता व बंधुता प्रदान करणे.

(४) **अवलंबिण्याचा दिनांक:** भारतीय संविधानाला **२६ नोव्हेंबर १९४९** रोजी अवलंबिण्यात आले.

सरकार आपले अधिकार राज्यघटनेतून मिळविते, प्रस्तावनेतून नाही.

ही प्रस्तावना न्यायालयीन निर्णययोग्य नाही (Non-justiciable), याचा अर्थ नागरिक प्रस्तावनेच्या आधारे न्यायालयात न्यायाची मागणी करू शकत नाहीत. १९७३मध्ये केशवानंद भारती खटल्यात सर्वोच्च न्यायालयाने असे स्पष्ट केले की **प्रस्तावना संविधानाचा एक भाग आहे**, आणि ती संसदेच्या दुरुस्तीच्या अधिकारकक्षेत आहे. या अधिकाराचा वापर करून संसदेने **१९७६मध्ये ४२ वा घटनादुरुस्ती कायदा** अधिनियमित केला, ज्याने प्रस्तावनेत **तीन नवीन शब्द जोडले: 'समाजवादी', 'धर्मनिरपेक्ष' आणि 'अखंडता'**.

संविधानातील महत्त्वाचे शब्द

भारतीय संविधानाच्या महत्त्वाच्या संज्ञा खालीलप्रमाणे आहेत:

(१) **सार्वभौम:** भारत एक सार्वभौम देश आहे, याचा अर्थ तो इतर कोणत्याही देशावर अवलंबून नाही. तो त्याची अंतर्गत आणि परराष्ट्र धोरणे अमलात आणण्यास पूर्णपणे स्वतंत्र आहे. आणि भारतीयांकरिता भारतीय राज्यघटनेच्या वर इतर कुठलीच अधिकारशक्ती नाही.

(२) **समाजवादी:** साध्या शब्दांत सांगायचे तर, समाजवादाचा अर्थ एक राज्य किंवा सरकारकडे त्या भागातील उत्पादन आणि वितरणाच्या सर्व माध्यमांची मालकी आहे, जसे भांडवल, उद्योग, सेवा क्षेत्र आणि इतर. **'साम्यवादी (communistic) समाजवादी व्यवस्थेत** कुठलीच मालमत्ता खासगी नसते आणि उत्पादन आणि वितरणाची सर्व साधने राज्याच्या मालकीची असतात. उदाहरणार्थ, पूर्वाश्रमीचे सोव्हिएत युनियन.

भारतात **'लोकशाही समाजवाद' आहे**, जेथे खासगी क्षेत्र आणि राज्य दोघांचीही काही क्षेत्रांच्या उत्पादनावर आणि वितरणांवर मालकी असते. उदाहरणार्थ, शिक्षण, आरोग्य, प्रसारण, अन्न आणि इतर. तथापि, काही भागांत खासगी कंपन्या प्रतिबंधित आहेत आणि ती क्षेत्रे पूर्णपणे राज्याच्या मालकीच्या आहेत, उदाहरणार्थ, अणुऊर्जा, भारतीय रेल्वे आणि इतर. भारतीय समाजवादामध्ये मार्क्सवाद आणि गांधीवाद यांची वैशिष्ट्ये आहेत, पण ती मुख्यत्वे गांधीवादाच्या दिशेने कललेली आहे.

(३) **धर्मनिरपेक्ष:** भारतात पाकिस्तान आणि नेपाळसारखा शासकीय धर्म नाही, ते एक धर्मनिरपेक्ष राष्ट्र आहे. अर्थात ते कोणत्याही धर्माचा प्रसार किंवा प्रचार करीत नाही. भारतीय संविधानात धर्मनिरपेक्षतेची सकारात्मक संकल्पना आहे; त्यानुसार, ते सर्व धर्मांचा तितकाच आदर करते, मग तो धर्म कितीही ताकदवान किंवा कमकुवत असो.

---

[१] एम. लक्ष्मिकांत (२०१०) सिव्हिल सर्व्हिस उमेदवारांसाठी भारतीय राज्यसंस्था, तिसरे संस्करण, मॅकग्रा- हिल प्रकाशन, नवी दिल्ली, पृ. ४.१.

(४) **लोकशाही: लोकशाही राष्ट्रात सर्वोच्च अधिकार तिथल्या जनतेकडे असतात**. लोकशाही म्हणजे **लोकांचे शासन किंवा बहुमताचे शासन**. लोकशाही दोन प्रकारची असते. **'प्रत्यक्ष लोकशाही'** ज्यात लोक प्रक्रियेद्वारे आपला सर्वोच्च अधिकार वापरून थेट राज्य करतात, जसे सार्वमत (विशिष्ट विधान कायदा मंजूर करण्यासाठी थेट मतदारांचे मत), बडतर्फी (लोकांद्वारे निवडून आलेल्या व्यक्तीला काढून टाकण्याचे कार्य) आणि आनुषंगिक सार्वमत (राष्ट्रीय महत्त्वाच्या प्रश्नावर सार्वजनिक मत ठरवण्यासाठी मतदारांनी दिलेले मत). उदाहरणार्थ, स्वित्झर्लंड.

'अप्रत्यक्ष लोकशाही किंवा प्रतिनिधी लोकशाही' आहे, ज्यात निवडून आलेल्या व्यक्ती लोकांवर राज्य करतात, कारण लोकांनी एक निश्चित मुदतीत होणाऱ्या निवडणुकांच्या माध्यमातून त्यांना एक ठराविक कालावधीसाठी सर्वोच्च शक्तीचे प्रतिनिधी म्हणून नियुक्त केलेले असते. उदाहरणार्थ, भारतात, खासदार आणि आमदार लोकांच्या वतीने देशावर राज्य करतात.

भारतात **'प्रतिनिधी (किंवा अप्रत्यक्ष) संसदीय लोकशाही'** आहे. यानुसार, निश्चित कालावधीसाठी देशावर राज्य करण्यासाठी नियतकालिक निवडणुकांच्या माध्यमातून खासदार निवडून आणतात आणि ते **कार्यकारी मंडळ आपल्या कृत्यांसाठी संसदेला जबाबदार असते**. यूएसएमध्ये 'प्रतिनिधी (किंवा अप्रत्यक्ष) अध्यक्षीय लोकशाही' आहे, यानुसार निश्चित कालावधीसाठी देशावर राज्य करण्यासाठी नियतकालिक निवडणुकांच्या माध्यमातून लोक अध्यक्ष निवडतात, आणि ते अध्यक्ष (कार्यकारी) आपल्या कार्यांसाठी संसदेला जबाबदार नसतात.

(५) **प्रजासत्ताक:** एका **राजेशाहीमध्ये**, राज्याच्या प्रमुखाचे पद, तो धारण करणाऱ्या व्यक्तीच्या आनुवंशिक अधिकारावर आधारित असते, जसे यूकेमध्ये. एका **लोकशाही** देशामध्ये, एका व्यक्तीद्वारे धारण केलेले राज्यप्रमुखाचे पद आनुवंशिक अधिकारावर नाही तर लोकांच्या आदेशावर किंवा इच्छेवर आधारित असते. राजकीय सार्वभौमत्व लोकांद्वारे ठरविले जाते, राजा किंवा राणीद्वारे नाही. **भारत एक प्रजासत्ताक देश आहे, याचा अर्थ भारतीय राज्याचे प्रमुख अर्थात भारताचे राष्ट्रपती**, निश्चित कालावधीसाठी नियतकालिक निवडणुकांच्या माध्यमातून लोकांद्वारे निवडले जातात आणि हे पद कोणत्याही आनुवंशिक परंपरेशी संबंधित नाही, तसेच सर्व भारतीय नागरिकांना खुले आहे.

(६) **न्याय:** न्यायाचा अर्थ, 'न्याय्य किंवा योग्य असण्याची गुणवत्ता'. भारतीय राज्यघटना धर्म, जात, लिंग, संपत्ती, जन्म स्थान आणि इतर गोष्टींच्या आधारावर कोणताही भेदभाव न करता भारतातील सर्व लोकांशी समान व्यवहार करते. या न्यायामध्ये चुकीचे कार्य करण्याऱ्या व्यक्तीला शिक्षा करणे, भविष्यात होणारे गुन्हे किंवा बेकायदेशीर कृत्ये टाळणे आणि बंडखोरांच्या चुकीच्या कार्याला बळी पडलेल्यांना मदत किंवा भरपाई देणे यांचा समावेश आहे. भारतीय राज्यघटना सर्व नागरिकांना सामाजिक, आर्थिक आणि राजकीय न्याय मिळण्याची हमी देते:

(अ) **सामाजिक न्याय** सर्व नागरिकांशी समान व्यवहार सुचवतो आणि धर्म, जात, लिंग, संपत्ती, जन्म, स्थान आणि इतर कोणत्याही आधारावर समाजाच्या कोणत्याही विभागाला विशेषाधिकार नसल्याचे दर्शवितो. समाजातील दुर्बल घटकांचे उत्थान करतो. उदा. अनुसूचित जाती, जमाती, इतर मागासवर्गीय, महिला आणि बालके.

(ब) **आर्थिक न्याय** लोकांची मालमत्ता, उत्पन्न आणि संपत्ती कशीही असली तरी आर्थिक स्थितीच्या आधारे त्यांच्यामध्ये भेदभाव न करता सर्वांशी सारखा व्यवहार करणे सुचवतो. आर्थिकदृष्ट्या दुर्बल लोकांची आर्थिक परिस्थिती सुधारण्यासाठी सर्वांना समान संधी प्रदान करतो.

(क) **राजकीय न्याय** सर्व नागरिकांना समान राजकीय अधिकार आहेत आणि त्यांना सर्व राजकीय पदे मिळविण्याचा आणि सरकारी घडामोडीत मत देण्याचा समान हक्क असणे आवश्यक आहे. तो समाजातील दुर्बल घटकांना राजकीय शक्ती देतो. या तरतुदीमुळेच अगदी एक चहा विक्रेतादेखील भारताचा पंतप्रधान होऊ शकला.

(७) **स्वातंत्र्य: निवडण्याचे स्वातंत्र्य** किंवा अधिकाराच्या वापरासाठी हमी. भारतीय राज्यघटना वैयक्तिक उपक्रमावर नियंत्रण ठेवत नाही आणि सर्वांना आपले **व्यक्तिमत्त्व विकसित करण्याची** संधी देते; आणि मूलभूत अधिकाराच्या माध्यमातून

विचार, अभिव्यक्ती, विश्वास, श्रद्धा आणि पूजा करायचे स्वातंत्र्य देते. पण आमचे स्वातंत्र्य अनिर्बंध नाही आणि वाजवी कारणास्तव मर्यादित आहे.

(८) **समानता:** कोणत्याही प्रकारे भेदभाव न करता सर्व नागरिकांना समान संधी आणि स्थिती प्रदान करते आणि समाजातील कोणत्याही घटकाला **विशेष अधिकार** किंवा तरतुदी **नसल्याचे** सुचवते. ही प्रस्तावना परिस्थिती आणि संधीच्या समानतेची तरतूद करते. भारतात साधारणपणे, सर्व प्रकारच्या संपत्तीचा सुमारे ७० टक्के भाग फक्त २० टक्के लोकांजवळ आहे, ७० टक्के लोकसंख्येजवळ ३० टक्के संपत्ती आहे आणि उर्वरित १० टक्के लोकसंख्येजवळ काहीही नाही. हे राजकीय किंवा सामाजिक क्षेत्रांतदेखील लागू आहे. याला असमान समाज म्हणतात. संविधानाने सांगितल्याप्रमाणे ही विषमता दूर करणे हे सरकारचे कर्तव्य आहे.

(९) **बंधुत्व**: एखाद्या गटात **बंधुता**, मैत्री आणि परस्पर सहभाग सुचवते. या संकल्पनेच्या माध्यमातून, प्रस्तावना खालील गोष्टी मिळण्याची हमी देते: **वैयक्तिक आत्मसन्मान, सन्मान,** आणि **ऐक्य आणि एकात्मता** (प्रादेशिक आणि मानसिक). सर्व भारतीय नागरिक *भारत माता* किंवा मातृभूमीची मुले आहेत, म्हणून आम्ही एकमेकांची भावंडेदेखील आहोत. भारतीय राज्यघटना सर्व भारतीयांना **'समान नागरिकत्व'** प्रदान करून बंधुत्वाच्या भावनेला प्रोत्साहन देते.

५

प्रकरण

मूलभूत हक्क आणि त्यांवरील मर्यादा

परिचय

भारतीय संविधानाचा भाग ३ - कलम **१२ ते ३५** मूलभूत अधिकारांबद्दल आहे. ई.**स. १२५५मध्ये, इंग्लंडचा राजा जॉनने मॅग्नाकार्टा सनद जारी केली**, जी पहिली लिखित 'अधिकारांची सनद' होती, ज्याअन्वये बंडखोर इंग्रज उमरावांना काही राजकीय अधिकार मिळाले. त्यामुळे, **भारतीय संविधानाच्या भाग ३ चे 'भारताची मॅग्नाकार्टा'** असे वर्णन केले गेले आहे. **कारण** ते भारतीय जनतेला काही लिखित अधिकारांची सनद' देते. हे अधिकार किंवा हक्क दोन कारणांमुळे मूलभूत म्हटले जातात. प्रथम, हे हक्क **थेट दिले गेले** आहेत **आणि सर्वोच्च कायद्याने संरक्षित आहे. हा सर्वोच्च कायदा म्हणजे भारतीय संविधान होय**. दुसऱ्या शब्दांत, हे हक्क विधानमंडळाद्वारे, कार्यकारी मंडळाद्वारे, किंवा अगदी न्यायपालिकेद्वारेदेखील दिले गेलेले नाहीत, तर भारतीय राज्यघटनेने दिले आहेत. दुसरी गोष्ट म्हणजे, हे हक्क व्यक्तीच्या सर्वांगीण विकासासाठी (बौद्धिक, भौतिक, नैतिक व आध्यात्मिक) फार आवश्यक आहेत.

हे मूलभूत हक्क राज्य[१] आणि जनतेदरम्यान मुद्दे आहेत. याचा अर्थ लोकांना काही मूलभूत हक्क प्रदान करण्यासाठी राज्याच्या अधिकारावर काही मर्यादा आहेत. या मूलभूत हक्कांचा हेतू देशात **हुकूमशाही किंवा जुलूमशाही टाळणे आहे**; आणि राज्याद्वारे होणाऱ्या अतिक्रमणाविरुद्ध लोकांच्या **स्वातंत्र्याचे संरक्षण करणे आहे**. ते **'राजकीय लोकशाही'ला** प्रोत्साहन देतात आणि **'लोकांचे नव्हे** तर **कायद्याचे सरकार'** स्थापन करण्याचा प्रयत्न करतात. **त्यामुळे हे हक्क सामान्य कायद्यांपेक्षा श्रेष्ठ आहेत.**

सुरुवातीस, भारतीय संविधान एकूण सात मूलभूत हक्क प्रदान करीत असे. पण **४४व्या घटनादुरुस्ती कायदा १९७८ अन्वये एक मूलभूत हक्क म्हणून 'मालमत्ता हक्क' काढून टाकण्यात आला आहे** आणि आता तो कलम ३००-अ अंतर्गत फक्त एक **कायदेशीर अधिकार** आहे. त्यामुळे एकूण **सहा मूलभूत हक्क** आहेत. या सहा मूलभूत हक्कांचे विहंगावलोकन तक्ता क्र. ५.१मध्ये देण्यात आले आहे.

मूलभूत हक्कांची महत्त्वाची वैशिष्ट्ये

मूलभूत हक्कांची महत्त्वाची वैशिष्ट्ये खालीलप्रमाणे आहेत:

१. ते न्यायालयीन निर्णययोग्य (**justiciable**) आहेत. म्हणजेच हे हक्क न्यायालयांच्या निकालांद्वारे अमलात आणले जाऊ शकतात. **सर्वोच्च न्यायालय व उच्च न्यायालय कार्यकारी मंडळाची** अनियंत्रित कार्ये आणि विधानाच्या **कायद्यांविरुद्ध**

[१] संविधानाच्या कलम १२नुसार, 'राज्य' हा शब्द म्हणजे भारत सरकार, राज्य सरकार, संसद, राज्य विधानमंडळ, भारताच्या प्रदेशात आणि भारत सरकारच्या नियंत्रणाखाली असलेले सर्व स्थानिक आणि इतर अधिकारी.

लोकांच्या मूलभूत हक्कांचे रक्षक, संरक्षक आणि हमीदार म्हणून काम करतात. मूलभूत हक्कांच्या उल्लंघनाच्या बाबतीत कोणीही न्याय मागण्यासाठी थेट सर्वोच्च न्यायालय किंवा उच्च न्यायालयाचे दरवाजे ठोठावू शकतो.

२. **या मूलभूत हक्कांसाठी फक्त राज्याविरुद्ध हमी दिली जाते.** एखादी स्वतंत्र व्यक्ती किंवा खासगी व्यक्तीद्वारे कोणत्याही मूलभूत हक्काचे उल्लंघन होण्याच्या बाबतीत सामान्य कायदेशीर उपाय उपलब्ध आहेत, पण कलम ३२ अंतर्गत घटनात्मक उपाय तेथे लागू नाहीत.

३. हे अधिकार **परिपूर्ण नाहीत, पण विशेषित आहेत.** याचा अर्थ राज्य त्यांच्यावर वाजवी निर्बंध आणू शकते. पण या निर्बंधांचे न्यायालयात पुनरावलोकन केले जाऊ शकते. उदाहरणार्थ, संसदेत अधिनियमित 'माहिती आणि तंत्रज्ञान कायदा २०००'च्या कलम ६६A अन्वये फेसबुक, ट्विटर आणि इतर सोशल मीडियामध्ये कोणतीही आक्षेपार्ह टिप्पणी करण्यासाठी लोकांना प्रतिबंधित केले आहे. तथापि, सर्वोच्च न्यायालयाने कलम ६६ Aला घटनाबाह्य किंवा *अवैध* घोषित केले आहे, कारण ते लोकांचा भाषण करण्याचा अधिकार तसेच अभिव्यक्ती अधिकाराच्या विरोधात होते.

४. **संसदेला कोणत्याही मूलभूत हक्कांमध्ये दुरुस्ती करण्याचा अधिकार आहे;** त्यामुळे हे मूलभूत हक्क कायम नाहीत.

५. **कलम २० आणि २१ अंतर्गत दिलेले हक्क वगळता**, हे मूलभूत हक्क राष्ट्रीय आणीबाणीच्या काळात **निलंबित** केले जाऊ शकतात.

६. या मूलभूत हक्कांचा उपयोग सशस्त्र सेना, गुप्तचर संस्था (रॉ आणि आयबी) यांना आणि जिथे मार्शल लॉ किंवा लष्करी कायदा लागू आहे तिथे मर्यादित आहे.

७. बिगरभारतीय, अर्थात भारतस्थित परदेशी लोकदेखील कलम १४, २०, २१, २३, २५, २७ आणि २८मध्ये दिलेल्या काही मूलभूत हक्कांचा उपभोग घेऊ शकतात, परंतु सर्व सहा मूलभूत हक्कांचा नव्हे.

८. काही मूलभूत हक्क नकारात्मक आहेत कारण ते राज्यांवर काही निर्बंध लादतात. उदा. कलम १४, १५ (१) आणि २० द्वारे प्रदान केलेले हक्क, आणि काही मूलभूत हक्क सकारात्मक आहेत, उदा. कलम २५, २९ (१) आणि ३० (१) द्वारे प्रदान केलेले हक्क, कारण ते लोकांना काही विशेषाधिकार देतात.

मूलभूत हक्कांचा आढावा

आता आपण भारतीय राज्यघटनेद्वारे प्रदान केलेल्या मूलभूत हक्कांचा थोडक्यात आढावा घेणार आहोत:

समानतेचा अधिकार

कलम १४: कायद्यासमोर समानता आणि कायद्याचे समान संरक्षण

कलम १४नुसार, कायद्यासमोर कोणत्याही व्यक्तीला समता किंवा भारतीय प्रदेशाच्या आत कायद्याचे समान संरक्षण राज्य नाकारणार नाही. हा **हक्क 'कायद्याचे राज्य'** यावर आधारित आहे. **त्यानुसार कायदा मोडणाऱ्या व्यक्तीला वगळता इतर कोणाही व्यक्तीला शिक्षा होणार नाही.** आणि कायद्याच्या दृष्टीने सर्व लोक समान आहेत.

कायद्यासमक्ष समानता म्हणजे सर्व व्यक्ती कायद्याच्या दृष्टीने समान आहेत: कोणत्याही व्यक्तीला विशेषाधिकार नाहीत; या देशाचा कायदा सर्व लोकांवर समान रूपाने लागू होतो; आणि कोणतीही व्यक्ती (श्रीमंत आणि गरीब, स्त्री किंवा पुरुष शासकीय किंवा गैर-शासकीय) कायद्याहून श्रेष्ठ नाही. **कायद्याचे समान संरक्षण**, समान परिस्थितीत, समान व्यवहाराचा अधिकार **सुचवते**; सर्व लोकांवर त्याच कायद्याचा समान वापर करणे, जे लोक समान परिस्थितीत आहेत. त्यांच्यासोबत कोणताही भेदभाव न करता समान व्यवहार केला पाहिजे.

अपवादः

१. **भारताचे राष्ट्रपती आणि राज्यांचे राज्यपाल**

(अ) सर्व न्यायालयांत फौजदारी खटल्यांपासून त्यांना संरक्षण मिळालेले आहे, पण त्यांना दिवाणी खटल्यांपासून संरक्षण नसते.

(ब) त्यांना त्यांच्या कार्यकाळात अटक केली जाऊ शकत नाही किंवा तुरुंगात पाठवले जाऊ शकत नाही.

(क) ते आपल्या अधिकाराच्या वापरासाठी आणि कर्तव्ये बजावताना कोणत्याही न्यायालयात उत्तर द्यायला जबाबदार नाहीत.

२. **परदेशी अधिकारी:** राष्ट्रप्रमुख, राजदूत, राजनैतिक अधिकारी आणि संयुक्त राष्ट्रसंघासारख्या आंतरराष्ट्रीय संघटनांच्या अधिकाऱ्यांना भारतात फौजदारी आणि दिवाणी खटल्यांपासून संरक्षण मिळालेले आहे.

३. **खासदार आणि आमदार:** ते आपापल्या सभागृहांत काहीही बोलण्यासाठी किंवा कृतीसाठी कोणत्याही न्यायालयाच्या कोणत्याही कारवाईपासून (दिवाणी किंवा फौजदारी) संरक्षित आहेत.

४. **प्रसारमाध्यमांचे प्रतिनिधी:** ते संसदेच्या किंवा विधानसभांच्या कोणत्याही कार्यवाहीवर बनवलेले खरे अहवाल प्रकाशित करण्यासाठी कोणत्याही न्यायालयाच्या (दिवाणी किंवा फौजदारी) कारवाईस उत्तरदायी नाहीत.

कलम १५: काही कारणांस्तव भेदभावास प्रतिबंध

कलम १५नुसार, राज्य **धर्म, वंश, जात, लिंग, जन्मस्थान** अशा कोणत्याही कारणास्तव कोणत्याही नागरिकाविरुद्ध भेदभाव करणार नाही. सार्वजनिक ठिकाणीदेखील लोकांमध्ये होणाऱ्या भेदभावावर बंदी आहे. उदा. दुकाने, हॉटेल्स, रेस्टॉरंट, थिएटर्स, सार्वजनिक विहिरी, तलाव, रस्ते, उद्याने आणि इतर. याचा हेतू भारतीय सामाजिक प्रणालीचा गैरवापर दूर करणे हा आहे. तथापि, राज्य या कारणाशिवाय इतर कारणांसाठी आणि काही अपवादात्मक बाबींसंदर्भात भेदाभेद करू शकते.

अपवादः

राज्य **अनुसूचित जाती, अनुसूचित जमाती, महिला आणि मुले** यांच्या परिस्थितीमध्ये सुधारणा करण्यासाठी खास व्यवस्था करू शकते. उदाहरणार्थ, मुलांसाठी निःशुल्क प्राथमिक शिक्षण, स्थानिक निवडणुकीत महिलांना आरक्षण, सर्व निवडणुकांत आणि नोकऱ्यांत अनुसूचित जाती आणि अनुसूचित जमातींसाठी आरक्षण आणि इतर.

कलम १६: सार्वजनिक रोजगाराच्या मुद्द्यावर संधीची समानता

कलम १६ धर्म, वंश, जात, लिंग, कूळ आणि जन्म किंवा राहण्याचा ठिकाणाच्या आधारावर कोणताही भेदभाव न करता सर्व नागरिकांना **सार्वजनिक रोजगारामध्ये संधीच्या समानतेची** तरतूद करते. याचा अर्थ असा, की राज्य या कारणांशिवाय इतर बाबतींत भेदभाव करू शकते, जसे शिक्षण, शारीरिक क्षमता आणि व्यावसायिक अनुभव व तांत्रिक कौशल्य आणि इतर.

अपवादः

१. संसद मागास क्षेत्रांमध्ये प्रगतीसाठी काही रोजगारांकरिता **निवासी स्थिती** बहाल करू शकते. उदाहरणार्थ, कलम ३७१-जे हैदराबाद-कर्नाटक प्रदेशाला विशेष दर्जा उपलब्ध करते, ज्याअंतर्गत सरकारने राज्यात सरकारी नोकऱ्यांमध्ये या प्रदेशात राहणाऱ्या उमेदवारांसाठी आरक्षणाची तरतूद केली आहे.

२. राज्य संबंधित **धार्मिक संस्थां**मध्ये एका विशिष्ट धर्माच्या लोकांना रोजगार देऊ शकते किंवा जागा राखीव ठेवू शकते. उदाहरणार्थ, कर्नाटक सरकारच्या वक्फ बोर्डमध्ये सर्वांत जास्त रोजगार मुस्लिम लोकांना दिले जातात.
३. राज्यांमध्ये योग्य प्रतिनिधित्व मिळत नसेल अशा परिस्थितीत राज्ये **अनुसूचित जाती, अनुसूचित जमाती आणि इतर मागासवर्गीय लोकांना** सरकारी नोकऱ्यांमध्ये आरक्षण देऊ शकतात.

कोणत्याही सरकारी नियुक्तीमध्ये आरक्षणाचा एकूण कोटा **एकूण जागांच्या ५० टक्क्यांपेक्षा जास्त असू नये;** यापैकी **२७ टक्के इतर मागासवर्गीयांसाठी, १५ टक्के अनुसूचित जातींसाठी आणि ७.५ टक्के अनुसूचित जमातींसाठी आरक्षित आहे. ओबीसींमधील 'नवोन्नत वर्गाला'**(क्रीमी लेयर) आरक्षण कोट्यातून वगळले आहे. सध्या, इतर मागासवर्गीय प्रवर्गातील क्रीमी लेयर उत्पन्न मर्यादा **वार्षिक ६लाख रु. आहे**.

कलम १७: अस्पृश्यता निर्मूलन

कलम १७ सर्व प्रकारची 'अस्पृश्यता' दूर करते. नागरी हक्क संरक्षण कायदा १९५५ अंतर्गत, कोणत्याही प्रकारची अस्पृश्यता पाळण्यास सक्त मनाई आहे. या कायद्यांतर्गत दोषी असलेली व्यक्ती संसद किंवा राज्य निवडणुकीस अपात्र ठरते.

कलम १८: किताबांचे निर्मूलन

कलम १८ राज्यांना कोणालाही किताब बहाल करण्यास बंदी घालते **(लष्करी आणि शैक्षणिक पदव्या वगळता)**, मग तो एक भारतीय असो किंवा परदेशी असो. हे कलम कोणत्याही परदेशी राज्यापासून भारतीय नागरिकाला पदवी स्वीकारण्यास बंदी घालते आणि भारतातील कोणत्याही परदेशी व्यक्तीला कोणतीही पदवी प्राप्त करण्यासाठी भारताच्या राष्ट्रपतींची संमती मिळविणे आवश्यक आहे.

या कलमान्वये, आनुवंशिक शीर्षके, जसे महाराजा, रायबहादूर, राजाबहादूर, दिवाण आणि इतरांवर बंदी घालण्यात आली. तथापि, नागरी पुरस्कार, जसे भारत रत्न, पद्मविभूषण आणि इतर पुरस्कारांना या कलमान्वये किताब म्हणून मानले जात नाहीत आणि या पुरस्काराचा एक प्रत्यय किंवा उपसर्ग म्हणून वापर करणे प्रतिबंधित आहे.

स्वातंत्र्याचा अधिकार

कलम १९: सहा हक्कांचे संरक्षण

कलम १९ स्वातंत्र्याच्या स्वरूपांत **सहा मूलभूत हक्क फक्त भारतीय नागरिकांना** उपलब्ध करते**; तथापि**, काही कारणांस्तव **राज्य या हक्कांवर वाजवी निर्बंध लादू शकते**. हे सहा हक्क खालीलप्रमाणे आहेत:

१. **कलम १९ (१): भाषण व अभिव्यक्तीचे स्वातंत्र्य**
त्यानुसार, सर्व नागरिकांना शाब्दिक आणि गैर-शाब्दिक रूपांमध्ये मुक्तपणे आपली मते, श्रद्धा, दृष्टिकोन वगैरे व्यक्त करायचा हक्क आहे. या हक्कात शांततेचे स्वातंत्र्य, प्रसारमाध्यमांचे स्वातंत्र्य, दूरध्वनी टॅप होण्यापासून संरक्षण, प्रदर्शनाचा अधिकार (इलेक्ट्रॉनिक मीडियासारखे) प्रसारण हक्क समाविष्ट आहेत, **पण हरताळ करायचा**, राजकीय पक्ष किंवा इतर संघटनांद्वारे पुकारलेल्या बंदचे समर्थन करण्याचा, सरकारी काम जाणून घेण्याचा हक्क नाही.

निर्बंध: भारताचे सार्वभौमत्व आणि अखंडता, राज्याची सुरक्षा, परदेशी राज्यांसोबत मैत्रीचे संबंध, सार्वजनिक कायदा व सुव्यवस्था, सभ्यता किंवा नैतिकता,

न्यायालयाचा अवमान करणे, बदनामी करणे आणि गुन्ह्यास प्रवृत्त करणे.

२. **कलम १९ (२): जमावाचे स्वातंत्र्य**

सर्व नागरिकांना **सार्वजनिक जागेत शांततेने आणि शस्त्र न घेता एकत्र येण्याचा हक्क आहे; यात** सार्वजनिक सभा व निदर्शने करण्याचा हक्क समावेशित आहे.

निर्बंध: भारताचे सार्वभौमत्व आणि अखंडता आणि सुव्यवस्था. यात संबंधित भागात वाहतूक सुरळीत राखण्याचादेखील समावेश आहे.

३. **कलम १९ (३): संघटनेचे स्वातंत्र्य**

सर्व नागरिकांना **संघटना आणि युनियन बनवायचा हक्क आहे, ज्यात** कंपन्या, राजकीय पक्ष, संस्था, कामगार संघटना, क्लब आणि इतर हक्कांचा **समावेश आहे**.

निर्बंध: भारताचे सार्वभौमत्व आणि अखंडता आणि सुव्यवस्था आणि नैतिकता.

४. **कलम १९ (४): संचाराचे स्वातंत्र्य**

सर्व नागरिकांना भारताच्या संपूर्ण **भूभागात मुक्तपणे संचाराचा हक्क आहे**.

निर्बंध: सामान्य जनतेचे हित आणि कोणत्याही अनुसूचित जमातींच्या हिताचे संरक्षण.

५. **कलम १९ (५): निवासाचे स्वातंत्र्य**

सर्व नागरिकांना **देशाच्या कोणत्याही भागात तात्पुरते किंवा कायमचे वास्तव्य करण्याचा हक्क आहे**.

निर्बंध: सामान्य जनतेचे हित आणि अनुसूचित जमातींच्या हिताचे संरक्षण.

कलम १९ (४) आणि १९ (५) सूचित करतात की भारतीय नागरिकांच्या संबंधात भारत एक युनिट आहे आणि ही कलमे भारतीयांमध्ये बंधुता आणि राष्ट्रीय भावना उत्पन्न करण्यात मदत करतात.

६. **कलम १९ (६): व्यवसाय, धंदा, व्यापार करण्याचे स्वातंत्र्य**

सर्व नागरिकांना **कोणताही उद्योग, व्यवसाय, धंदा किंवा व्यापार करण्याचा हक्क आहे. मात्र हा हक्क** बेकायदेशीर, अनैतिक आणि धोकादायक काम करायला समर्थन देत नाही.

निर्बंध: व्यावसायिक किंवा तांत्रिक पात्रता विहित करते, जे कोणताही व्यवसाय, उद्योग, धंदा, व्यापार किंवा पेशा करायला आवश्यक आहे, जो राज्याला कोणताही धंदा किंवा व्यवसाय, व्यापार, उद्योग किंवा सेवा करायला कोणा नागरिकाला निर्बंध (संपूर्ण किंवा अंशत:) करण्यास सक्षम करतो.

कलम २०: गुन्हे सिद्ध करण्यासंबंधात संरक्षण

कलम २० सर्व आरोपी आणि दोषी व्यक्तीच्या हक्कांचे संरक्षण करण्यासाठी तीन तरतुदी उपलब्ध करते. त्या खालीलप्रमाणे आहेत:

१. **कोणताही पूर्वलक्षी प्रभावाचा कायदा (ex-post facto law) नाही:** याचा अर्थ कोणत्याही व्यक्तीला पूर्वलक्षी (retrospectively) प्रभावाने दोषी ठरविले जाणार नाही; दुसऱ्या शब्दांत, एका आरोपी व्यक्तीला वर्तमान कायद्यानुसारच दोषी ठरविले जाईल, जो सध्या अमलात आहे. तसेच एखाद्या गुन्ह्याकरिता त्यापेक्षा मोठी शिक्षा केली जाणार नाही जी अमलात असलेल्या कायद्यात विहित आहे.

२. **कोणतीही दुबार शिक्षा नाही:** कोणत्याही व्यक्तीला एकाच गुन्ह्यासाठी एकापेक्षा जास्ती वेळा दोषी ठरविले जाणार नाही आणि शिक्षा केली जाणार नाही.

३. **स्वत:चे अपराधीकरण (incrimination) नाही:** कोणत्याही गुन्ह्याखाली आरोपी व्यक्तीला स्वत:च्या विरुद्ध साक्ष द्यायला भाग पाडता येणार नाही. हे दोन गोष्टी सुचवते: एक तर सरकारी पक्षाने आरोपीला दोषी सिद्ध करणे आवश्यक आहे आणि दुसरे म्हणजे, कोणाही आरोपी व्यक्तीने आपल्या इच्छेविरुद्ध काही विधान करण्याची गरज नाही.

कलम २० अगदी **आणीबाणीच्या काळातदेखील निलंबित केले जाऊ शकत नाही.**

कलम २१: जीवन आणि वैयक्तिक स्वातंत्र्याचे संरक्षण

हे कलम सर्व नागरिकांना आणि गैर-नागरिकांना ही हमी देते की **कायद्याने स्थापित केलेल्या प्रक्रियेला वगळता, कोणत्याही व्यक्तीला तिचे जीवन किंवा वैयक्तिक स्वातंत्र्यापासून वंचित केले जाणार नाही**. हे कलम **कार्यकारी आणि विधानमंडळाच्या** अनियंत्रित किंवा बेकायदेशीर कारवाईपासून संरक्षणाची हमी देते. सर्वोच्च न्यायालयाने जाहीर केले आहे, की खालील हक्क कलम २१अंतर्गत येतातः

सन्मान आणि सभ्यतेने वागवण्याबाबतचा महिलांचा हक्क; आरोग्याचा हक्क; आपत्कालीन वैद्यकीय मदतीचा हक्क; शासकीय रुग्णालयात वेळेवर वैद्यकीय उपचार मिळण्याचा हक्क; खासगीपणाचा हक्क; निवाऱ्याचा हक्क; उदरनिर्वाहाचा हक्क; प्रतिष्ठेने जगण्याचा हक्क; स्वच्छ पर्यावरणाचा आणि धोकादायक उद्योगांपासून संरक्षण मिळण्याचा हक्क; मोफत कायदेशीर मदतीचा हक्क; एकांतवासाच्या शिक्षेविरुद्ध हक्क; जलद खटल्याचा हक्क; माहितीचा हक्क; परदेशात प्रवास करण्याचा हक्क; विलंबित अंमलबजावणी विरोधात हक्क; बेड्या लावण्याविरुद्ध हक्क; अमानुष वागणुकीविरुद्ध हक्क; वेठबिगारीविरुद्ध हक्क; निष्पक्ष खटल्याचा हक्क; कैद्याला जीवनावश्यक गरजा पुरवायचा हक्क; सार्वजनिक फाशीविरुद्ध हक्क; सुनावणीचा हक्क; प्रतिष्ठेचा हक्क; राज्याच्या बाहेर न काढण्याचा हक्क; कोठडीतील छळाविरुद्ध हक्क.

कलम २१-अ: शिक्षणाचा अधिकार

८६ वा घटनादुरुस्ती कायदा २००२ अंतर्गत राज्यघट**नेमध्ये नवीन कलम २१-अ** जोडले, जे **६ ते १४ वर्षे वयोगटातील सर्व मुलांना 'मोफत व अनिवार्य शिक्षण'** उपलब्ध करते. हे 'सर्व मुलांना शिक्षण' हा उद्देश साध्य करण्याच्या दिशेने एक महत्त्वपूर्ण पाऊल आहे, कारण याने प्राथमिक शिक्षणाला एक मूलभूत हक्क मानले आहे.

कलम २२: अटक आणि वैयक्तिक स्थानबद्धतेपासून संरक्षण

कोणताही खटला न चालवता लोकांना स्थानबद्ध करणे हे ब्रिटिश राजवटीच्या काळात सर्रास चालायचे. परंतु भारतीय संविधानात अटक आणि स्थानबद्धतेच्या बाबतीत लोकांना खालील संरक्षण प्रदान केले आहे:

१. कोणत्याही व्यक्तीला **अटक** आणि स्थानबद्ध करण्याचे कारण न सांगता अटक किंवा ताब्यात घेतले जाणार नाही.
२. अटक केलेल्या/ताब्यात घेतलेल्या व्यक्तीला वकिलाचा **सल्ला घ्यायचा आणि त्याच्याद्वारे आपला बचाव करायचा अधिकार आहे**.
३. अटक केलेल्या/ताब्यात घेतलेल्या व्यक्तीला पोलिसांनी किंवा तत्सम अधिकाऱ्यांनी **२४ तासांच्या आत नजीकच्या दंडाधिकाऱ्यांसमोर हजर केले पाहिजे**.

४. दंडाधिकाऱ्यांनी २४ तासांच्या आता अटकेला अधिकृत ठरवले नाही, तर पोलिसांना त्या व्यक्तीस सोडून द्यावे लागते.

तथापि, हे अधिकार प्रतिबंधित स्थानबद्धता[२] आणि परदेशी व्यक्तींच्या बाबतीत लागू होत नाहीत.

शोषणाविरुद्ध हक्क

कलम २३: मानवी तस्करी आणि बिनपगारी व सक्तीच्या नोकरीला प्रतिबंध

हे कलम नागरिक आणि बिगर नागरिकांना **राज्य आणि खासगी** व्यक्तीद्वारे होणारी **मानवी तस्करी** (म्हणजे पुरुष, महिला आणि मुलांची वस्तूसारखी **विक्री किंवा खरेदी;** ***देवदासी;*** **गुलामगिरी आणि** वेश्याव्यवसाय, स्त्रिया व मुले यांची अनैतिक वाहतूक), **सक्तीच्या नोकरीविरोधात** संरक्षण देते. तथापि, राज्य सार्वजनिक कारणासाठी किंवा लष्करी सेवेसारख्या सेवेसाठी या अधिकारावर मर्यादा घालू शकतात, ज्याच्याकरिता ते मोबदला देण्यास बांधील नसतील.

कलम २४: कारखाने इत्यादी ठिकाणी बालकामगारांना प्रतिबंध

हे कलम **१४ वर्षे वयाखालील मुलांना कारखाने, खाणी आणि बांधकामा[३]सारख्या इतर घातक ठिकाणी काम करायला बंदी घालते**.

तथापि, धोकादायक नसलेल्या ठिकाणी मुलांचा रोजगार प्रतिबंधित नाही, पण सरकारद्वारे नियंत्रित आहे. तसेच, रेस्टॉरंट, हॉटेल्स, ढाबा, रिसॉर्ट्स, चहाची दुकाने, चित्रपटगृहे आणि इतर ठिकाणी मुलांच्या रोजगारावर बंदी घालण्यात आली.

धार्मिक स्वातंत्र्याचा हक्क

कलम २५: विवेक आणि मुक्त व्यवसाय स्वातंत्र्य, धर्माचे अनुसरण आणि प्रचार

या कलमानुसार, सर्व व्यक्तींना सदसद्विवेकबुद्धी स्वातंत्र्य (देव किंवा प्राणीमात्रांशी संबंध घडवायचे अंतर्गत स्वातंत्र्य), मुक्तपणे अनुसरण करण्याचे (स्वत:च्या धार्मिक मान्यतेची मुक्तपणे आणि उघडपणे घोषणा करणे), पालन करण्याचे (धार्मिक पूजा,धार्मिक विधी, समारंभ आणि इतर कार्ये करणे) व प्रचार करण्याचे (आपल्या धार्मिक मान्यतेचा इतरांमध्ये प्रसार) समान स्वातंत्र्य आहे. तथापि, धर्माच्या प्रसारामध्ये **जबरदस्तीने धर्मांतर** करण्याच्या **अधिकाराचा समावेश नाही** आणि तो एक दंडनीय गुन्हा आहे.

---

[२] प्रतिबंधक स्थानबद्धतेचा अर्थ एखाद्या व्यक्तीला विशिष्ट कालावधीसाठी अटक करणे. हा कालावधी एक दिवस, एक आठवडा किंवा तीन महिन्यांसाठी असू शकतो, जो तिच्याकडून कोणताही गुन्हा होणे टाळण्यासाठी निश्चित केलेला असतो.

[३] सरकारने 'बाल आणि किशोरवयीन कामगार (प्रतिबंध) अधिनियम २०१२' अमलात आणून १८ वर्षे वयाच्या खालील मुलांना सर्व प्रकारच्या रोजगारासाठी पूर्णपणे मनाई करण्याची योजना आखली आहे.

कलम २६: धार्मिक व्यवहार सांभाळण्याचे स्वातंत्र्य

या कलमाअंतर्गत, प्रत्येक धार्मिक पंथ आणि समूहाला धार्मिक आणि धर्मादाय प्रयोजनासाठी, धर्माच्या बाबतीत त्यांच्या स्वत:च्या कामकाजाचे व्यवस्थापन करण्यासाठी, मालमत्ता प्राप्त करणे, मालकी हक्क मिळवणे आणि प्रशासित करण्यासाठी **संस्था स्थापना करण्याचा आणि राखण्याचा हक्क** आहे.

कलम २५ आणि २६ अंतर्गत अधिकार हे मूलभूत हक्कांसंबंधित असलेल्या कायदा व सुव्यवस्था, सदाचरण, आरोग्य आणि इतर तरतुदींशी संलग्न आहेत.

कलम २७: धार्मिक प्रचारासाठी कर न देण्याचे स्वातंत्र्य

कलम २७ सांगते की **कोणत्याही व्यक्तीला कोणत्याही विशिष्ट धर्माचा किंवा धार्मिक मान्यतेच्या प्रचारासाठी व पालन करण्यासाठी कोणताही कर देण्यास भाग पाडले जाणार नाही**. तसेच, असा कर सर्व धर्मांचा प्रचार करण्यासाठी राज्य वापरू शकते, जे धर्मनिरपेक्षतेच्या धोरणाला अनुसरून आहे.

कलम २८: धार्मिक सूचनांचे पालन न करण्याचे स्वातंत्र्य

कलम २८ **कोणत्याही शैक्षणिक संस्थेमध्ये, जी संपूर्णपणे सरकारी मालकीची आहे, धार्मिक सूचना प्रदान करण्यास** पूर्णपणे मज्जाव करते. इतर मान्यताप्राप्त आणि राज्याद्वारे अनुदानित संस्थेमध्ये, धार्मिक प्रार्थना आणि पूजेमध्ये पूर्ण सहभागी होणे किंवा सहभागी न होणे याचे स्वातंत्र्य असेल.

सांस्कृतिक आणि शैक्षणिक अधिकार

कलम २९: अल्पसंख्याकांच्या हिताचे संरक्षण

कलम २९ भारतात कोठेही राहणाऱ्या आणि एक विशिष्ट भाषा, लिपी किंवा संस्कृती असणाऱ्या सर्व नागरिकांना त्यांचे जतन करण्याचा हक्क देते. कोणत्याही नागरिकाला धर्म, वंश, जात, भाषा या कारणाने राज्य अनुदानित कोणत्याही शैक्षणिक संस्थेमध्ये प्रवेश नाकारला जाणार नाही. हे कलम धार्मिक अल्पसंख्याक आणि भाषिक अल्पसंख्याक अशा दोन्हींना संरक्षण देते.

कलम ३०: शैक्षणिक संस्था प्रस्थापित करण्यासाठी आणि प्रशासन करण्यासाठी अल्पसंख्याकांचा अधिकार

या कलमांतर्गत सर्व अल्पसंख्याक (भाषिक किंवा धार्मिक) यांना त्यांच्या पसंतीच्या शैक्षणिक संस्था **स्थापन करण्याचा आणि चालविण्याचा** हक्क आहे आणि राज्य अनुदान मंजूर करण्यात अल्पसंख्याकांद्वारे चालविण्यात येणाऱ्या कोणत्याही शैक्षणिक संस्थेमध्ये भेदभाव करणार नाही. तथापि, सार्वजनिक हित सुरक्षित करण्यासाठी **राज्य या संस्थांवर नियंत्रण ठेवू शकते**.

घटनात्मक उपायांचा अधिकार

हा सहावा मूलभूत हक्क आहे. **कलम ३२** अशी व्यवस्था उपलब्ध करते ज्याअंतर्गत नागरिकांच्या **मूलभूत हक्कांसाठी सर्वोच्च न्यायालय व उच्च न्यायालयांना संरक्षक आणि जामीनदार बनविले आहे**. या कलमांतर्गत मूलभूत हक्काचे संरक्षण करण्यासाठी आणि त्यांच्या उल्लंघनासाठी उपाय शोधण्याचा अधिकारदेखील एक मूलभूत हक्कच आहे. डॉ. **बाबासाहेब आंबेडकरांनी** कलम ३२चे वर्णन याप्रकारे केले आहेः 'हे एक असे कलम आहे, ज्याच्या शिवाय हे संविधान कायद्याच्या दृष्टीने शून्य ठरेल. **ते राज्यघटनेचा आत्मा आणि हृदय आहे'**.

कलम ३२च्या तरतुदी खालीलप्रमाणे आहेत:

१. मूलभूत हक्काचे उल्लंघन करण्याच्या बाबतीत, एक तक्रारदार नागरिकाला स्वतःच्या मूलभूत हक्कांचे संरक्षण आणि उपाय करायला योग्य कारवाई करून **थेट सर्वोच्च न्यायालय किंवा उच्च न्यायालयात जाण्याचा अधिकार आहे**.

२. सर्वोच्च न्यायालय (**कलम ३२** अंतर्गत) आणि उच्च न्यायालयाकडे (**कलम २२६** अंतर्गत) **कोणत्याही मूलभूत हक्कांची** अंमलबजावणी करण्यासाठी **रिट, निर्देश** किंवा आदेश जारी करण्याचे अधिकार **आहेत**. भारतात एकूण पाच प्राधिलेख (Writs, न्यायालयांचे लेखी आदेश) आहेत. ते खालीलप्रमाणे आहेत:

(१) **बंदी प्रत्यक्षीकरण (हेबियस कॉर्पस)**: याचा शाब्दिक अर्थ आहे **की शारीरिकरित्या हजर करणे. ही,** ताब्यात घेतलेल्या व्यक्तीला **सार्वजनिक तसेच खासगी व्यक्तीविरुद्ध वरिष्ठ न्यायालयासमोर (सर्वोच्च न्यायालय** आणि उच्च न्यायालये) **प्रत्यक्ष हजर करण्याची लेखी आज्ञा आहे. या लेखी आज्ञेचे उद्दिष्ट ताब्यात घेतलेल्या व्यक्तीला** न्यायालयासमोर प्रत्यक्ष हजर करणे आणि या ताब्याच्या **कायदेशीरपणा**ची चौकशी करणे **आहे. जर त्या** व्यक्तीचा ताबा बेकायदेशीर असल्याचे आढळले, तर न्यायालये त्या व्यक्तीला बंधमुक्त करील. ही तरतूद बेकायदेशीर किंवा सक्तीच्या **अटकेविरुद्ध वैयक्तिक स्वातंत्र्याला मिळालेले बळ** आहे.

(२) **परमाधिकार (मेंडेमस):** याचा शाब्दिक अर्थ आहे **'आम्ही आज्ञा देतो'**. हा वरिष्ठ न्यायालयाने कनिष्ठ न्यायालय, **सरकारी अधिकारी किंवा संस्थेला (खासगी व्यक्तीला नव्हे)** केलेला हुकूम आहे, ज्यात त्यांना **त्यांचे सार्वजनिक कर्तव्य पूर्ण करण्याचे आदेश दिलेले असतात आणि जे करण्यात त्यांनी कसूर दाखवलेली असते**.

(३) **प्रतिबंध:** 'प्रतिबंध' याचा शाब्दिक अर्थ आहे, **निषिद्ध. हा आदेश उच्च न्यायालयाने एका कनिष्ठ न्यायालयाला किंवा न्यायाधिकरणाला जारी केला असतो, ज्यात त्यांना त्यांच्या अशा कार्यकक्षा ओलांडण्यास प्रतिबंध केलेला असतो, जी त्यांच्या अधिकारांत नाही. हा प्राधिलेख किंवा रिट केवळ न्यायालयीन व निम-न्यायालयीन संस्थांविरुद्ध उपलब्ध आहे आणि** विधानमंडळ, कार्यकारी मंडळ आणि खासगी व्यक्ती किंवा संस्थेविरुद्ध **उपलब्ध नाही**.

(४) **प्राकर्षण (सर्तिओररि)**: याचा शाब्दिक अर्थ, **'प्रमाणित करणे'** किंवा **'माहिती'** देणे. **हा कनिष्ठ न्यायालयातील खटल्याच्या कामासंबंधीची कागदपत्रे पुनर्विचारार्थ वरिष्ठ न्यायालयाकडे पाठविण्यासंबंधीचा वरिष्ठ न्यायालयाचा आदेश असतो**.' यात कनिष्ठ न्यायालयातील **प्रलंबित असलेली एखादी केस त्याच्याकडे हस्तांतरित करण्याचा किंवा कनिष्ठ न्यायालयाचा आदेश रद्दबातल करण्याचा आदेश असतो. हा आदेश केवळ न्यायालयीन, निम-न्यायालयीन आणि कार्यकारी मंडळाविरुद्ध उपलब्ध आहे आणि** विधानमंडळ आणि एक खासगी व्यक्ती किंवा संस्थेविरुद्ध **उपलब्ध नाही**.

'प्रतिबंध' हे फक्त निवारक आहे (कनिष्ठ न्यायालयाचे चुकीचे कार्य प्रतिबंधित करण्यासाठी) त्याच्या उलट, 'प्राकर्षण' निवारक आणि उपचारात्मक दोन्ही आहे (कनिष्ठ न्यायालयाच्या चुकीच्या न्यायाच्या बाबतीत मुक्त करतो).

(५) **अधिकारपृच्छा (को-वॉरंटो):** याचा 'शाब्दिक अर्थ आहे, **'कोणत्या अधिकाराने किंवा वॉरंटने'. हा आदेश वरिष्ठ न्यायालयाद्वारे सार्वजनिक पद किंवा कार्यालयाला एका व्यक्तीच्या कायदेशीर दाव्याचे परीक्षण करण्यासाठी दिला जातो.**

हे एका व्यक्तीला असे सार्वजनिक पद धारण करण्यास **प्रतिबंधित करते, ज्यास** ती कायदेशीर अधिकृत किंवा पात्र नाही. या हक्काचा **कोणत्याही व्यक्तीकडून दावा केला जाऊ शकतो, मग** ती व्यक्ती स्वत: व्यक्तिशः पीडित असो किंवा नसो. हा हक्क स्वतंत्र सार्वजनिक कार्यालयांविरुद्ध जारी केला जाऊ शकतो, मात्र मंत्रालयीन किंवा खासगी कार्यालयाविरुद्ध करता येत नाही.

तक्ता क्र. ५.१

सहा मूलभूत हक्कांचे सिंहावलोकन

क्र.	मूलभूत अधिकार (हक्क)	कलम क्र.	तपशील
	सामान्य	१२	राज्याची व्याख्या
		१३	मूलभूत हक्कांशी विसंगत असलेले कायदे
		१४	कायद्याच्या दृष्टीने समानता आणि कायद्याचे समान संरक्षण
		१५	धर्म, वंश, जात, लिंग, जन्मस्थान यांच्या आधारावर भेदभाव प्रतिबंध
I	समानतेचा हक्क (कलम १४-१८)	१६	सार्वजनिक रोजगाराच्या बाबतीत संधीची समानता
		१७	अस्पृश्यता निर्मूलन
		१८	पदवीचे निर्मूलन
II	**स्वातंत्र्याचा अधिकार** (कलम १९-२२)	१९	भाषण स्वातंत्र्यासारख्या काही अधिकारांचे संरक्षण
		२०	गुन्ह्यांसाठी शिक्षेच्या संबंधात संरक्षण
		२१	जीवित आणि वैयक्तिक स्वातंत्र्याचे संरक्षण
		२२	काही प्रकरणात अटक आणि स्थानबद्ध करण्याविरुद्ध संरक्षण
III	**अत्याचाराविरुद्ध अधिकार** (कलम २३ आणि २४)	२३	मानवी तस्करी आणि सक्तीच्या नोकरीविरुद्ध प्रतिबंध
		२४	कारखाने इ.मध्ये मुलांना रोजगारावर प्रतिबंध
IV	**धर्म स्वातंत्र्याचा अधिकार** (कलम २५-२८)	२५	विवेक आणि मुक्त व्यवसायाचे स्वातंत्र्य, धर्माचे पालन आणि प्रसार
		२६	धार्मिक कामकाजाचे स्वातंत्र्य
		२७	कोणत्याही विशिष्ट धर्माचा प्रचार करण्यासाठी कर न भरण्यासाठी स्वातंत्र्य
		२८	काही शैक्षणिक संस्थांमध्ये धार्मिक प्रार्थना किंवा धार्मिक पूजेमध्ये उपस्थित न राहण्याचे स्वातंत्र्य
V	**सांस्कृतिक आणि शैक्षणिक अधिकार** (कलम २९ आणि ३०)	२९	अल्पसंख्याकांच्या हितसंबंधाचे संरक्षण
		३०	अल्पसंख्याकांना शैक्षणिक संस्था प्रस्थापित करण्याचा आणि चालविण्याचा अधिकार
VI	**घटनात्मक उपाय करण्यासाठी अधिकार** (कलम ३२)	३२	या भागाद्वारे प्रदान करण्यात आलेल्या अधिकारांची अंमलबजावणी करण्यासाठी उपाय

६

प्रकरण

राज्य धोरणाची मार्गदर्शक तत्त्वे

परिचय

संविधानाचा भाग ४ - कलम ३६पासून ५१पर्यंत - राज्य धोरणाविषयीच्या मार्गदर्शक तत्त्वांबद्दल आहे. ही राज्य धोरणाविषयीची मार्गदर्शक तत्त्वे संविधानाने सरकारला दिलेले **निर्देश आहेत, ज्यांना ते** भविष्यात काही धोरणांची अंमलबजावणी करण्यासाठी लागू करू शकतात. राज्य धोरणाविषयीच्या मार्गदर्शक तत्त्वांचा उद्देश कायदानिर्मिती करणाऱ्यांसमोर **काही सामाजिक आणि आर्थिक लक्ष्य स्थापित करणे आहे, जेणेकरून देशात सामाजिक-आर्थिक लोकशाही स्थापित केली जाऊ शकेल.** डॉ. **बाबासाहेब आंबेडकरांनी या मार्गदर्शक तत्त्वांचे वर्णन** भारतीय राज्यघटनेची **'अभिनव वैशिष्ट्ये' म्हणून केले होते.** त्यांचा **'संविधानाचा विवेक'** म्हणूनदेखील उल्लेख केला जातो.

राज्य धोरणाविषयीच्या मार्गदर्शक तत्त्वांची वैशिष्ट्ये

मार्गदर्शक तत्त्वांची महत्त्वाची वैशिष्ट्ये खालीलप्रमाणे आहेत:

१. **भारत सरकार अधिनयम १९३५च्या 'सूचना सूची'शी या मार्गदर्शक तत्त्वांचे साधर्म्य आढळते.**
२. राज्य धोरणाविषयीच्या मार्गदर्शक तत्त्वांचा उद्देश **कल्याणकारी राज्याला** प्रोत्साहन देणे **हा आहे** आणि त्यांचे लक्ष्य **न्याय, स्वातंत्र्य, समता व बंधुता ही मूल्ये प्रत्यक्षात उतरविण्याचे आहे. या चारही मूल्यांचा राज्यघटनेच्या प्रस्तावनेत उल्लेख आहे.**
३. **राज्य धोरणाविषयीची मार्गदर्शक तत्त्वे 'देशाच्या शासनासाठी मूलभूत' आहेत** आणि 'धोरणे आणि कायदे बनविताना ती लक्षात ठेवणे राज्याचे कर्तव्य असेल'.
४. **राज्य धोरणाविषयीची मार्गदर्शक तत्त्वे न्यायालयीन निर्णययोग्य (non-justiciable) नाहीत. याचा** अर्थ त्यांच्या उल्लंघनाबद्दल न्यायालयात कायदेशीर दाद मागता येऊ शकत नाही. त्यामुळे सरकारला त्यांची अंमलबजावणी करण्यास भागही पाडले जाऊ शकत नाही. कारण सर्व मार्गदर्शक तत्त्वांची अंमलबजावणी करण्यासाठी राज्याकडे बरीच आर्थिक संसाधने असणे आवश्यक आहे, जी मर्यादित कालावधीत प्राप्त करणे शक्य होत नाही.

मार्गदर्शक तत्त्वांमागील निर्बंध

मार्गदर्शक तत्त्वे लागू करण्याचे **सरकारवर नैतिक बंधन** असते. पण घटनेत समाविष्ट असूनही, कायदे आणि धोरणे बनविताना सरकारने या मार्गदर्शक तत्त्वांकडे दुर्लक्ष केले तर काय? जर सरकारने या धोरणांची अंमलबजावणी नाही केली तर काय? हे स्पष्टच

आहे की ही मार्गदर्शक तत्त्वे न्याययोग्य नाहीत, म्हणून कोणीही ती लागू व्हावीत यासाठी न्यायालयात जाऊ शकत नाही. याचे उत्तर असे आहे: राज्य धोरणाविषयीच्या मार्गदर्शक तत्त्वांमागे वास्तविक मंजुरी **'राजकीय मंजुरी', अर्थात जनमत आहे**. डॉ. बाबासाहेब आंबेडकर म्हणाले, "जे सरकार लोकप्रिय मतांवर अवलंबून असते, ते आपली धोरणे ठरविताना या मार्गदर्शक तत्त्वांकडे दुर्लक्ष करू शकत नाही. जर असे दुर्लक्ष झालेच, तर निवडणुकीच्या वेळी सरकारला मतदारांकडे नक्कीच जाब द्यावा लागेल."

मार्गदर्शक तत्त्वांचे वर्गीकरण

सामग्रीच्या आधारावर, राज्य धोरणाविषयीची मार्गदर्शक तत्त्वे पुढील तीन भागांत विभागली आहेत:

१. **समाजवादाची तत्त्वे:**

ही तत्त्वे समाजवादावर आधारित आहे आणि त्यांचे ध्येय **सामाजिक आणि आर्थिक न्यायाचा प्रसार करणे**, आणि **कल्याणकारी राज्य** आणि **समाजवादी लोकशाही राज्य** स्थापन करणे आहे. ती राज्याला खालील गोष्टी करण्यासाठी निर्देशित करतात:

(१) सामाजिक, आर्थिक आणि राजकीय न्याय करून एक सामाजिक सुव्यवस्थेचा प्रसार करून **लोककल्याणाचा प्रसार करणे** आणि उत्पन्न, समाजातील स्थिती, सुविधा आणि संधींमध्ये असणारी **विषमता कमी करणे**.

(२) सर्व नागरिकांना अर्थात पुरुष आणि महिलांना चरितार्थाच्या पुरेशा साधनांचा अधिकार देणे, तसेच **पुरुष आणि महिला या दोघांना समान कामाबद्दल समान वेतन देणे**. राज्यात मूठभर लोकांकडे संपत्तीचा संचय होणे टाळणे; जनकल्याणासाठी सर्वांना संसाधने समानरित्या वितरित होतील हे सुनिश्चित करणे; मुलांना निरोगी वातावरणात विकास करण्याची संधी देणे; आणि उत्पीडनाविरुद्ध कामगार आणि मुलांची क्षमता आणि आरोग्य सुरक्षित ठेवणे.

(३) गरिबांना **मोफत कायदेशीर मदत देणे**.

(४) बेरोजगार, वृद्ध, आजारी व अपंग व्यक्तींना रोजगाराचा, शिक्षणाचा आणि सार्वजनिक मदतीचा अधिकार मिळवून देणे.

(५) **कामावर पोषक आणि न्याय्य परिस्थितीची, तसेच प्रसूतीपश्चात आरामासाठी** तरतूद करणे.

(६) सर्व कामगारांना **वेतन, सामाजिक आणि सांस्कृतिक संधी** आणि सन्मानजनक **दर्जाचे जीवनमान प्रदान** करणे.

(७) उद्योगांमध्ये व्यवहारांच्या **व्यवस्थापनात कामगारांच्या सहभागाला** प्रोत्साहन देणे.

(८) **सार्वजनिक आरोग्य** सुधारणे आणि लोकांचे जीवनमान आणि पोषणाचा दर्जा उंचावणे.

२. **गांधीवादी तत्त्वे:**

ही तत्त्वे **गांधीवादी विचारसरणीतून घेतलेली** आहेत. **आपल्या राष्ट्रपित्याची** काही स्वप्ने आणि कल्पना या राज्य धोरणाविषयीच्या मार्गदर्शक तत्त्वांमध्ये समावेशित करण्यात आल्या आहेत. त्या राज्याला खालील गोष्टी करण्यास निर्देशित करतात:

(१) **ग्राम पंचायतींना** पुरेसे अधिकार प्रदान करून त्यांचे व्यवस्थापन करणे, जेणेकरून त्या स्थानिक स्वराज्य संस्था म्हणून कार्य करू शकतील.

(२) ग्रामीण भागात वैयक्तिक आणि सहकारी तत्त्वावर कुटिर **उद्योगांना** प्रोत्साहन देणे.

(३) **समाजातील दुर्बल घटकांचे** (अनुसूचित जाती, जमाती, इतर मागासवर्गीय, महिला आणि मुले) सामाजिक अन्याय आणि शोषणापासून रक्षण करणे आणि त्यांच्या शैक्षणिक व आर्थिक विकासाला प्रोत्साहन देणे.

(४) मद्य, सिगारेट, अफू आणि तत्सम पदार्थांच्या वापरावर बंदी घालणे, जे आरोग्यासाठी हानिकारक आहेत.

(५) **गायी, गुरे, वासरे यांची कत्तल करण्यास प्रतिबंध करणे** आणि त्यांची दर्जेदार पैदास करणे.

३. **उदारमतवादी बौद्धिक तत्त्वे:**

ही तत्त्वे उदारमतवाद या विचारसरणीवर आधारित आहेत. ती राज्याला खालील गोष्टी करण्यास निर्देशित करतात:

(१) संपूर्ण देशात, सर्व नागरिकांना **एकसमान नागरी संहिता (Uiform Civil Code) लागू** करणे. याचा अर्थ **एक समान नागरी कायदा, जो सामान्यपणे सर्व भारतीय नागरिकांना लागू आहे आणि त्यात त्यांचा धर्म, जाती, वंश, स्थान आणि इतर गोष्टींचा विचार केला जात नाही**. उदाहरणार्थ, सध्या भारतात हिंदू आणि मुस्लिम विवाहांसाठी भिन्न कायदे आहेत, पण समान नागरी संहितेअंतर्गत, सर्व भारतीय नागरिकांना लग्नासाठी समान कायदा असेल, मग त्यांचा धर्म, जाती, वंश, स्थान वगैरे काहीही असो.

(२) सर्व मुलांची ते १४ वर्षे पूर्ण करेपर्यंत **काळजी घेणे आणि त्यांना शिक्षण** प्रदान करणे.

(३) आधुनिक वैज्ञानिक पद्धतीने **शेती व पशुसंवर्धन करण्यास** प्रोत्साहन देणे.

(४) वन आणि वन्यजीवांसमवेत **पर्यावरण** संरक्षित करणे आणि त्यात सुधारणा करणे.

(५) महत्त्वाची **ऐतिहासिक आणि राष्ट्रीय स्मारके**, स्थळे आणि वस्तूंचे संरक्षण करणे.

(६) राज्याच्या लोकसेवेमध्ये **न्यायपालिका आणि कार्यकारी मंडळ वेगळे करणे**.

(७) **आंतरराष्ट्रीय शांतता, सुरक्षेचा** प्रचार करणे**;** राष्ट्रांमध्ये चांगले संबंध राखणे; आंतरराष्ट्रीय कायदा, करार आणि बंधनांचा आदर करणे; लवादाच्याद्वारे आंतरराष्ट्रीय विवादांच्या निवारणाचे समर्थन करणे.

मूलभूत हक्क आणि मार्गदर्शक तत्त्वांमधील संघर्ष

एकीकडे, सरकारवर मार्गदर्शक तत्त्वांची अंमलबजावणी करण्यासाठी एक नैतिक बंधन आहे, जी न्यायालयीन विषययोग्य नाहीत, तर दुसरीकडे, सर्वोच्च न्यायालय मूलभूत हक्कांचे रक्षक म्हणून काम करते, जे न्यायालयीन विषययोग्य असतात. म्हणून जेव्हा राज्य मार्गदर्शक तत्त्वांची अंमलबजावणी करू इच्छिते, पण ते कोणत्या तरी मूलभूत हक्काला बाधित करते, अशा वेळी संसद आणि सर्वोच्च न्यायालयादरम्यान संघर्ष उत्पन्न होतो.

चंपकम दोराईराजन खटला १९५१मध्ये सर्वोच्च न्यायालयाने जाहीर केले की, मूलभूत हक्क आणि मार्गदर्शक तत्त्वांमध्ये संघर्ष झाल्यास मूलभूत हक्कांना प्राधान्य द्यावे लागेल आणि अशा मार्गदर्शक तत्त्वांची अंमलबजावणी करण्यासाठी संसदेला दुरुस्ती करून संबंधित मूलभूत हक्क बदलावा लागेल किंवा काढून घ्यावा लागेल.

मात्र, गोलकनाथ खटला १९६७मध्ये सर्वोच्च न्यायालयाने जाहीर केले की, कोणत्याही मार्गदर्शक तत्त्वाची अंमलबजावणी करण्यासाठी संसद कोणतेही मूलभूत हक्क बदलू शकत नाही किंवा काढू शकत नाही. प्रसिद्ध **'केशवानंद भारती खटला १९७३'मध्ये सर्वोच्च न्यायालयाने संविधानाची 'मूळ संरचना' निर्धारित केली** आणि **मिनर्व्हा मिल्स खटला १९८९मध्ये** सर्वोच्च न्यायालयाने असे जाहीर केले की 'भारतीय राज्यघटनेचा पाया मूलभूत हक्क आणि मार्गदर्शक तत्त्वांमध्ये असलेल्या समतोलावर आधारित आहे.

अशा प्रकारे, मूलभूत हक्क मार्गदर्शक तत्त्वांपेक्षा श्रेष्ठ आहेत. पण संसद कोणत्याही मार्गदर्शक तत्त्वाची अंमलबजावणी करण्यासाठी कोणत्याही मूलभूत हक्काला बदलू शकते किंवा काढू शकते. मात्र, हे संविधानाच्या मूलभूत रचनेला धक्का न लावता करावे लागेल.

मार्गदर्शक तत्त्वांची उपयुक्तता

जरी राज्याकडे मार्गदर्शक तत्त्वांची अंमलबजावणी करण्यासाठी कायदेशीर अधिकार नाहीत, तरी ते देशाच्या एकूण हितासाठी अत्यंत उपयुक्त आहेत. डॉ. बाबासाहेब आंबेडकरांनी यथायोग्य म्हटले आहे, 'मार्गदर्शक तत्त्वांचे महत्त्व अनन्यसाधारण आहे. कारण ती हे

सुनिश्चित करतात, की भारतीय राज्यसंस्थेचे ध्येय **'आर्थिक लोकशाही'** आहे आणि निव्वळ राजकीय लोकशाहीपेक्षा ते वेगळे आहे.' भारताचे माजी सरन्यायाधीश न्या. एम. सी. छागला म्हणाले होते, 'जर ही सर्व तत्त्वे पूर्णपणे अमलात आणली तर आपला देश पृथ्वीवर स्वर्ग बनेल.'

खालील मुद्दे मार्गदर्शक तत्त्वांची उपयुक्तता स्पष्ट करतील:

१. त्यांनी (मार्गदर्शक तत्त्वे) देशाचे **सुशासन**, तसेच **सामाजिक आणि आर्थिक उद्दिष्टांसाठी मूळ संरचना निर्धारित केली आहे** आणि ती **सरकारचा मित्र, मार्गदर्शक आणि तत्त्वज्ञानी** म्हणून काम करतात.

२. ही मार्गदर्शक तत्त्वे सर्व भारतीय सरकारी व्यवस्थेसाठी संविधानाच्या सर्वसाधारण शिफारशींसारखे काम करतात आणि या व्यवस्थेला सतत आपल्या **सामाजिक आणि आर्थिक उद्दिष्टांची** आठवण करून देत असतात.

३. जटिल परिस्थितीत **कायद्याचा अर्थ लावण्यात न्यायालयांना मदत करतात**.

४. **सरकारी धोरणांना स्थैर्य प्रदान करतात, मग देशात कुठलाही** राजकीय पक्ष सत्तेत असो.

५. **सरकारची कामगिरी मोजण्यासाठी बॅरोमीटर** म्हणून कार्य करतात आणि देशात सामाजिक लोकशाही आणि आर्थिक धोरणे यांची जलद अंमलबजावणी करण्याची सोय करतात.

६. जर सत्ताधारी पक्ष या मार्गदर्शक तत्त्वांच्या अंमलबजावणीपासून दूर गेला, तर ही तत्त्वे त्याच्यावर नियंत्रण ठेवण्यासाठी विरोधी पक्षाला सक्षम करतात.

७

प्रकरण

मूलभूत कर्तव्ये

परिचय

मूलभूत कर्तव्ये म्हणजे राष्ट्राच्या मूलभूत कायद्याने (संविधान) दिलेली नैतिक कार्ये, जी करण्यास सर्व नागरिक बांधील आहेत. अधिकार आणि कर्तव्ये हातात हात घालून चालतात, मात्र **भारतीय मूळ संविधानात (१९४९) मूलभूत कर्तव्ये समाविष्ट नव्हती**. दुसऱ्या शब्दांत, मूळ घटनेने लोकांना फक्त मूलभूत हक्क दिले आणि कोणतीही मूलभूत कर्तव्ये दिली नाहीत. पण १९७५मध्ये आणीबाणीच्या अनुभवानंतर त्यावेळच्या राजकीय नेत्यांनी घटनेत काही मूलभूत कर्तव्ये समाविष्ट करण्याचा निर्णय घेतला.

त्यामुळे **'सरदार स्वर्ण सिंग समिती १९७६च्या** शिफारशींच्या आधारे भारत सरकारने **१९७६मध्ये ४२व्या घटनादुरुस्ती कायद्याद्वारे** संविधानात मूलभूत कर्तव्यांचा समावेश केला. या कायद्याने राज्यघटनेमध्ये **एक नवीन भाग**, अर्थात **भाग सहा-अ जोडला**, ज्यात **फक्त एकच कलम** आहे, ते म्हणजे **कलम ५१-अ. या कायद्याने** संविधानात १० मूलभूत कर्तव्ये जोडली, पण ८६व्या घटनादुरुस्ती कायदा २००२मध्ये आणखी एक मूलभूत कर्तव्य जोडले. सध्या कलम **५१-'अ'मध्ये** सर्व भारतीय नागरिकांसाठी **एकूण ११ मूलभूत कर्तव्यांचा समावेश आहे;** जी खालील प्रमाणे आहेत:

१. **घटनेचे पालन** करणे आणि तिची **मूल्ये आणि संस्था, राष्ट्रीय ध्वज** आणि **राष्ट्रगीत यांचा** आदर करणे.
२. आपल्या **स्वातंत्र्यचळवळीच्या** प्रेरणास्रोतांचे हृदयात जतन करणे आणि त्यांचे अनुकरण करणे.
३. भारताचे **सार्वभौमत्व, एकात्मता आणि अखंडता** स्थापित करणे आणि त्यांचे संरक्षण करणे.
४. देशाचे रक्षण करणे आणि जेव्हा आवाहन केले जाईल तेव्हा **राष्ट्रीय सेवे**साठी तत्पर असणे.
५. धार्मिक, भाषिक आणि प्रादेशिक किंवा विभागीय भेदांचा **विचार न करता** भारतातील सर्व लोकांमध्ये **सुसंवाद आणि सार्वत्रिक बंधुतेची भावना प्रसारित करणे**, आणि महिलांच्या **प्रतिष्ठेला मानहानिकारक असणाऱ्या पद्धतींचा त्याग करणे**.
६. देशाच्या संमिश्र **संस्कृतीच्या** समृद्ध वारशाचा **आदर करणे आणि त्याचे जतन करणे**.
७. वन, तलाव, नद्या आणि वन्यजीवांसमवेत **पर्यावरणाचे** संरक्षण करणे आणि त्यात सुधारणा करणे, प्राणीमात्रांसाठी करुणा असणे.
८. **वैज्ञानिक दृष्टिकोन, मानवतावाद, चौकस बुद्धी आणि सुधारणावाद** विकसित करणे.
९. **सार्वजनिक मालमत्तेचे संरक्षण करणे** आणि **हिंसेचा मार्ग त्यागणे**.
१०. **सर्व क्षेत्रांतील** वैयक्तिक आणि सामूहिक क्रियाकलापांमध्ये **सर्वोत्कृष्ट कामगिरीच्या दिशेने प्रयत्नांची पराकाष्ठा करणे, जेणेकरून** राष्ट्र सतत प्रयत्न करेल आणि कामगिरीच्या उच्च स्तरावर पोहचेल.
११. ६ ते १४ वर्षे वयाच्या **मुलांना शिक्षणाची संधी प्रदान करणे**.

ही सर्व ११ मूलभूत कर्तव्ये 'न्याय निर्णययोग्य' (non-**justiciable)** नाहीत**;** त्यामुळे कोणताही नागरिक यापैकी कोणत्याही कर्तव्याचे पालन करण्यास अपयशी ठरला तर सरकार त्याच्याविरुद्ध कोणतीही कायदेशीर कारवाई करू शकत नाही, कारण **ते कोणत्याही न्यायालयात लागू करण्यायोग्य नाहीत**. तथापि, संसदेने ठरवल्यास अशी मूलभूत कर्तव्ये कायद्याद्वारे अमलात आणली जाऊ शकतात. उदाहरणार्थ, राष्ट्रीय सन्मानाचा अनादर प्रतिबंधक कायदा १९७१नुसार संविधान, राष्ट्रीय ध्वज आणि राष्ट्रगीताचा अनादर करणे एक शिक्षापात्र गुन्हा आहे.

ही मूलभूत कर्तव्ये नागरिकांची **नैतिक आणि नागरी कर्तव्ये आहेत**, त्यामुळे नागरिकांवर **या कर्तव्यांचे पालन करण्याचे नैतिक (कायदेशीर नव्हे) बंधन आहे**. शिवाय, ही कर्तव्ये भारतीय समाजात नवीन नाहीत, कारण ही मूल्ये आधीच भारतीय परंपरा, धर्म आणि पौराणिक कथांमध्ये सांगितलेली आहेत. **मूलभूत कर्तव्ये केवळ भारतीय नागरिकांना लागू आहेत**, मूलभूत हक्कांसारखी ही गैर-नागरिकांना किंवा परदेशी लोकांना लागू नाहीत. अशा प्रकारे, भारतीय नागरिक असल्याने आपल्या मूलभूत हक्कांचा आनंद घेत असताना, देशाच्या संपूर्ण विकासासाठी म्हणून आपल्याला आपल्या मूलभूत कर्तव्यांची जाणीव असणेदेखील आवश्यक आहे.

विभाग तीन

केंद्रीय विधानमंडळ, राज्य विधानमंडळ आणि भारतातील निवडणूक प्रक्रिया

८

प्रकरण

संसद

परिचय

संसद केंद्र सरकारचा वैधानिक घटक आहे, जी राष्ट्रासाठी कायदे अमलात आणते. भारतात **'सरकारचे संसदीय स्वरूप' आहे** (ते **'पंतप्रधानांचे सरकार'** किंवा **'सरकारचे वेस्टमिन्स्टर मॉडेल' म्हणूनदेखील** ओळखले जाते[१]), जेथे **कार्यकारी मंडळ विधानमंडळास जबाबदार आहे**. भारतीय लोकशाही राजकीय प्रणालीमध्ये संसदेचे एक अग्रगण्य आणि महत्त्वाचे स्थान आहे. संविधानाच्या पाचव्या भागात कलम **७९-१२२** संसदेच्या विविध पैलूंना समावेशित करतात.

संसदेत **तीन भाग समाविष्ट आहेत. भारताचे राष्ट्रपती, लोकसभा आणि राज्यसभा. राष्ट्रपती राज्यसभा किंवा लोकसभेचे सदस्य नसले, तरी ते संसदेचा एक अविभाज्य घटक असतात**. भारतीय संसद **'द्विसदनीय विधानमंडळ'** आहे, कारण त्यात दोन सभागृहांचा किंवा सदनांचा समावेश आहे, राज्यसभा आणि लोकसभा.

लोकसभा

लोकसभेला **'लोकांचे सदन', 'कनिष्ठ सदन', 'लोकप्रिय सदन' आणि 'प्रथम चेंबर'** म्हणूनदेखील ओळखले जाते. **लोकसभा राष्ट्रीय स्तरावर संपूर्ण भारतीय जनतेचे प्रतिनिधित्व करते**. दुसऱ्या शब्दांत, भारताच्या सुमारे १.२५ अब्ज लोकांचे लोकसभेत प्रतिनिधित्व केले जाते.

लोकसभेची कमाल सदस्य संख्या **५५२** आहे, **जी राज्यघटनेने निश्चित केलेली आहे, यातून ५३०** सदस्य राज्यांचे आणि २० सदस्य केंद्रशासित प्रदेशांचे प्रतिनिधित्व करतात. **दोन सदस्य अँग्लो-इंडियन समुदायामधून राष्ट्रपतींतर्फे नामनिर्देशित होतात. सध्या** लोकसभेत **५४५ सदस्यांचा** समावेश आहे, ज्यात **५३०** सदस्य राज्यांचे, १३ सदस्य केंद्रशासित प्रदेशांचे आणि **दोन** सदस्य अँग्लो-इंडियन समुदायाचे प्रतिनिधित्व करतात.

भारतीय नागरिक आपापली राज्ये व केंद्रशासित प्रदेशांतून **'प्रादेशिक मतदारसंघां'मधून थेट लोकसभा सदस्यांची निवड करतात**, जी **सर्वंकष प्रौढ मताधिकारानुसार असते**. येथे, **'प्रमाणाधारित प्रतिनिधित्व प्रणालीचे' पालन केले जात नाही**.

लोकसभेच्या निवडणुकीत त्यांच्या लोकसंख्येच्या प्रमाणात **अनुसूचित जाती आणि अनुसूचित जमातींच्या लोकांसाठी आरक्षण** देण्यात आले आहे.

राज्यसभेसारखे **लोकसभा एक कायम सभागृह नाही तर तात्पुरते सभागृह आहे. कालावधी संपल्यानंतर** किंवा इतर बाबतीत लोकसभा **विसर्जित केली जाते. लोकसभेचा कार्यकाळ तसेच तिच्या सदस्यांची मुदत पाच वर्षे आहे**. पाच वर्षांची

---

[१] सरकारच्या वेस्टमिन्स्टर मॉडेलचे मूळ ब्रिटनमध्ये होते. लंडनमध्ये ब्रिटिश संसद जेथे आहे, त्या ठिकाणाचे नाव वेस्टमिन्स्टर. म्हणूनच संसदेच्या या प्रकाराला 'सरकारचे वेस्टमिन्स्टर मॉडेल' या नावानेदेखील ओळखले जाते.

मुदत संपल्यानंतर तिचे सर्व ५४५ सदस्य आपले सदस्यत्व गमावतात आणि त्यांना सार्वत्रिक निवडणुकीच्या माध्यमातून नवीन जनादेश प्राप्त करणे आवश्यक बनते.

राज्यसभा

राज्यसभेला **'राज्य परिषद', 'वरिष्ठ सदन', 'वरिष्ठांचे सदन' आणि 'दुसरे चेंबर'** म्हणूनदेखील ओळखले जाते. राज्यसभा **राष्ट्रीय स्तरावर भारताच्या राज्यांचे आणि केंद्रशासित प्रदेशांचे प्रतिनिधित्व करते** आणि त्यांच्या लोकांच्या हितासाठी कार्य करते.

राज्यसभेची कमाल सदस्य संख्या **२५० आहे, जी राज्यघटने**द्वारे निश्चित केली गेली आहे. या सदस्यांपैकी **२३८** राज्ये व केंद्रशासित प्रदेश (फक्त दिल्ली आणि पुदुचेरी) यांचे प्रतिनिधित्व करतात आणि **१२ सदस्य राष्ट्रपतींतर्फे नामनिर्देशन मिळवलेले असतात. ते साहित्य, कला, विज्ञान आणि सामाजिक सेवा या क्षेत्रांमधील** मान्यवर असतात. **राज्यसभेतील** राज्ये व केंद्रशासित प्रदेश यांच्या जागेच्या वाटपाबद्दल संविधानाच्या चौथ्या अनुसूचीमध्ये उल्लेख आहे.

राज्यसभेचे सदस्य अप्रत्यक्षपणे निवडून येतात. म्हणजेच, राज्य विधानसभांमध्ये निवडून आलेले सदस्य राज्यसभेमध्ये आपापले प्रतिनिधी निवडून देतात.

राज्यसभेची निवडणूक **' एकच हस्तांतरणीय मत' या पद्धतीने 'प्रमाणाधारित प्रतिनिधित्व प्रणाली'**नुसार आयोजित करण्यात येते. राज्यसभेच्या जागा राज्यांच्या **लोकसंख्येच्या आधारावर** त्यांना देण्यात येतात. त्यामुळे उत्तर प्रदेश आणि बिहारसारख्या अधिक लोकसंख्येच्या राज्यांचे राज्यसभेत अधिक प्रतिनिधी आहेत, तर त्रिपुरासारख्या कमी लोकसंख्येच्या राज्यांचे राज्यसभेत कमी प्रतिनिधी आहेत. (तक्ता क्र. ८.१)

राज्यसभा एक स्थायी सभागृह आहे, म्हणजे, सतत चालू **असणारे एक चेंबर आहे** आणि त्याचे विसर्जन होत **नाही**. पण **राज्यसभेचे एक तृतीयांश सदस्य दर दुसऱ्या वर्षी निवृत्त होतात;** निवृत्त झालेला सदस्य पुन्हा सदस्य बनण्यासाठी पात्र आहे. **राज्यसभेच्या सदस्याची मुदत सहा वर्षे आहे, पण राज्यसभेला विशिष्ट कार्यकाल नाही, कारण ते एक स्थायी सभागृह** आहे.

खासदार होण्यासाठी लागणारी पात्रता

लोकसभा किंवा राज्यसभेपैकी कोणत्याही सभागृहाचा सदस्य होण्यासाठी खालील पात्रता आवश्यक आहेत:

१. **भारताचे नागरिक असणे**.
२. **राज्यसभेच्या बाबतीत वयाची ३० वर्षे पूर्ण असणे** आणि लोकसभेच्या बाबतीत वयाची **२५ वर्षे पूर्ण असणे**.
३. संसदेने ठरविल्याप्रमाणे इतर कोणतीही पात्रता असणे.

खासदाराची अपात्रता

खासदार आपली जागा गमवू शकतो, जर तो

१. सरकारमध्ये कोणतेही लाभाचे **पद धारण करतो**.
२. स्वेच्छेने **इतर कोणत्याही देशाचे नागरिकत्व मिळवितो**.
३. नादार **कफल्लक आहे**.

४. न्यायालयाला त्याचे मन अस्थिर असल्याचे आढळले आहे.
५. कोणत्याही दखलपात्र गुन्ह्यांसाठी **दोन किंवा अधिक वर्षांची शिक्षा मिळाली आहे**;
तसेच अशा व्यक्तीला कारावास पूर्ण झाल्यानंतर **पुढील सहा वर्षांत** कोणतीही निवडणूक लढवण्यास बंदी असेल.
६. **भ्रष्टाचाराबद्दल दोषी** किंवा निवडणुकीत कोणताही अन्य आरोप असल्याचे सिद्ध झाले आहे.
७. भारतीय निवडणूक आयोगाला दिलेल्या वेळेत **निवडणूक खर्चाचा** तपशील प्रदान करण्यास अपयशी ठरला आहे.
८. विविध गटांमध्ये **वैर पसरविल्याबद्दल दोषी आहे**.

वरील परिस्थितीत, **राष्ट्रपती** निवडणूक आयोगाशी सल्लामसलत करून खासदराला अपात्र ठरवतात आणि त्यांचा **निर्णय अंतिम असतो**.

लोकसभेचे सभापती आणि **राज्यसभा अध्यक्ष** पक्षांतर प्रकरणी सदस्याच्या **"अपात्रतेच्या"** बाबतीत आपापल्या सदनात निर्णय घेतात, पण हा निर्णय **अंतिम नसतो** आणि त्याची न्यायालयात चौकशी केली जाऊ शकते. जर एखादा खासदार स्वेच्छेने त्याच्या राजकीय पक्षातून आपल्या पदाचा राजीनामा देतो; जर तो सदनात मत देण्याच्या संबंधांत आपल्या पक्षादेशाचे अनुसरण करण्यास अपयशी ठरला; जर कोणताही अपक्ष सदस्य किंवा नामांकित सदस्य इतर कोणत्याही राजकीय पक्षात सामील झाला, तर मग असा खासदार **राज्यघटनेच्या अनुसूची १०**अंतर्गत अपात्र ठरविला जाऊ शकतो.

खासदार आपली जागा रिक्त करतो अशी परिस्थिती

एक खासदार खालील परिस्थितीत संसदेतील आपले स्थान रिक्त करू शकतो, जेव्हा:

१. जर त्याचे **दुहेरी सदस्यत्व** आहे,
   (१) जर एक व्यक्ती लोकसभा आणि राज्यसभा दोन्हींकरिता निवडून येत असेल, आणि जर तिने १० दिवसांच्या आत सदनांबद्दल आपले प्राधान्य सूचित केले नाही तर तिचे राज्यसभेचे स्थान रिक्त केले जाते.
   (२) जर एका सदनातील सदस्य दुसऱ्या सदनातदेखील निवडून येत असेल, तर त्याचे पहिल्या सदनातले स्थान रिक्त होते.
   (३) एखादी व्यक्ती कोणत्याही सदनात दोन जागा मिळवत असेल आणि जर ती आपल्या सदनाचे प्राधान्य सूचित करण्यास अपयशी ठरली तर ती आपल्या दोन्ही जागा गमवते.
   (४) जर एखादी व्यक्ती संसद आणि राज्य विधिमंडळ अशा दोन्ही सभागृहांत निवडून आली असेल, आणि तिने १४ दिवसांच्या आत राज्य विधिमंडळाचे सदस्यत्व त्यागले नाही, तर तिचे संसदेतील स्थान रिक्त होते.
२. जर तो सदस्य **विरोधी पक्ष कायदा किंवा संविधानाच्या १० व्या अनुसूची**अंतर्गत **अपात्र ठरला आहे**.
३. जर तो सदनातील **आपल्या पदाचा** स्वेच्छेने **राजीनामा देतो**.
४. जर तो सदनाच्या परवानगीशिवाय ६० दिवस **बैठकांना उपस्थित राहात नाही**.
५. जर न्यायालयाने सदनातील त्याची निवडणूक रद्दबातल जाहीर केली असेल.

संसदेतील पीठासीन अधिकारी

लोकसभेचे सभापती

लोकसभेच्या अध्यक्षपदी सभापती असतात. साधारणपणे, जेव्हा विद्यमान लोकसभेचा कार्यकाळ समाप्त होतो किंवा ती विसर्जित केली जाते, तेव्हादेखील सभापतीचे कार्यालय विसर्जित होत नाही आणि ते नवीन लोकसभेच्या पहिल्या बैठकीपर्यंत चालू

असते. जेव्हा नव्याने निवडून आलेली लोकसभा प्रथमच एकत्र येते, तेव्हा भारताचे राष्ट्रपती सदनात सर्वांत ज्येष्ठ असलेल्या सदस्याची **'सभापती प्रो टेम'** म्हणून नेमणूक करतात, जे फक्त नवीन **सदस्यांचा शपथविधी आणि नवीन सभापती निवडणून आणायची व्यवस्था करेपर्यंत असतात**.

लोकसभा आपल्या सदस्यांमधून सभापती (उपसभापतीदेखील) निवडते. लोकसभेला सभापती (उपसभापतींनादेखील) काढण्याचा एकमेव अधिकार आहे, ज्याच्यासाठी बहुमताने एक ठराव संमत करून केला जातो. अशा प्रकारे, सभापतींना **कारकिर्दीची हमी मिळालेली असते**. सभापती उपसभापतींना आपला **राजीनामा** सादर करून **राजीनामा** देऊ शकतात आणि याच्या उलटदेखील होते.

लोकसभेचे पीठासीन अधिकारी म्हणून **संसदीय कामकाजाच्या संबंधात** सभापतींचा निर्णय **अंतिम असतो** आणि त्याला न्यायालयात आव्हान दिले जाऊ शकत नाही. तो लोकसभेचा प्रतिनिधी आणि मुख्य प्रवक्ता म्हणून काम करतो आणि तो लोकसभा सदस्यांचे अधिकार आणि विशेषाधिकारांचा रक्षणकर्ता असतो. सदनाचे काम व्यवस्थितपणे चालविण्यासाठी त्याच्याजवळ निहित अधिकार आणि जबाबदाऱ्या असतात. लोकसभेत संसदीय समित्यांचे सर्व अध्यक्ष सभापतींद्वारे नियुक्त केले जातात आणि तो त्यांची कार्ये निर्देशित करतो.(लोकसभेच्या सभापतींची यादी तक्ता क्र. ८.२मध्ये देण्यात आली आहे)

जेव्हा सभापतीचे पद **रिक्त आहे** किंवा सभापती **अनुपस्थित आहेत तेव्हा उपसभापती अध्यक्ष म्हणून काम करतात** आणि त्यांची कामे करतात. इतर वेळा उपसभापती एक सामान्य सदस्य म्हणून सदनाच्या कारभारात भाग घेतात. (तक्ता क्र. ८.३ लोकसभेमधील उपसभापतींची यादी पुरवतो.)

राज्यसभेचे अध्यक्ष

राज्यसभेचे पीठासीन अधिकारी अध्यक्ष म्हणून संबोधले जातात. भारताचे **उपराष्ट्रपती राज्यसभेचे अध्यक्ष असतात**. जो कोणी भारताचा उपराष्ट्रपती बनतो, तो आपोआपच राज्यसभेचा अध्यक्षदेखील होतो, म्हणजेच भारताचे उपराष्ट्रपती हे राज्यसभेचे **पदसिद्ध अध्यक्षदेखील** असतात. पण **ते राज्यसभेचे सदस्य नसतात**.

राज्यसभेच्या अध्यक्षाला त्यांच्या कार्यालयातून काढून टाकणे **केवळ तेव्हाच** शक्य आहे, जेव्हा त्यांना **उपराष्ट्रपती पदावरून काढले जाते. राजीनाम्याचा** बाबतीत, **तो भारताच्या राष्ट्रपतींना सादर केला जातो**. (तक्ता क्र. ८.४मध्ये राज्यसभेच्या अध्यक्षांची सूची देण्यात आली आहे.)

राज्यसभेच्या अध्यक्षांचे अधिकार आणि कार्ये लोकसभेच्या सभापतींसारखीच असतात. पीठासीन अधिकारी म्हणून राज्यसभेत संसदीय कामकाजासंबंधित अध्यक्षांचा निर्णय अंतिम असतो आणि त्याबद्दल न्यायालयात हरकत घेतली जाऊ शकत नाही. ते राज्यसभेचे मुख्य प्रवक्ते आणि प्रतिनिधी म्हणून काम करतात आणि राज्यसभेच्या सदस्यांचे अधिकार आणि विशेषाधिकारांचे रक्षणकर्ते आहेत. सदनाचे कार्य सुरळीतपणे चालविण्यासाठी त्यांच्याकडे विहित अधिकार आणि जबाबदाऱ्या असतात. राज्यसभेच्या संसदीय समितीचे सर्व अध्यक्ष राज्यसभेच्या अध्यक्षांद्वारे नियुक्त केले जातात आणि ते त्यांच्या कार्यांची निगराणी करतात.

पण लोकसभेच्या सभापतीला **दोन विशेष अधिकार** उपलब्ध आहेत, जे राज्यसभेच्या अध्यक्षाला नसतात. ते खालीलप्रमाणे आहेत:

१. **एखादे विधेयक अर्थ विधेयक आहे, हे केवळ लोकसभेचे सभापतीच ठरवू शकतात**.
२. **केवळ लोकसभेचे सभापतीच संसदेच्या दोन्ही सभागृहांच्या संयुक्त सत्राचे अध्यक्ष असतात**. तो मान राज्यसभा अध्यक्षांना मिळत नाही.

हे लक्षात ठेवले पाहिजे की, जरी राज्यसभा आपले अध्यक्ष निवडत नाही, तरी **तिचे उपाध्यक्ष मात्र सदस्यांमधूनच निवडले जातात**. जेव्हा अध्यक्षांचे पद **रिक्त असते** किंवा अध्यक्ष **अनुपस्थित असतात** किंवा ते भारताचे राष्ट्रपती **म्हणून काम करीत असतात तेव्हा राज्यसभेचे उपाध्यक्ष तिचे अध्यक्ष म्हणून काम करतात**. जर उपाध्यक्षांची राजीनामा द्यायची इच्छा असेल तर त्यांनी तो अध्यक्षांकडे देणे आवश्यक आहे. राज्यसभा त्यासंबंधी **एक ठराव करून** उपाध्यक्षांना त्यांच्या कार्यालयातून काढू शकते. (तक्ता क्र. ८.५मध्ये राज्यसभेच्या उपाध्यक्षांची यादी प्रस्तुत केली आहे).

पीठासीन अधिकाऱ्यांचा पगार संसदेद्वारे ठरविला जातो आणि त्याचे शुल्क **भारत संचित निधीवर** आकारले जाते**;** त्याकरिता संसदेत मतदान करायची गरज नसते.

संसदेचे सत्र

खाली आम्ही संसदेच्या विविध सत्रांची चर्चा केली आहे:

१. **सत्र:** याचा अर्थ सदनातील पहिली बैठक आणि शेवटच्या बैठकीदरम्यानचा कालावधी आहे. सदनाच्या दोन्ही सत्रांच्या दरम्यान कमाल कालावधी **सहा महिन्यां**पेक्षा अधिक असू नये. दुसऱ्या शब्दांत, संसदेने **वर्षातून किमान दोन वेळा** तरी भेटले पाहिजे. एका वर्षांत संसदेची तीन सत्रे होतात. ती खालीलप्रमाणे आहेत:
   (१) **अर्थसंकल्पीय अधिवेशन** (फेब्रुवारी- मे). हे सर्वांत **प्रदीर्घ** सत्र असते.
   (२) **पावसाळी अधिवेशन** (जुलै-सप्टेंबर).
   (३) **हिवाळी अधिवेशन** (नोव्हेंबर-डिसेंबर). हे सर्वांत लहान सत्र असते.

२. **बैठक:** याचा अर्थ एका दिवसात होणाऱ्या प्रत्येक बैठकीचा कालावधी आहे. एका दिवसात दोन बैठकी होतात, एक सकाळी (सकाळी ११ – दुपारी १) आणि दुसरी जेवणानंतरची बैठक (दुपारी २-६).

३. **बोलाविणे:** याचा अर्थ संसदेचे **सत्र सुरू करणे**.

४. **समापन (Prorogation):** याचा अर्थ संसदेच्या **सत्राची समाप्ती**.
   भारताचे राष्ट्रपती संसदेचा प्रारंभ आणि समापन करतात.

५. **अंतराल: सदनाचे समापन आणि पुन्हा एकत्र येणे किंवा प्रारंभ करण्याच्या मधला काळ**.

६. **स्थगिती:** याचा अर्थ काही **विशिष्ट कालावधीसाठी संसदेच्या कामाचे निलंबन. हा कालावधी** काही मिनिटे, तास, दिवस आणि आठवडे असू शकतो, जो सदनाचे पीठासीन अधिकारी ठरवतात.

७. **संस्थगिती:** याचा अर्थ **पीठासीन अधिकाऱ्याद्वारे संसदेच्या बैठकीची बेमुदत कालावधीसाठी समाप्ती. अर्थात ही संस्थगिती** पुन्हा एकत्र येण्याचा वेळेबद्दल स्पष्ट न सांगता केली जाते.

८. **विसर्जन: राष्ट्रपतींतर्फे लोकसभेच्या सत्राची समाप्ती, ज्यामुळे विद्यमान लोकसभेचा कार्यकाल संपतो** आणि नवीन निवडणुका ठरविल्या जातात. **राज्यसभा एक स्थायी सभागृह आहे, त्यामुळे ती विसर्जित केली जाऊ शकत नाही**. जेव्हा **लोकसभा आपली पाच वर्षांची मुदत पूर्ण करते** किंवा कोणत्याही पक्षाला सदनात बहुमत मिळत नाही, किंवा एक किंवा अधिक पक्ष सरकार बनविण्यास इच्छुक नसतात अशा वेळी राष्ट्रपती लोकसभेचे विसर्जन करू शकतात,

९. **कोरम (Quorum):** याचा अर्थ सदनाचा कारभार चालविण्यासाठी **उपस्थित असलेल्या सदस्यांची किमान आवश्यक संख्या**. संसदेचा कोरम प्रत्येक सदनाच्या एकूण संख्येचा **एक दशांश आहे**. लोकसभेत तो ५५ आणि राज्यसभेत २५ आहे.

१०. **लंगडे-बदक** (अंतिम) **सत्र:** हे असे सत्र आहे जेव्हा मावळती लोकसभा नवीन लोकसभा निवडल्यानंतर अखेरच्या वेळेस भेटते. असे खासदार, जे नवीन लोकसभेवर पुन्हा निवडून येऊ शकले नाहीत, त्यांना **लंगडे-बदक** म्हटले जाते.

संसदीय कामकाजाची साधने

संसदीय कामकाजाची साधने खालीलप्रमाणे आहेत, **जी कार्यकारी मंडळावर नियंत्रण ठेवण्यासाठी विधानमंडळाकडे असतात:**

१. **प्रश्नोत्तराचा तास:** संसदेच्या **प्रत्येक दिवसाच्या प्रत्येक बैठकीचा पहिला तास** प्रश्नोत्तरासाठी निश्चित असतो. हा साधारणपणे सकाळी ११ ते १२ वाजेपर्यंत असतो. मंत्र्यांना प्रश्न विचारण्यासाठी खासदारांकडे उपलब्ध असलेले हे औपचारिक साधन आहे आणि मंत्र्यांना त्या प्रश्नांची उत्तरे देणे आवश्यक असते. हे प्रश्न तीन प्रकारचे असतात:

   (१) **तारांकित प्रश्न: हे** तारा चिन्हांकित प्रश्न आहेत आणि अशा प्रश्नाचे तोंडी उत्तर दिले जाते, त्यामुळे पुरवणी प्रश्न विचारायची परवानगी आहे.

   (२) **अतारांकित प्रश्न:** यांना लेखी उत्तर देणे आवश्यक आहे आणि त्यामुळे पुरवणी प्रश्नांना परवानगी नाही.

   (३) **अल्पसूचना प्रश्न:** सदस्य हे प्रश्न १० दिवसांची आगाऊ सूचना देऊन विचारू शकतात आणि यांना तोंडी उत्तर देणे आवश्यक आहे.

२. **शून्य प्रहर: हा काळ प्रश्नोत्तराच्या तासानंतर लगेच सुरू होतो** (सहसा दुपारी १२ वाजता) आणि तेव्हा समाप्त होतो ज्यावेळी **सदनाचा नियमित व्यवहार प्रारंभ होणार असतो. हे** खासदारांना मंत्र्यांना प्रश्न विचारण्यासाठी एक **अनौपचारिक साधन आहे**, जे सार्वजनिक कळीच्या मुद्द्यांविषयी असतात आणि यांना प्रश्नकाळाप्रमाणे कुठल्याच औपचारिक प्रक्रियेची गरज नसते.

३. **लक्षवेधी प्रस्ताव:** हे खास सार्वजनिक बाबींवर खासदारांनी मंत्र्याचे **'लक्ष'** वेधण्याचे साधन आहे. शून्य काळ आणि लक्षवेधी प्रस्ताव हे दोन्ही संसदीय प्रणालीमध्ये **भारतीय नावीन्य आहे**.

४. **स्थगन प्रस्ताव:** खासदारांद्वारे त्वरित सार्वजनिक महत्त्वाच्या बाबींवर "सदनाचे लक्ष" आकर्षित करायचे हे एक साधन आहे. हा किमान अडीच तासांसाठी निश्चित करणे आवश्यक आहे आणि तो सदनाच्या नियमित व्यवहाराला विचलित करणारा आहे. **स्थगन प्रस्ताव राज्यसभेला लागू होत नाही**.

५. **अविश्वास प्रस्ताव:** मंत्रिमंडळाला लोकसभेचा पाठिंबा आहे किंवा नाही, हे तपासण्यासाठी अविश्वास प्रस्ताव सादर केला जातो. तो लोकसभेत संमत झाला, तर **पंतप्रधानांसमवेत** संपूर्ण **मंत्रिमंडळ आपले शासकीय पद गमावतात**. कारण संविधानाच्या कलम ७५नुसार, मंत्रिमंडळ परिषद **सामूहिकरित्या लोकसभेला जबाबदार असते**.
   धन्यवाद प्रस्ताव: या प्रस्तावात खासदार मागील गोष्टी आणि सरकारच्या आगामी वर्षांची धोरणे आणि कार्यक्रमावर चर्चा करतात, जे राष्ट्रपतींनी संसदेसमोरील आपल्या अभिभाषणात नमूद केले असते.

६. **अर्ध्या तासाची चर्चा:** कोणत्याही महत्त्वाच्या सार्वजनिक बाबीवर संसदेत आधीच पुरेसी चर्चा झालेली असते, पण तरीही काही तथ्यांबद्दल स्पष्टीकरणाची आवश्यकता असते. अशा वेळी अर्ध्या तासाची चर्चा केली जाते.

७. **अल्प कालावधीची चर्चा: याला** 'दोन तासांची चर्चा'देखील म्हणतात, कारण या सत्रात चर्चेसाठी दिलेला वेळ दोन तासांपेक्षा अधिक असू शकत नाही. याच्यात खासदार महत्त्वाच्या सार्वजनिक बाबींवर चर्चा करतात. यावेळी सदनात औपचारिक प्रस्ताव किंवा मतदान केले जात नाही.

अर्थसंकल्प किंवा वार्षिक वित्तीय अहवाल (कलम ११२)

संविधानाचे कलम ११२ **'वार्षिक वित्तीय अहवाल'** किंवा **'अर्थसंकल्पा'बद्दल** आहे. **आगामी आर्थिक वर्षातील सरकारच्या खर्चाचा आणि उत्पन्नाचा हा एक अंदाज असतो**. तसेच याला आगामी वर्षासाठी सरकारचे आर्थिक धोरण असे मानले जाते. **भारतीय आर्थिक वर्षाचा** कालावधी **१ एप्रिल ते ३१ मार्च असा आहे**. केंद्र सरकारची **दोन अंदाजपत्रके आहेत**. सामान्य अर्थसंकल्प आणि रेल्वे अर्थसंकल्प.

राष्ट्रपती संसदेच्या प्रत्येक सदनासमोर एक अर्थसंकल्प निश्चित करतात. राष्ट्रपतींच्या शिफारशीशिवाय कुठलीच **'अनुदानासाठीची मागणी'** केली जात नाही (म्हणजेच मंत्रिमंडळाने मागणीच्या स्वरूपांत खर्चाकरिता भारताच्या संचित निधीतून रक्कम काढण्यासाठी लोकसभेची मंजुरी मिळविणे, जे मतदानाद्वारे ठरविले जाते). **राज्यसभेला** अनुदान मागणी करण्यासाठी मतदान करण्याचा **अधिकार नाही**. निधी भारताच्या संचित निधीतून केवळ विनियोजन कायद्याअंतर्गत काढला जाऊ शकतो. केवळ कायद्याचा अधिकारी **कर आकारू शकतो. संसद कर वाढवू शकत नाही पण कमी किंवा रद्द करू शकते**. 'बजेट' हा शब्द **संविधानाच्या कोणत्याही भागात नमूद केलेला नाही.**

निधी

भारतीय राज्यघटनेद्वारे तीन प्रकारचे निधी प्रदान केले जातात. ते खालीलप्रमाणे आहेत:

१. **भारताचा संचित निधी** (कलम २६६): या निधीकरिता भारत सरकारची सर्व जमा व देय रक्कम अनुक्रमे जमा आणि वजा केली जाते. भारत सरकारद्वारे या निधीतील पैसा फक्त संसदेच्या कायद्यानुसारच वापरला जाऊ शकतो.
२. **भारताचे सार्वजनिक खाते** (कलम २६६): हा असा फंड आहे, ज्यात भारताच्या एकत्रित निधीतील पैसा वगळता भारत सरकारद्वारे प्राप्त इतर सर्व पैसा जमा होतो. उदाहरणार्थ, बँकांच्या ठेवी, भविष्य निर्वाह निधी आणि न्यायालये आणि इतर. हा फंड संसदेद्वारे नव्हे, तर कार्यकारी मंडळाद्वारे व्यवस्थापित केला जातो.
३. **भारतीय आकस्मिक निधी** (कलम २६७): अनपेक्षित खर्च पूर्ण करण्यासाठी संसद वेळोवेळी एक निश्चित रक्कम या निधीमध्ये जमा करते. हा फंड कार्यकारी मंडळाद्वारे (राष्ट्रपती) व्यवस्थापित केला जातो. राष्ट्रपतींच्या वतीने हा निधी वित्त सचिवांच्या ताब्यात असतो.

संसदेची विधेयके

विधेयक म्हणजे प्रत्यक्ष कायदा होण्याआधी सादर केलेला मसुद्याच्या स्वरूपातील प्रस्ताव. राष्ट्रपतींनी सही केल्यानंतरच विधेयकाचे कायद्यात रूपांतर होऊ शकते. तीन प्रकारची विधेयके आहेत, जी संसदेत प्रस्तुत केली जातात. ती खालीलप्रमाणे आहेत:

१. **सामान्य विधेयक: हे** बिल आर्थिक व्यवहार वगळता इतर कोणत्याही बाबीच्या संबंधात असते. ते संसदेच्या कोणत्याही सदनात उत्पन्न होऊ शकते आणि या बिलांच्या संबंधात संसदेच्या दोन्ही सभागृहांना समान महत्त्व असते. सामान्य बिलांच्या बाबतीत संसदेच्या दोन सदनांच्या संयुक्त बैठकीची तरतूद आहे.
२. **अर्थ विधेयक** (कलम ११०): ही बिले आर्थिक व्यवहाराशी संबंधित असतात, उदा. कर, सार्वजनिक खर्च आणि इतर. **एक अर्थ विधेयक राष्ट्रपतींच्या पूर्व शिफारशीच्या आधारे फक्त लोकसभेत** (राज्यसभेत नव्हे) सादर केले जाते. एखादे बिल आर्थिक विधेयक आहे किंवा नाही याचा **निर्णय केवळ** लोकसभेच्या सभापतींद्वारे घेतला जातो. राज्यसभेला एक आर्थिक बिल १४ दिवसांच्या आत शिफारशींसमवेत किंवा शिफारशींशिवाय लोकसभेला परत करणे आवश्यक आहे; लोकसभा या संदर्भात राज्यसभेच्या शिफारशीचे अनुसरण करण्यास बांधील नाही. राष्ट्रपती आर्थिक बिलास आपली अनुमती देऊ शकतात किंवा त्याला रोखू शकतात, पण त्याला पुनर्विचारार्थ संसदेत परत **करू शकत नाही**. आर्थिक बिलांबद्दल संसदेच्या दोन्ही सदनांच्या संयुक्त बैठकीची तरतूद नाही, यासंदर्भात लोकसभेचा अंतिम निर्णय असतो.
३. **वित्त विधेयक:** ही बिलेदेखील वित्तीय किंवा आर्थिक बाबीशी संबद्ध असतात, अर्थात महसूल आणि खर्च, पण ही आर्थिक बिलापासून भिन्न असतात. सर्व आर्थिक बिले वित्तीय बिलांचा प्रकार आहेत, परंतु सर्व वित्तीय बिले आर्थिक बिले नसतात. एक वित्तीय बिल राष्ट्रपतींच्या पूर्व शिफारशीने **फक्त लोकसभेत** (राज्यसभेत नाही) सादर केले जाऊ शकते. पण सामान्य

बिलांप्रमाणे वित्तीय बिलासंदर्भात राज्यसभा आणि लोकसभेचे **मत समान असते**. वित्तीय बिलांच्या बाबतीत संसदेच्या दोन्ही सदनांच्या संयुक्त बैठकीची तरतूद आहे.

संसदेच्या दोन्ही सदनांची संयुक्त बैठक

राष्ट्रपतींकडे मंजुरीसाठी पाठविण्याआधी संसदेच्या दोन्ही सदनांत बिलांवर सहमती होणे आणि संबंधित सदनांत स्वतंत्रपणे संमत होणे आवश्यक आहे. जर एक सदन बिलावर सहमत आहे आणि दुसरे सदन असहमत आहे, तर त्याला संसदेच्या दोन सदनांमध्ये कोंडी असे मानले जाते.

अशा कोंडीचे निराकरण करण्यासाठी, **भारताचे राष्ट्रपती** संसदेच्या दोन्ही सदनांच्या **संयुक्त बैठकीसाठी समन्स पाठवतात**, ज्यात दोन्ही सदनांचे सदस्य बसून **मतदानाद्वारे या** कोंडीवर निर्णय घेतात. लोकसभेची सदस्य संख्या राज्यसभेपेक्षा अधिक असल्याने, संयुक्त बैठकीमध्ये **लोकसभेचे मत निर्णायक ठरते**. संसदेच्या दोन सदनांची संयुक्त बैठक **लोकसभेच्या सभापतींच्या अध्यक्षतेखाली होते;** त्यांच्या अनुपस्थितीत, लोकसभेच्या **उपसभापतीं**च्या **अध्यक्षतेखाली** होते आणि जर लोकसभेचे उपसभापतीही अनुपस्थित असतील तर राज्यसभेचे उपाध्यक्ष संयुक्त बैठकीची अध्यक्षता करतात. **राज्यसभेचे अध्यक्ष (भारताचे उपराष्ट्रपती) कधीही** संसदेच्या दोन सदनांच्या **संयुक्त बैठकीची अध्यक्षता करीत नाहीत**. संसदेच्या दोन सदनांच्या **संयुक्त बैठकी घटनात्मक दुरुस्ती विधेयक आणि आर्थिक विधेयकाच्या** बाबतीत लागू होत नाहीत.

संसदेतील नेते

संसदेच्या प्रत्येक सदनात एक नेता आणि एक विरोधी नेता असतो, आणि त्यांना संबंधित सदनांच्या पीठासीन अधिकाऱ्यांची मान्यता प्राप्त असते.

लोकसभेचे नेते पंतप्रधान **असतात आणि** जर पंतप्रधान लोकसभेचे सदस्य नसतील, तर पंतप्रधानांद्वारे नामांकित मंत्री नेते असतात. राज्यसभा ने**ते** पंतप्रधानांद्वारे नामांकित मंत्री असतात.

लोकसभेत किंवा राज्यसभेत **विरोधी पक्षनेते** त्या **सर्वांत मोठ्या विरोधी पक्षाचे नेते असतात, ज्याला** त्या संबंधित सदनात एकूण संख्येच्या **किमान एक दशांश जागा मिळाल्या असतात**. विरोधी पक्षनेता सदनांत विरोधी पक्षाचे नेतृत्व करतो आणि त्याचे मुख्य कार्य सरकारच्या कार्यांची आणि धोरणांवर निरोगी आणि सकारात्मक पद्धतीने टीका करणे आणि पर्यायी सरकार उपलब्ध करणे आहे. यूएसएमध्ये विरोधी पक्षनेते 'अल्पसंख्याक नेता' म्हणून ओळखले जातात.

वर्तमान **१६व्या लोकसभेत (२०१४-२०१९)**, विरोधी पक्षाने लोकसभेच्या एकूण संख्येच्या किमान एक दशांश (५५ जागा) जागा मिळविल्या नसल्याने **विरोधी पक्षनेत्याचे पद रिक्त होते**. म्हणून लोकसभेत काँग्रेस पक्ष सर्वांत मोठा विरोधी पक्ष (ज्याने ४८ जागा मिळविल्या) असल्याने त्याला विरोधी पक्षनेतेपद देण्यात आले आहे.

संसद आणि सदस्यांचे विशेषाधिकार

संसद आणि तिचे सदस्य काही विशेषाधिकार किंवा खास हक्कांचा उपभोग घेतात; यांना अनुक्रमे, वैयक्तिक विशेषाधिकार व सामूहिक विशेषाधिकार म्हणतात.

१. **वैयक्तिक विशेषाधिकार:** खासदाराला दिवाणी प्रकरणात (फौजदारी प्रकरणांमध्ये नाही) **अटकविरोधी संरक्षण मिळते**, जे संसदेच्या सत्राच्या ४० दिवस आधी आणि नंतर आणि जेव्हा संसदेचे सत्र चालू असते तेव्हा लागू असते. कोणतेही

न्यायालय कोणत्याही खासदाराला संसदेच्या अधिवेशनाच्या काळात साक्षीदार म्हणून पुरावे द्यायला **समन्स बजावू शकत नाही**. एक खासदार संसदेत आपले भाषण किंवा मताकरिता कोणत्याही न्यायालयात जबाबदार नाही, कारण तो **भाषणाचे स्वातंत्र्य उपभोगतो**.

२. **सामूहिक विशेषाधिकार:** संसद तिचे सदस्य किंवा बाहेरच्या व्यक्तीला विशेषाधिकाराच्या उल्लंघनाच्या बाबतीत ठपका, कारावासाची शिक्षा करू शकते, आणि सदस्याच्या बाबतीत तर त्याला अगदी निलंबितदेखील करू शकते आणि जबरदस्तीने हाकलू शकते; वाद आणि कारवाई प्रकाशित करू शकते; अनोळखी व्यक्तींना तिथे उपस्थित राहण्यास प्रतिबंधित करू शकते; गुप्त बैठका आयोजित करू शकते. संसदेच्या कोणत्याही सदनात कोणत्याही सदस्याला किंवा व्यक्तीला अटक केली जाऊ शकत नाही.

संसदीय समित्या

आपली जटिल कामे प्रभावीपणे आणि कार्यक्षमतेने हाताळण्यासाठी संसदेने त्याच्या दोन्ही सदनांमध्ये विविध समित्या नेमल्या आहेत. या समित्या एकतर सदनांद्वारे निवडून येतात किंवा पीठासीन अधिकारी नेमतात. त्या आपापल्या संबंधित सदनांच्या पीठासीन अधिकाऱ्यांच्या निर्देशानुसार कार्य करतात आणि त्यांना आपले अहवाल सादर करतात. तात्पुरत्या समितीला **'तात्कालिक समिती'** म्हटले जाते आणि त्यांना विशिष्ट कारणासाठी स्थापन केले जाते, उदा. संसदीय तपास वगैरे. नेहमीसाठी असणाऱ्या समित्यांना **'स्थायी समित्या'** म्हणतात, ज्या सातत्याने कार्य करतात आणि दर वर्षी स्थापन केल्या जातात. महत्त्वाच्या स्थायी समित्या खालील प्रमाणे आहेत: **'सार्वजनिक खाते समिती,'** जी विरोधी पक्षनेत्याच्या अध्यक्षतेखाली असते आणि तिचे मुख्य कार्य भारतीय महालेखाकारांच्या (कॅग) अहवालाचे परीक्षण करणे आहे; **'अंदाज समिती** सत्ताधारी पक्षाच्या सदस्याच्या नेतृत्वाखाली असते, जो मंत्री नसतो, आणि त्याचे मुख्य कार्य कार्यकारी मंडळाने तयार केलेल्या अर्थसंकल्पामध्ये उल्लेख केलेल्या मूल्यांचे परीक्षण करणे आहे. इतर महत्त्वाच्या समित्या आहेत: विभागीय स्थायी समिती, सार्वजनिक उद्योग समिती, व्यवसाय सल्लागार समिती आणि इतर.

तक्ता क्र. ८.१

संसदेत राज्ये आणि केंद्रशासित प्रदेशांना जागेचे वाटप

राज्ये/केंद्रशासित प्रदेश	लोकसभेमध्ये जागांची संख्या	राज्यसभेत जागांची संख्या
अंदमान आणि निकोबार	१	-
आंध्र प्रदेश	२५	११
अरुणाचल प्रदेश	२	१
आसाम	१४	७
बिहार	४०	१६
चंडीगड	१	-
छत्तीसगड	११	५
दादरा व नगर हवेली	१	-
दमण आणि दीव	१	-
दिल्ली एनसीटी	७	३
गोवा	२	१

राज्ये/केंद्रशासित प्रदेश	लोकसभेमध्ये जागांची संख्या	राज्यसभेत जागांची संख्या
गुजरात	२६	११
हरियाणा	१०	५
हिमाचल प्रदेश	४	३
जम्मू-काश्मीर	६	४
झारखंड	१४	६
कर्नाटक	२८	१२
केरळ	२०	९
लक्षद्वीप	१	-
मध्य प्रदेश	२९	११
महाराष्ट्र	४८	१९
मणिपूर	२	१
मेघालय	२	१
मिझोराम	१	१
नागालँड	१	१
ओडिशा	२१	१०
पुद्दुचेरी	१	`१
पंजाब	१३	७
राजस्थान	२५	१०
सिक्कीम	१	१
तामिळनाडू	३९	१८
तेलंगणा	१७	७
त्रिपुरा	२	१
उत्तराखंड	५	३
उत्तर प्रदेश	८०	३१
पश्चिम बंगाल	४२	१६
एकूण	५४५	२४५

तक्ता क्र. ८.२

लोकसभा सभापतींची यादी

क्र.	सभापतींचे नाव	मुदत	लोकसभा
१.	गणेश वासुदेव मावळंकर	१९५२-१९५६	पहिली
२.	एम.ए. अय्यंगार	१९५६-१९५७	
		१९५७-१९६२	दुसरी
३.	सरदार हुकम सिंग	१९६२-१९६७	तिसरी
४.	नीलम संजीव रेड्डी	१९६७-१९६९	चौथी
५.	गुरुदयाल सिंग धिल्लाँ	१९६९-१९७१	
		१९७१-१९७५	पाचवी

क्र.	सभापतींचे नाव	मुदत	लोकसभा
६.	बळी राम भगत	१९७६-१९७७	
(४)	नीलम संजीव रेड्डी	१९७७-१९७७	सहावी
७.	के.एस. हेगड़े	१९७७-१९८०	
८.	बलराम जाखड	१९८०-१९८५	सातवी
		१९८५-१९८९	आठवी
९.	रबी रे	१९८९-१९९१	नववी
१०.	शिवराज पाटील	१९९१-१९९६	दहावी
११.	पी. ए. संगमा	१९९६-१९९८	अकरावी
१२.	जीएमसी बालयोगी	१९९८-१९९९	बारावी
		१९९९-२००२	तेरावी
१३.	मनोहर जोशी	२००२-२००४	
१४.	सोमनाथ चटर्जी	२००४-२००९	चौदावी
१५.	मीरा कुमार	२००९-२०१४	पंधरावी
१६.	सुमित्रा महाजन	२०१४-सध्या	सोळावी

तक्ता क्र. ८.३

लोकसभेच्या उपसभापतींची यादी

क्र.	नाव	मुदत
१.	एम.ए. अय्यंगार	१९५२-१९५६
२.	सरदार हुकम सिंग	१९५६-१९६२
३.	व्ही कृष्णमूर्ती राव	१९६२-१९६८
४.	आर. खाडिलकर	१९६७-१९६९
५.	जी.जी. फुगणे	१९७०-१९७७
६.	गोडे मुराहरी	१९७७-१९७९
७.	जी. लक्ष्मणन	१९८०-१९८४
८.	एम. तंबी दुराई	१९८५-१९८९
९.	शिवराज पाटील	१९९०-१९९१
१०.	एस. मल्लिकार्जुनैया	१९९१-१९९६
११.	सुरज भान	१९९६-१९९७
१२.	पी.एम. सय्यद	१९९८-२००४
१३.	चरणजीत सिंग अटवाल	२००४-२००९
१४.	कारिया मुंडा	२००९-२०१४
१५.	एम. तंबी दुराई	२०१४-सध्या

तक्ता क्र. ८.४

राज्यसभेच्या अध्यक्षांची यादी

क्र.	नाव	मुदत
१.	डॉ. सर्वपल्ली राधाकृष्णन	१३ मे १९५२-१२ मे १९५७ १३ मे १९५७-१२ मे १९६२
२.	डॉ. झाकिर हुसैन	१३ मे १९६२-१२ मे १९६७
३.	श्री वराहगिरी वेंकट गिरी	१३ मे १९६७-३ मे १९६९
४.	श्री गोपाल स्वरूप पाठक	३१ ऑगस्ट १९६९-३० ऑगस्ट १९७४
५.	श्री बसप्पा दानप्पा जत्ती	३१ ऑगस्ट १९७४-३० ऑगस्ट १९७९
६.	श्री एम हिदायतुल्ला	३१ ऑगस्ट १९७९-३० ऑगस्ट १९८४
७.	श्री आर वेंकटरमन	३१ ऑगस्ट १९८४-२४ जुलै १९८७
८.	डॉ. शंकर दयाळ शर्मा	३ सप्टेंबर १९८७-२४ जुलै १९९२
९.	श्री के.आर.नारायणन	२१ ऑगस्ट १९९२-२४ जुलै १९९७
१०.	श्री कृष्ण कांत	२१ ऑगस्ट १९९७-२७ जुलै २००२
११.	श्री भैरोसिंह शेखावत	१९ ऑगस्ट २००२-२१ जुलै २००७
१२.	श्री मोहम्मद हमीद अन्सारी	११ ऑगस्ट २००७ सध्या

तक्ता क्र. ८.५

राज्यसभेच्या उपाध्यक्षांची यादी

क्र.	नाव	मुदत
१.	एस व्ही कृष्णमूर्ती राव एस व्ही कृष्णमूर्ती राव	३१ मार्च १९५२-२ एप्रिल १९५६ २५ एप्रिल १९५६-१ मार्च १९६२
२.	व्हायोलेट अल्वा व्हायोलेट अल्वा	१९ एप्रिल १९६२-२ एप्रिल १९६६ ७ एप्रिल १९६६-१६ डिसेंबर १९६९
३.	बी. डी खोब्रागडे	१७ डिसेंबर १९६९-२ एप्रिल १९७२
४.	गोडे मुराहरी गोडे मुराहरी	४ एप्रिल १९७२-२ एप्रिल १९७४ २६ एप्रिल १९७४-२० मार्च १९७७
५.	राम निवास मिर्धा	३० मार्च १९७७-४ एप्रिल १९८०
६.	श्यामलाल यादव श्यामलाल यादव	जुलै १९८०-४ एप्रिल १९८२ २८ एप्रिल १९८२-२९ डिसेंबर १९८४
७.	नजमा हेपतुल्ला	२५ जानेवारी १९८५-२० जानेवारी १९८६
८.	एम एम जेकब	२ फेब्रुवारी १९८६-२२ ऑक्टोबर १९८६
९.	प्रतिभा पाटील	१८ नोव्हेंबर १९८६-५ नोव्हेंबर १९८८
७.	नजमा हेपतुल्ला नजमा हेपतुल्ला नजमा हेपतुल्ला	११ नोव्हेंबर १९८८-४ जुलै १९९२ १० जुलै १९९२-४ जुलै १९९८ ९ जुलै १९९८-१० जून २००४
१०.	के रहमान खान	२४ जुलै २००४-२ एप्रिल २०१२
११.	पी कुरियन	२१ ऑगस्ट २०१२-सध्या

१

प्रकरण

राज्य विधानमंडळ

परिचय

राज्य विधानमंडळ/विधिमंडळ राज्य आणि केंद्रशासित प्रदेशांचे (केवळ दिल्ली आणि पुदुचेरी) वैधानिक अंग आहे, जे आपल्या संबंधित राज्य/केंद्रशासित प्रदेशात कायदे अधिनियमित करते. संविधान राज्य स्तरावरदेखील **'संसदीय स्वरूप'** उपलब्ध करते. संविधानाचा **भाग सहाव्याचे कलम १६८-२१२** राज्य विधानमंडळाचे विविध पैलू समाविष्ट करतात.

देशभरात विधानसभांची रचना एकसमान नाही. कारण २२ राज्यांमध्ये एकसदनीय विधिमंडळ आहे, ज्यात **राज्यपाल, विधानसभा समाविष्ट आहेत**. फक्त सहा राज्यांत द्विसदनीय विधानमंडळे आहे, ज्यात **राज्यपाल, विधानसभा (किंवा SLA) आणि विधान परिषद (राज्य विधान परिषद, SLC) समाविष्ट आहेत**. ही सहा राज्ये आहेतः महाराष्ट्र, कर्नाटक, आंध्र प्रदेश, जम्मू-काश्मीर, उत्तर प्रदेश आणि बिहार. अशा प्रकारे, **राज्यपाल हे राज्य विधानमंडळाचा अविभाज्य भाग आहेत, पण ते विधानसभा किंवा विधान परिषदेचे सदस्य नसतात.**

विधानसभेसारखी (SLA) राज्यांना विधान परिषद (SLC) असणे अनिवार्य नाही. तथापि, **संसद** कोणत्याही राज्यात **फक्त** साध्या बहुमताने **विधान परिषदेची निर्मिती करू शकते किंवा तिला रद्द करू शकते**. तत्पूर्वी **संबंधित विधिमंडळाने** विशेष बहुमताने त्यासाठी ठराव संमत करायचा असतो.

विधानसभा

राज्य विधानसभा किंवा केवळ विधानसभा **'लोकांचे सदन','कनिष्ठ सदन',' लोकप्रिय सदन' आणि 'प्रथम चेंबर'** म्हणूनदेखील ओळखली जाते. विधानसभा **राज्य पातळीवर संपूर्ण राज्यातील लोकांचे प्रतिनिधित्व करते.**

विधानसभेची कमाल संख्या **५००** आणि किमान संख्या **६० आहे**, जे संविधानाने ठरविले आहे. पण गोवा, सिक्कीम, अरुणाचल प्रदेश आणि मिझोरामसारख्या राज्यांमध्ये ६० पेक्षा कमी सदस्य आहेत.

लोक **सर्वंकष प्रौढ मतदानाच्या** आधारे आपापल्या राज्य/केंद्रशासित प्रदेशाच्या प्रादेशिक मतदारसंघातून **थेट विधानसभा सदस्य निवडून** देतात. **अँग्लो-इंडियन समुदायाच्या एका सदस्याला** विधानसभेत **राज्यपालांद्वारे नामनिर्देशन मिळते.** येथे,**'प्रमाणाधारित प्रतिनिधित्व प्रणाली'चे अनुसरण केले जात नाही. अनुसूचित जाती आणि अनुसूचित जमातींसाठी** त्यांच्या लोकसंख्येच्या प्रमाणानुसार विधानसभा निवडणुकीत **आरक्षण प्राप्त आहे.**

मुदत संपल्यानंतर किंवा इतर प्रकरणांमध्ये **विधानसभा विसर्जित केली जाते म्हणून ती एक स्थायी सभागृह नाही, तर एक तात्पुरते सभागृह आहे. विधानसभेची मुदत पाच वर्षे आहे आणि म्हणूनच तिच्या सदस्यांची मुदतदेखील पाच वर्षे आहे.** दुसऱ्या शब्दांत, विधानसभेची पाच वर्षांची मुदत संपल्यावर तिचे सर्व सदस्य आपली सदस्यता गमवतात, आणि त्यांना एक सार्वत्रिक निवडणुकीद्वारे जनादेश नव्याने प्राप्त करणे आवश्यक असते.

विधान परिषद

विधान परिषद किंवा फक्त परिषद ही **'वरिष्ठ सदन', 'ज्येष्ठ सदन' आणि 'दुसरे चेंबर'** म्हणून ओळखली जाते. साधारणपणे, विधान परिषद राज्यांच्या वैचारिक क्षेत्राचे प्रतिनिधित्व करते.

विधान परिषदेची कमाल सदस्य संख्या **विधानसभेच्या एकूण सदस्य संख्येच्या एक तृतीयांश आणि किमान संख्या ४० असते**, जी संविधानाद्वारे ठरवलेली आहे; यापैकी **२३८** सदस्य राज्ये व केंद्रशासित प्रदेशाचे प्रतिनिधित्व करतात. **विधान परिषदेचे सदस्य अप्रत्यक्षरित्या निवडून येतात. या** अप्रत्यक्ष निवडणुकीची पद्धत खालील प्रमाणे आहे:

- **एक तृतीयांश** सदस्य **स्थानिक स्वराज्य संस्थांद्वारे** निवडून येतात.
- **एक तृतीयांश** सदस्य **विधानसभा सदस्यांद्वारे** निवडून येतात.
- **एक-बाराव्यांश** सदस्य **पदवीधरांद्वारे** (किमान तीन वर्षांची पदवी) निवडून येतात.
- **एक-बाराव्यांश** सदस्य **शिक्षकांद्वारे** (माध्यमिक शाळा व त्यावरील) निवडून येतात.
- **एक-सहाव्यांश** सदस्य **राज्यपालांद्वारे नामनिर्देशन प्राप्त केलेले असतात, जे साहित्य, कला, विज्ञान, सामाजिक सेवा** आणि सह**कारी चळवळ यांसारख्या** क्षेत्रातील ख्यातनाम व्यक्ती असतात.

विधान परिषदेची निवडणूक **'एक हस्तांतरणीय मत'** या प्रकारे **'प्रमाणाधारित प्रतिनिधित्व प्रणाली'**नुसार घेण्यात येते.

राज्यसभेप्रमाणे **विधान परिषददेखील एक कायम सभागृह आहे**. एक निरंतर **चेंबर** आणि त्याचे विसर्जन करता येत **नाही**.

पण **विधान परिषदेचे एक तृतीयांश सदस्य दर दुसऱ्या वर्षानंतर निवृत्त केले जातात;** निवृत्त सदस्य पुन्हा सदस्य होण्यास पात्र आहेत. **विधान परिषदेच्या सदस्याची मुदत सहा वर्षे आहे, पण विधान परिषदेसाठी कोणतीही मुदत नाही**.

विधानसभेचे सदस्य होण्यासाठी लागणारी पात्रता

विधानसभा सदस्यांना विधानसभा सदस्य (आमदार, एमएलए) म्हटले जाते, आणि विधान परिषदेच्या सदस्यांना विधान परिषद सदस्य (आमदार, एमएलसी) म्हटले जाते. एमएलए आमदार किंवा एमएलसी आमदार होण्यासाठी कोणाही व्यक्तीसाठी खालील पात्रता आवश्यक आहेत:

१. **भारताचा नागरिक असणे**.
२. **विधान परिषदेच्या बाबतीत** वयाची **३० वर्षे** पूर्ण असणे आणि **विधानसभेच्या बाबतीत वयाची २५ वर्षे पूर्ण असणे**.
३. संसदेने ठरविल्याप्रमाणे इतर कोणतीही पात्रता असणे.
४. संबंधित राज्यातील विधानसभेच्या कोणत्याही मतदारसंघात मतदार असणे.

राज्य विधानसभेच्या सदस्याची अपात्रता

एखादा आमदार आपले पद गमावू शकतो जर, तो

१. केंद्र सरकार किंवा राज्य सरकारमध्ये कोणत्याही प्रकारच्या लाभाचे पद धारण करतो.
२. स्वेच्छेने इतर देशाचे नागरिकत्व मिळवितो.

३. नादार **कफल्लक आहे**.
४. न्यायालयाला त्याचे मन असंतुलित असल्याचे आढळले आहे.
५. कोणत्याही दखलपात्र गुन्ह्यांसाठी **दोन किंवा अधिक वर्षांची शिक्षा मिळाली आहे**;
तसेच अशा व्यक्तीला त्याचा कारावास पूर्ण झाल्यानंतर **पुढील सहा वर्षांत** कोणतीही निवडणूक लढवण्यासाठी बंदी असेल.
६. **भ्रष्टाचाराचा दोषी** किंवा निवडणुकीत कोणताही अन्य आरोप असल्याचे सिद्ध झाले आहे.
७. भारतीय निवडणूक आयोगाला दिलेल्या वेळेत **निवडणूक खर्चाचा** तपशील पुरविण्यास अपयशी ठरला आहे.
८. विविध गटांमध्ये **वैर पसरविल्याबद्दल दोषी ठरला आहे**.

वरील परिस्थितीत, **राज्याचे राज्यपाल** केंद्रीय निवडणूक आयोगाशी सल्लामसलत करून त्या आमदाराला अपात्र ठरवतात आणि त्यांचा **निर्णय अंतिम असतो**.

विधानसभेचे अध्यक्ष किंवा विधान परिषदेचे **सभापती** आपापल्या सदनांच्या सदस्याच्या **"अपात्रते"** (संविधानाच्या अनुसूची **१०** अंतर्गत) **च्या** बाबतीत निर्णय घेतात, पण हा निर्णय **अंतिम नसतो** आणि त्याची न्यायालयात चौकशी केली जाऊ शकते.

आमदार आपले पद रिक्त करतो

एक आमदार (विधानसभा किंवा विधान परिषदेचा) खालील परिस्थितीत आपले स्थान रिक्त करू शकतो:

१. जर त्याचे दुहेरी सदस्यत्व आहे, अर्थात
 (१) जर एक व्यक्ती एकाच वेळी विधानसभा आणि विधान परिषद दोन्हींकरिता निवडून येत असेल, तर संबंधित राज्याच्या कायद्याप्रमाणे त्यांच्यापैकी कुठलेही एक स्थान रिक्त केले जाते.
 (२) जर एखादी व्यक्ती संसद आणि राज्य विधानमंडळ दोन्हींमध्ये निवडून आली असेल, आणि १४ दिवसांच्या आत तिने राज्य विधानमंडळातील आपले स्थान रिक्त केले नाही, तर तिचे संसदेतील स्थान रिक्त होते.
२. जर तो **संविधानाच्या १० व्या अनुसूचीतील पक्षांतरविरोधी कायद्या**अंतर्गत **अपात्र ठरतो**.
३. जर तो सदनातील **आपल्या पदाचा** स्वेच्छेने **राजीनामा देतो**.
४. जर तो सदनाच्या परवानगीशिवाय ६० दिवस **बैठकांना हजर नसेल**.
५. जर न्यायालयाने त्याची निवडणूक रद्दबातल म्हणून जाहीर केली असेल.

विधानमंडळातील पीठासीन अधिकारी

विधानसभेचे अध्यक्ष

विधानसभेच्या पीठासीन अधिकाऱ्यांना अध्यक्ष म्हणतात. साधारणपणे, विद्यमान विधानसभेचा कार्यकाळ जेव्हा समाप्त होतो किंवा जेव्हा ती विसर्जित केली जाते, तेव्हादेखील अध्यक्षांचे पद समाप्त होत नाही आणि नवीन विधानसभेची पहिली सभा होईपर्यंत कायम असते. जेव्हा नव्याने निवडून आलेली विधानसभा प्रथमच एकत्र येते, तेव्हा राज्याचे राज्यपाल सदनात सर्वांत ज्येष्ठ असलेल्या सदस्याची **'प्रो टेम अध्यक्ष'** म्हणून नेमणूक करतात, जे फक्त नवीन **सदस्यांच्या शपथ समारंभासाठी आणि नवीन सभापती निवडणूक व्यवस्था होईपर्यंत असतात**.

विधानसभा आपल्या सदस्यांमधून अध्यक्ष (उपाध्यक्षदेखील) निवडते. विधानसभेला दोघांनाही काढण्याचा एकमेव अधिकार आहे. यासाठी पूर्ण बहुमताने **एक ठराव संमत करून घेतला जातो**. अशा प्रकारे, अध्यक्षांना कारकिर्दीची हमी मिळते. अध्यक्ष उपाध्यक्षांना आपला **राजीनामा** सादर करू शकतात आणि याच्या उलटदेखील होते.

पीठासीन अधिकारी म्हणून **विधानसभेच्या कामकाजाच्या संबंधात** अध्यक्षांचा निर्णय **अंतिम असतो** आणि त्याविरुद्ध न्यायालयात हरकत घेतली जाऊ शकत नाही. तो विधानसभेचा प्रतिनिधी आणि मुख्य प्रवक्ता म्हणून काम करतो आणि तो विधानसभा सदस्यांच्या अधिकारांचा आणि विशेषाधिकारांचा रक्षणकर्ता असतो. सदनाचे काम व्यवस्थितपणे चालविण्यासाठी त्याच्याजवळ निहित अधिकार आणि जबाबदाऱ्या असतात. विधानसभेत संसदीय समितीचे सर्व अध्यक्ष त्याच्याद्वारे नियुक्त केले जातात आणि तो त्यांची कार्ये निर्देशित करतो.

जेव्हा अध्यक्षाचे पद **रिक्त असते** किंवा ते **गैरहजर असतात तेव्हा उपाध्यक्ष पीठासीन अधिकारी म्हणून काम करतात** आणि त्यांची इतर कार्ये करतात. इतर वेळी उपाध्यक्ष एक सामान्य सदस्य म्हणून सदनाच्या कारभारात भाग घेतात.

विधान परिषदेचे सभापती

विधान परिषदेचे पीठासीन अधिकारी सभापती असतात. **विधानसभा परिषद आपल्या सदस्यांमधून सभापती आणि उपसभापती निवडते**. विधान परिषद त्यांना पदच्युत करू शकणारी एकमेव संस्था आहे. ही प्रक्रिया बहुमताद्वारे **ठराव करून पार पाडली जाते**. अशा प्रकारे सभापतींनाही कारकिर्दीची हमी मिळते. सभापती उपसभापतींकडे आपला राजीनामा सादर करू शकतात आणि याच्या उलटदेखील होते.

सभापतींचे अधिकार आणि कार्ये विधानसभेच्या अध्यक्षांसारखीच असतात. पीठासीन अधिकारी म्हणून, विधान परिषदेमधील कामासंबंधी सभापतींचा निर्णय अंतिम असतो आणि त्याबद्दल न्यायालयात हरकत घेतली जाऊ शकत नाही. ते विधान परिषदेचे मुख्य प्रवक्ते आणि प्रतिनिधी म्हणून काम करतात आणि सदस्यांच्या अधिकारांचे आणि विशेषाधिकारांचे रक्षणकर्ते असतात. सदनाचे कार्य सुरळीतपणे चालविण्यासाठी त्यांच्याकडे विहित अधिकार आणि जबाबदाऱ्या असतात. विधान परिषदेत संसदीय समितीचे सर्व अध्यक्ष परिषदेच्या सभापतींद्वारे नियुक्त केले जातात आणि ते त्यांच्या कामांची निगराणी करतात. पण विधानसभेच्या अध्यक्षांना **एक विशेष अधिकार प्राप्त आहे**, जो विधान परिषद सभापतींना नसतो. तो म्हणजे:

एखादे विधेयक हे वित्त विधेयक आहे किंवा नाही, हे विधानसभा अध्यक्ष **ठरवतात**.

पीठासीन अधिकाऱ्यांचा पगार विधानसभेद्वारे ठरविला जातो आणि तो **राज्याच्या संचित निधीवर** आकारला जातो; ज्याच्याकरिता विधिमंडळात मतदान घेण्याची गरज नसते. जेव्हा सभापतींचे पद **रिक्त असते** किंवा ते **गैरहजर असतात तेव्हा विधान परिषदेचे उपसभापती विधान परिषदेचे सभापती म्हणून काम करतात** आणि त्यांची कर्तव्ये पूर्ण करतात. इतर वेळा, उपसभापती सदनाचे एक सामान्य सदस्य म्हणून कारभारात भाग घेतात.

विधानमंडळाच्या सदनांची संयुक्त बैठक नसते

विधानसभेचा निर्णय अंतिम असल्याने राज्य विधानमंडळाच्या कोणत्याही विधेयकासंदर्भात विधानसभा आणि विधान परिषदेमध्ये (विधान परिषद असल्यास) कोंडीची स्थिती येत नाही; विधान परिषदेच्या शिफारशी मान्य करून किंवा मान्य न करता विधानसभा कोणतेही बिल पास करू शकते व राज्यपालांची मान्यता मिळविण्यासाठी ते पाठवू शकते. अशा प्रकारे, 'संयुक्त बैठीकीची' तरतूद **फक्त संसदेच्या सदनांना उपलब्ध आहे, राज्य विधानमंडळाच्या सदनांना नाही**.

राज्य विधानमंडळातील नेते

राज्य विधानमंडळाच्या प्रत्येक सदनात एक नेता आणि एक विरोधी नेता असतो आणि ते संबंधित सदनाच्या पीठासीन अधिकाऱ्यांद्वारे मान्यता प्राप्त केलेले असतात. **विधानसभेचा नेता** मुख्यमंत्री असतो किंवा जेव्हा मुख्यमंत्री विधानसभेचा सदस्य नसतो तेव्हा मुख्यमंत्र्यांद्वारे नामांकन मिळालेला एक मंत्री तिचा नेता असतो. **विधान परिषदेचा नेता** मुख्यमंत्र्यांद्वारे नामांकन मिळालेला एक मंत्री असतो.

विधानसभा किंवा विधान परिषदेचा **विरोधी पक्षनेता सर्वांत मोठ्या विरोधी पक्षाचा नेता** असतो, ज्या पक्षाला एकूण जागांपैकी **किमान एक दशांश जागा मिळालेल्या असतात**. विरोधी नेते सदनांत विरोधी पक्षांचे नेतृत्व करतात आणि त्यांचे मुख्य कार्य सरकारच्या धोरणांची आणि कार्यांची सकारात्मक पद्धतीने टीका करणे आणि पर्यायी सरकार उपलब्ध करणे हे आहे.

१०

प्रकरण

भारतातील निवडणूक प्रक्रिया

गेल्या सहा दशकांपासून भारतात लोकशाही यशस्वी व्हायच्या कारणांपैकी एक कारण म्हणजे, वेळोवेळी देशभरात मुक्त आणि निष्पक्ष निवडणूक आयोजित करण्याच्या दृष्टीने मजबूत निवडणूक यंत्रणा आणि तिच्यासाठी घटनात्मक तरतूद उपलब्ध असणे हे आहे.

भारतीय निवडणूक आयोग

भारतीय निवडणूक आयोग (ईसीआय) एक **घटनात्मक संस्था** आहे, कारण त्याल भारतात निवडणूक प्रक्रियेवर देखरेख करून मुक्त आणि निष्पक्ष निवडणूक घेण्यासाठी संविधानाद्वारे निर्माण केले गेले आहे. निवडणूक आयोग एक **स्वतंत्र, कायमस्वरूपी** आणि **सर्वंकष भारतीय संस्था** आहे. संविधानाच्या **भाग पंधराचे कलम ३२४** भारतीय निवडणूक आयोगाशी संबंधित आहे. हा आयोग **संसद, राज्य विधानमंडळ, भारताचे राष्ट्रपती आणि भारताचे उपराष्ट्रपती यांच्या निवडणुकीचे आयोजन करतो**.

रचना

भारतीय संविधानानुसार, ईसीआय एक बहुसदस्यीय मंडळ आहे, कारण यात एक मुख्य निवडणूक आयुक्त (सीईसी) आणि काही निवडणूक आयुक्त यांचा समावेश करणे आवश्यक आहे, ज्यांची संख्या राष्ट्रपतींतर्फे वेळोवेळी ठरविली जाते.

सध्या, ईसीआयमध्ये **एक मुख्य निवडणूक आयुक्त आणि दोन आयुक्त** समाविष्ट आहेत; **हे सर्व राष्ट्रपतींतर्फे नियुक्त केलेले असतात**. आयोगाचा सल्ला घेऊन राष्ट्रपती प्रादेशिक आयुक्तांचीदेखील नियुक्ती करतात. (आजपर्यंतच्या झालेल्या सर्व भारतीय मुख्य निवडणूक आयुक्तांची यादी तक्ता क्र.१०.१मध्ये दिलेली आहे.)

पात्रता

भारतीय राज्यघटनेने मुख्य निवडणूक आयुक्त किंवा निवडणूक आयुक्त होण्यासाठी **कोणतीही पात्रता लिहून दिलेली नाही**, पण बहुतेकदा ते भारतीय प्रशासकीय सेवेचे (आयएएस) अधिकारी असतात.

मुदत, स्वातंत्र्य आणि निलंबन

जरी भारतीय राज्यघटना मुख्य निवडणूक आयुक्त किंवा निवडणूक आयुक्ताच्या मुदतीबद्दल व्याख्या करत नाही, तरी, त्यांची मुदत **सहा वर्षे किंवा ते वयाची ६५ वर्षे पूर्ण करेपर्यंत** (जे आधी होईल, त्यानुसार) असते आणि हे राष्ट्रपतींतर्फे निर्धारित केले जाते. मुख्य निवडणूक आयुक्तांना **कारकिर्दीची सुरक्षाहमी मिळालेली आहे, अर्थात राष्ट्रपती मुख्य निवडणूक आयुक्तांना तेव्हाच काढू**

शकतात जेव्हा त्यांचे दुर्वर्तन किंवा असमर्थता सिद्ध झालेली आहे; जेव्हा **संसदेत त्यासंबंधी बहुमताने एक ठराव संमत होतो** (ज्याप्रमाणे सर्वोच्च न्यायालय किंवा उच्च न्यायालयाच्या न्यायाधीशांना काढले जाते). आयुक्त किंवा राज्यांचे आयुक्त फक्त मुख्य निवडणूक आयुक्तांच्या शिफारशींच्या आधारेच राष्ट्रपतींतर्फे काढले जाऊ शकतात. मुख्य निवडणूक आयुक्त किंवा आयुक्त आपला **राजीनामा राष्ट्रपतींना सादर करतात**. निवृत्तीनंतर त्यांना सरकारमध्ये कोणतेही पद धारण करायला प्रतिबंधित केले जात नाही. राष्ट्रपती त्यांच्या सेवेच्या अटी आणि कार्यालयाचा कालावधी ठरवतात. भारतीय निवडणूक आयोगाच्या सदस्यांची नियुक्ती झाल्यानंतर त्यांच्या फायद्यासाठी सेवेच्या अटी बदलता येत नाहीत.

अधिकार आणि जबाबदाऱ्या

मुख्य निवडणूक आयुक्तांकडे म्हणजेच निवडणूक आयोगाकडे **प्रशासकीय, सल्लागार व निम-न्यायालयीन अधिकार** आणि जबाबदाऱ्या असतात. त्या खालीलप्रमाणे आहेत:

१. प्रत्येक १० वर्षांनी होणाऱ्या नवीन जनगणना अहवालाच्या आधारावर तो प्रादेशिक मतदारसंघाबद्दल निर्णय घेतो आणि **मर्यादा ठरवायचे** कार्य करतो.
२. तो **मतदार यादी** तयार करतो.
३. तो **पात्र मतदारांची नोंदणी करतो** आणि **मतदार ओळखपत्र जारी करतो**.
४. तो संसद, राज्य विधानमंडळांसाठी निवडणूक यंत्रणा आणि राष्ट्रपती आणि उपराष्ट्रपतींच्या निवडणुकीवर देखरेख ठेवतो.
५. तो **राजकीय पक्षाची** नोंदणी आणि सत्यापन करतो, **त्यांच्याद्वारे** संसद आणि राज्य विधानमंडळात **मिळवलेल्या** जागांच्या संख्येच्या आधारे त्यांना **राष्ट्रीय पक्ष किंवा प्रादेशिक पक्षामध्ये** श्रेणीबद्ध करतो.
६. तो राजकीय पक्षांना **निवडणूक चिन्हांचे** वाटप **करतो**.
७. राजकीय पक्ष आणि निवडणूक चिन्हांबाबत वादामध्ये तो एक न्यायालय म्हणून काम करतो.
८. तो निवडणूक वाद, गैरप्रकार आणि इतर बाबींच्या संदर्भात **चौकशी** करण्याचे आदेश देऊ शकतो.
९. तो निवडणूक काळात आचारसंहितेची अंमलबजावणी करतो. या संहितेचे पालन करणे राजकीय पक्ष, उमेदवार आणि सरकारवर बंधनकारक असते.
१०. काही प्रकरणांत, तो **राष्ट्रपतींना** संसद सदस्यांना अपात्र ठरविण्याचा **सल्ला देतो**.
११. काही प्रकरणांत, तो **राज्यपालांना** राज्य विधानमंडळ सदस्यांना अपात्र ठरविण्याचा **सल्ला देतो**.
१२. निवडणुकीदरम्यान मतदानकेंद्रांवर कब्जा करणे, हिंसा आणि नैसर्गिक आपत्तीसारखे कोणतेही अडथळे निर्माण झाल्यास तो निवडणूक रद्द करू शकतो किंवा ती पुढे ढकलू शकतो.
१३. राज्यात राष्ट्रपती शासन किंवा राज्य आणीबाणीच्या बाबतीत तो निवडणुकीच्या वेळेबद्दल निर्णय घेतो आणि त्याबद्दल राष्ट्रपतींना सल्ला देतो.

भारतीय निवडणूक आयोग **स्थानिक निवडणुका आयोजित करीत नाही; ती जबाबदारी 'राज्य निवडणूक आयोग' ग्रामीण स्थानिक स्वराज्य संस्था (पंचायती), शहरी स्थानिक स्वराज्य संस्था (नगरपालिका) आणि सहकारी समित्यांसाठी** मुक्त आणि निष्पक्ष निवडणुका घेऊन पार पाडतो.

भारतातील निवडणूक प्रक्रिया

भारतात सार्वत्रिक **निवडणुका** आयोजित केल्या जातात, ज्यात लोकसभेचे किंवा विधानसभेचे सर्व सदस्य विशिष्ट कालावधीनंतर एकाच वेळी निवडून येतात, **तसेच पोटनिवडणुका** असतात, ज्यात विधानमंडळाचा सदस्य (संसद किंवा राज्य विधिमंडळ) अविशिष्ट

कालावधीसाठी विशेष पोटनिवडणुकीत रिक्त झालेल्या जागेवर निवडून येतो. (तक्ता क्र. १०.२ मध्ये आजपर्यंत झालेल्या भारतातील सर्व सार्वत्रिक निवडणुकांची यादी दिली आहे.)

भारत जगातील सर्वांत मोठी लोकशाही असलेला देश आहे, म्हणून येथील सार्वत्रिक निवडणुकांना जगातील सर्वांत मोठी निवडणूक मानले जाते. भारतात योग्य आणि पद्धतशीर सार्वत्रिक निवडणूक घेण्यासाठी ईसीआय ठराविक प्रक्रियेचे अनुसरण करते. या प्रक्रियेच्या **खालील सात पायऱ्या आहेत:**

१. **अधिसूचना आणि आदर्श आचारसंहिता:**

विधिमंडळाच्या निवडणुकीची औपचारिक प्रक्रिया एक अधिसूचनेद्वारे सुरू होते, ज्यात एखाद्या सभागृहाचे सदस्य निवडण्यासाठी मतदारांना आवाहन केले जाते. निवडणूक आयोग संसद आणि राज्य विधानमंडळाच्या निवडणुकीसाठी अनुक्रमे राष्ट्रपती आणि राज्यपालांना अधिसूचना जारी करण्यासाठी सल्ला देतो. ही अधिसूचना निवडणूक प्रक्रियेच्या वेळापत्रकाची सविस्तर तरतूद करते, त्याचबरोबर उमेदवाराचे नामांकन, किंवा नाव मागे घेणे, मतदानाचा दिवस आणि इतर बाबींचीही तरतूद करते.

सहसा अधिसूचनेच्याच दिवशी 'आदर्श आचार संहिता' लागू होते, जी निवडणूक काळात राजकीय पक्ष आणि निवडणुकीच्या उमेदवारांसाठी निवडणूक आयोगामार्फत काही दिशानिर्देश ठरवून देते. विशेषत: मतदानाचा दिवस, प्रचारसभा नि भाषणे, मतदान केंद्रे, निवडणुकीचा जाहीरनामा आणि सामान्य वागणुकीच्या संबंधात हे दिशानिर्देश असतात. आचारसंहितेचा निर्बंध सरकारी उपक्रमांवरसुद्धा काही प्रमाणात लागतो, जसे नवीन भरती, कर्मचाऱ्यांची बदली, नवीन योजना/प्रकल्पांची घोषणा आणि इतर.

२. **नामनिर्देशन अर्ज दाखल करणे:**

पात्र आणि इच्छुक उमेदवाराने आयोगाने ठरवलेल्या तारखेच्या आत निवडणुकीसाठी आपले नाव अर्जासोबत दाखल करायला हवे. एक व्यक्ती प्रत्येक मतदारसंघात स्वतंत्र नामनिर्देशन दाखल करून अनेक मतदारसंघांमध्ये निवडणूक लढवू शकते. या उमेदवाराचे नाव संबंधित मतदारसंघाच्या मतदात्याने प्रस्तावित आणि अनुमोदित केले पाहिजे. उमेदवाराने नामनिर्देशन पत्रात आपली खरी वैयक्तिक माहिती देणे आवश्यक आहे, जसे मालमत्ता, शैक्षणिक पार्श्वभूमी, गुन्हेगारी पार्श्वभूमी (असल्यास). उमेदवारी अर्ज दाखल केल्यानंतर एखाद्या उमेदवाराची निवडणूक लढायची इच्छा नसेल, तर मग अशी व्यक्ती आयोगाने निश्चित केलेल्या तारखेच्या आत आपली उमेदवारी मागे घेऊ शकते.

३. **नामनिर्देशनाची छाननी:**

यानंतरच्या टप्प्यात आयोगाद्वारे उमेदवारी अर्जाची छाननी करण्यात येते (अगदी कसून परीक्षा). कोणतेही नामनिर्देशन चुकीचे वा असत्य आढळल्यास तो उमेदवार निवडणूक लढवण्यासाठी अपात्र ठरविला जातो.

४. **निवडणूक मोहीम:**

या टप्प्यावर राजकीय पक्ष आणि उमेदवार विविध प्रकारे लोकांना मते द्यायची विनंती करतात. या वेळी अनेक राजकीय पक्ष बेकायदेशीर कार्ये आणि गैरप्रकार करतात, जसे लोकांना पैसे, दारू आणि इतर भेटवस्तू देणे, गुन्हा किंवा हिंसा करणे वगैरे. आयोग अशा बेकायदेशीर कार्यांना आणि गैरप्रकाराला निर्बंध घालण्यासाठी जबाबदार आहे. **मतदानाच्या दिवसाच्या ४८ तास आधी** राजकीय पक्षांनी आणि उमेदवारांनी **निवडणूक प्रचार बंद करणे आवश्यक आहे**.

५. **मतदान:**

हा निवडणुकीचा महत्त्वाचा टप्पा आहे. पूर्व-निर्धारित मतदानाच्या दिवशी मतदार सकाळी ७ ते संध्याकाळी ६ वाजेच्यामध्ये मतदान केंद्रावर येतात आणि इलेक्ट्रॉनिक मतदान मशीन (EVM) वर आपल्या प्राधान्य असलेल्या उमेदवाराला मतदान करतात. जर मतदाराला कोणताच उमेदवार पसंत नसेल तर तो EVMचे **"वरील कोणताही नाही" हे** बटण दाबून सर्व उमेदवारांना नाकारू शकतो. मतदान

गोपनीय असते. आयोगाने प्रत्येक उमेदवाराच्या प्रतिनिधीला मतदान केंद्रामध्ये बसण्याची परवानगी दिली आहे. मतदानाच्या दिवसाच्या शेवटी, सर्व इलेक्ट्रॉनिक मतदान यंत्रे सील केली जातात आणि आयोगाच्या देखरेखीखाली अत्यंत सुरक्षित खोल्यांमध्ये ठेवली जातात.

६. **मतमोजणी आणि निकालांची घोषणा:**
या दिवशी सर्व इलेक्ट्रॉनिक मतदान यंत्रे कडक सुरक्षा असलेल्या खोलीतून बाहेर काढली जातात आणि उमेदवार किंवा त्यांच्या प्रतिनिधीसमोर उघडली जातात. प्रत्येक उमेदवाराला त्याला मिळालेल्या मतांची संख्या जाणून घेण्याचा हक्क आहे. ज्या उमेदवाराला सर्वाधिक मते मिळतात तो विजयी किंवा निर्वाचित म्हणून घोषित केला जातो.

७. **निवडणुकीतील वाद:**
जर कोणत्याही उमेदवाराला असे वाटले की एखादी निवडणूक अयोग्यरित्या आयोजित करण्यात आली होती, किंवा त्याचा निवडणूक प्रक्रिया किंवा परिणामाबद्दल कोणताही आक्षेप असेल, तर तो संबंधित उच्च न्यायालयामध्ये अपील करू शकतो. जर ते आरोप किंवा आक्षेप खरे असल्याचे न्यायालयात सिद्ध झाले, तर न्यायालय त्या निवडणुकीचा निकाल रद्द करू शकते आणि नवीन निवडणुकीचे आदेश देऊ शकते.

अनेक राजकीय निरीक्षकांना असे वाटते की, भारतात **निवडणूक ही सर्व भ्रष्टाचाराची जननी आहे, कारण** भ्रष्टाचाराची मुळे निवडणुकीत सापडतात. निवडणुकीच्या माध्यमातून लोक आपले अधिकार आपल्या प्रतिनिधीला सोपवतात आणि निर्वाचित लोकप्रतिनिधी लोकांवर राज्य करण्याचा अधिकार मिळवतात. परंतु कित्येकदा, निवडणुकीत अनेक उमेदवार मतदारांवर भुरळ पाडण्यासाठी म्हणून भरपूर पैसा, ताकद आणि धर्माचा वापर करतात, जेणेकरून ते सत्तेवर येऊ शकतील. असे राजकारणी गरिबांच्या अगतिकतेचे शोषण करतात आणि श्रीमंत लोकांना लोभी बनवतात. असा एखादा उमेदवार निवडून आला आणि अगदी मंत्री जरी झाला, तरी तो सहसा ते पैसे पुन्हा दामदुपटीने कमविण्याचा प्रयत्न करतो, जे त्याने आधीच खर्च केले होते. अशा प्रकारे तो भ्रष्टाचाराचा पर्याय स्वीकारतो. परिणामी सरकारी कर्मचारी, अधिकारी, आणि त्यांच्यासोबत काम करणारे इतर लोक भ्रष्टाचारात अडकतात आणि भ्रष्टाचाराची एक साखळी तयार होते. अशा प्रकारे, राजकीय व्यवसायाच्या स्वरूपात भ्रष्टाचाराचे चक्र सतत फिरत राहते.

म्हणून, आपण राजकीयरित्या लोकांना शिक्षण देऊ शकू आणि निवडणुकीत मतदानाच्या मूल्यांची जागृती निर्माण करू शकू, त्यांना मार्गदर्शन करू शकू की हे मतदान पैसे, ताकद, धर्म, जात आणि इतर बाबींच्या आधारावर नाही तर योग्य व्यक्तीची निवड करून राष्ट्राचा विकास करण्यासाठी आहे, तर भारतात भ्रष्टाचाराचा धोका लक्षणीयरित्या कमी करणे शक्य आहे.

तक्ता क्र. १०.१
भारतीय मुख्य निवडणूक आयुक्तांची यादी

क्र.	मुख्य निवडणूक आयुक्ताचे नाव	मुदत
१.	सुकुमार सेन	१९५०- १९५८
२.	कल्याण सुंदरम	१९५८ -१९६७
३.	एस.पी. सेन वर्मा	१९६७- १९७२
४.	डॉ. नागेंद्र सिंग	१९७२- १९७३
५.	टी स्वामीनाथन	१९७३- १९७७
६.	एस.एल. शकधर	१९७७ -१९८२
७.	आर के त्रिवेदी	१९८२ -१९८६
८.	आर.व्ही.एस. पेरी शास्त्री	१९८६ -१९९०
९.	व्ही.एस.रमादेवी	१९९० -१९९०

क्र.	मुख्य निवडणूक आयुक्ताचे नाव	मुदत
१०.	टी.एन. शेषन	१९९० -१९९६
११.	एम.एस.गिल	१९९६- २००२
१२.	जे.एम.लिंगडोह	२००२ -२००४
१३.	टी एस कृष्णमूर्ती	२००४ -२००५
१४.	बी बी टंडन	२००५- २००६
१५.	एन गोपालस्वामी	२००९ -२००६
१६.	नवीन चावला	२००९- २०१०
१७.	एस वाय कुरेशी	२०१० - २०१२
१८.	व्ही एस संपत	२०१२- २०१५
१९.	हरीशंकर ब्रह्मा	२०१५- २०१५
२०.	नसीम झैदी	२०१५- सध्या

तक्ता क्र. १०.२

भारतातील सार्वत्रिक निवडणुकांवर एक दृष्टिक्षेप

वर्ष	निवडणूक	प्रमुख पक्ष (त्यांच्या जागा)
१९५१-१९५२	पहिली लोकसभा	काँग्रेस (३६४)
१९५७	दुसरी लोकसभा	काँग्रेस (३७१)
१९६२	तिसरी लोकसभा	काँग्रेस (३६१)
१९६७	चौथी लोकसभा	काँग्रेस (२८३)
१९७१	पाचवी लोकसभा	काँग्रेस (३५२)
१९७७	सहावी लोकसभा	जनत पार्टी आघाडी (२९५)
१९८०	सातवी लोकसभा	काँग्रेस (आय) (३५१)
१९८४	आठवी लोकसभा	काँग्रेस (४०४)
१९८९	नववी लोकसभा	काँग्रेस (१९७)
१९९१	दहावी लोकसभा	काँग्रेस (२३२)
१९९६	अकरावी लोकसभा	भाजप (१६१)
१९९८	बारावी लोकसभा	भाजप (१८२)
१९९९	तेरावी लोकसभा	भाजप (१८१)
२००४	चौदावी लोकसभा	काँग्रेस (१४५)
२००९	पंधरावी लोकसभा	काँग्रेस (२०६)
२०१४	सोळावी लोकसभा	भाजप (२८२)

विभाग चार

केंद्रीय कार्यकारी मंडळ आणि राज्य कार्यकारी मंडळ

११

प्रकरण

राष्ट्रपती

परिचय

राष्ट्रपती, उपराष्ट्रपती, पंतप्रधान, मंत्री परिषद आणि भारतीय ॲटर्नी जनरल हे सर्व केंद्रीय कार्यकारी मंडळाचे भाग आहेत. संविधानाच्या भाग पाचव्याचे कलम ५२-७८ केंद्रीय कार्यकारी मंडळाचे विविध पैलू समाविष्ट करतात. केंद्रीय कार्यकारी मंडळाचे प्रमुख कार्य संसदेत अधिनियमित होणाऱ्या कायद्यांची अंमलबजावणी करणे हे आहे.

संविधान भारतीय लोकशाही राजकीय प्रणालीमध्ये राष्ट्रपतींना सर्वाधिक मान, प्रतिष्ठा व मोठेपण देते. राष्ट्रपती हे भारताचे **प्रथम नागरिक** आणि **भारतीय राज्य प्रमुख असतात आणि भारताच्या अखंडता**, एकता आणि एकात्मकतेचे प्रतिनिधित्व करतात. (आजपर्यंत झालेल्या भारतातील सर्व राष्ट्रपतींची यादी तक्ता क्र. ११.१मध्ये दिलेली आहे.)

मात्र, सरकारच्या संसदीय स्वरूपानुसार राष्ट्रपती **भारतीय राज्याचे नाममात्र किंवा नामधारी किंवा औपचारिक प्रमुख आहेत, जिचे वास्तविक प्रमुख** पंतप्रधान आणि मंत्री परिषद आहेत. भारतात राष्ट्रपतींची स्थिती **ब्रिटिश** घटनेतील **राजा किंवा राणी**समान आहे**;** दोन्ही आपआपल्या राज्यांचे प्रतिनिधित्व करतात,पण देशावर शासन करीत नाहीत.

पात्रता

राष्ट्रपतींच्या निवडणुकीसाठी पात्र होण्यासाठी एखाद्या व्यक्तीसाठी खालील गोष्टी आवश्यक आहेत:

१. भारतीय नागरिक असणे.
२. वयाची **३५ वर्षे** पूर्ण केलेली असणे.
३. **लोकसभा** सदस्य बनण्यासाठी पात्र असणे.
४. त्याचे केंद्र सरकार आणि राज्य सरकारात कोणतेही ला**भाचे पद नसणे**. राष्ट्रपतिपदाच्या प्रत्येक उमेदवाराला प्रस्तावक म्हणून ५० मतदार आणि अनुमोदक म्हणून ५० मतदार असणे आवश्यक आहे आणि त्याने रिझर्व्ह बँक ऑफ इंडियामध्ये १५,००० रुपये जमा करणे आवश्यक आहे'**.**

निवडणूक

भारतीय राष्ट्रपती लोकांद्वारे **अप्रत्यक्ष रीतीने निवडून येतात**, अर्थात **निर्वाचक गणाद्वारे थेट निवडून** येतात, ज्यात खालील गोष्टींचा समावेश असतो:

१. केवळ संसदेत (लोकसभा आणि राज्यसभा) निवडून आलेले सदस्य, नामांकनप्राप्त सदस्य नाहीत.
२. राज्य आणि केंद्रशासित प्रदेशांच्या विधानसभांमध्ये फक्त निवडून आलेले सदस्य, नामांकन झालेले सदस्य नाहीत.

विधानसभा परिषदेचे सदस्य (नामांकित किंवा निर्वाचित) राष्ट्रपतीपदाच्या निवडणुकीत भाग घेत नाहीत.

कलम ५५ (१)नुसार, निवडणूक **'एकल हस्तांतरणीय मताच्या'** अर्थाने **'प्रमाणाधारित प्रतिनिधित्व प्रणाली'नुसार** आयोजित केली जाते. **हे** मतदान **गुप्त मतदान** प्रणालीद्वारे केले जाते. कलम ५५ (३) राष्ट्रपतींच्या निवडणुकीत सकल आणि संघाच्या स्वरूपांत विविध राज्यांमध्ये प्रतिनिधित्व प्रमाणाची तसेच संपूर्ण राज्ये आणि केंद्रशासित प्रदेशांमध्ये समानतेसाठी तरतूद करते. या तरतुदीला प्रत्यक्ष व्यवहारात लागू करण्यासाठी खालील सूत्र वापरले जाते:

$$\text{आमदाराच्या मताचे मूल्य} = \frac{\text{राज्यातील एकूण लोकसंख्या}}{\text{राज्य विधानसभांमध्ये निवडलेल्या लोकांची एकूण संख्या}} \times \frac{१}{१०००}$$

$$\text{खासदाराच्या मताचे मूल्य} = \frac{\text{सर्व राज्यांच्या सर्व आमदारांच्या मतांचे एकूण मूल्य}}{\text{संसदेत निर्वाचित सदस्यांची एकूण संख्या}}$$

$$\text{मतदारसंघ कोटा} = \frac{\text{मतदान केलेल्या एकूण वैध मतांची संख्या}}{१+१} \times १$$

प्रत्येक खासदार आणि आमदार आपले मतदान करताना राष्ट्रपतिपदाच्या सर्व उमेदवारांसाठी प्राधान्य क्रम सूचित करतात, जसे १, २, ३, ४ आणि इतर. मतमोजणीच्या पहिल्या फेरीत फक्त प्रथम प्राध्यान्य असलेली मते मोजली जातात, आणि ज्या कोणत्याही उमेदवाराला आवश्यक कोटा मिळतो, तो उमेदवार विजेता म्हणून घोषित केला जातो. पण जर कोणीही आवश्यक कोटा मिळवत नाही, तर ज्या उमेदवाराला प्रथम प्राध्यानात सर्वांत कमी मते मिळतात त्याला बाद ठरवले जाते आणि त्याचे मत त्या उमेदवाराला हस्तांतरित केले जातात ज्याला त्याने/तिने दुसऱ्या प्राधान्याची मते दिली आहेत. मत हस्तांतरणाची ही प्रक्रिया एका उमेदवाराला आवश्यक कोटा मिळेपर्यंत सुरू ठेवली जाते.

भारताचे सरन्यायाधीश आणि त्यांच्या अनुपस्थितीत सर्वोच्च न्यायालयाचे सर्वांत ज्येष्ठ न्यायाधीश **राष्ट्रपतींना पद आणि गोपनीयतेची शपथ देतात**.

या निवडणुकीसंबंधी सर्व वादांची चौकशी आणि निर्णय फक्त सर्वोच्च न्यायालयाने घेतला पाहिजे; त्याचा निर्णय अंतिम असतो. जर सर्वोच्च न्यायालय राष्ट्रपती निवडणुकीला रद्द म्हणून ठरविते, तर अशा निर्णयाआधी राष्ट्रपतींनी घेतलेले निर्णय रद्द होत नाहीत.

अटी

संविधान राष्ट्रपती पदासाठी काही विशिष्ट अटी लागू करते. त्या खालीलप्रमाणे आहेत:

१. ते **खासदार किंवा आमदार नसले पाहिजेत; जर** अशी कोणी व्यक्ती राष्ट्रपती म्हणून निवडून येत असेल तर, तिचे संबंधित सदनातील स्थान रिक्त असल्याचे मानले जाते.

२. त्यांच्याकडे कोणतेही लाभाचे पद **असू नये**.
३. ते कोणतेही भाडे न देता **राष्ट्रपती भवन** (त्यांचे अधिकृत निवासस्थान) वापरू शकतात.
४. त्यांना **संसदेने निर्धारित** केल्याप्रमाणे काही वेतन, भत्ता आणि विशेषाधिकार प्राप्त होतात**; ते त्यांच्या** कार्यालयीन कालावधीत कमी केले जाऊ शकत नाहीत.

सध्या, राष्ट्रपतींचा पगार दरमहा १.५लाख आहे. त्यांना अगदी **वैयक्तिक कार्यांसाठीदेखील सर्व न्यायालयांत फौजदारी कारवाईपासून सुरक्षाहमी मिळते**, पण दिवाणी कारवाईपासून ही हमी मिळत नाही. त्यांना त्यांच्या कार्यकाळात **अटक किंवा तुरुंगात टाकले जाऊ शकत नाही**, आणि ते आपले अधिकार वापरताना व कर्तव्ये बजावताना **कोणत्याही न्यायालयास जबाबदार नसतात**, अर्थात, त्यांच्यावर आपले शासकीय कार्ये करताना **कोणतेही कायदेशीर दायित्व नसते**.

कालावधी

राष्ट्रपतींचा कार्यकाळ **पाच वर्षे असतो. त्यांचे** उत्तराधिकारी पदभार स्वीकारत नसल्यास पाच वर्षांनंतरही राष्ट्रपती पद धारण करू शकतात. ते इच्छा असल्यास अनेक वेळा **पुन्हा निवडून येण्यास पात्र आहेत**, पण यूएसएमध्ये अध्यक्ष फक्त दोनदाच पद धारण करू शकतात. भारताचे राष्ट्रपती आपला राजीनामा **उपराष्ट्रपतींना** सादर **करतात**.

महाभियोग

संसद फक्त **"घटनेचे उल्लंघन" या आधारावर** महाभियोग करून राष्ट्रपतींना त्यांचा कार्यकाळ पूर्ण होण्यापूर्वी काढू शकते. हे संसदेचे निम-**न्यायालयीन** कार्य आहे.

महाभियोग प्रक्रिया खालीलप्रमाणे चालते:

१. एकतर लोकसभेचे किंवा राज्यसभेचे किमान एक-चतुर्थांश सदस्य, राष्ट्रपतींना किमान १४ दिवसांची आगाऊ सूचना देऊन त्यांच्या विरुद्ध महाभियोग प्रक्रिया सुरू करू शकतात.
२. जर ते सदन त्याच्या एकूण सदस्यत्वाच्या दोन-तृतीयांश किंवा अधिक बहुमताद्वारे महाभियोग प्रस्ताव संमत करते तर, तो प्रस्ताव इतर सदनात पाठविला जातो, जेथे त्या महाभियोगाची चौकशी केली जाते. राष्ट्रपती अशा तपासात हजर होऊ शकतात आणि आपले प्रतिनिधित्व करू शकतात.
३. जर उर्वरित सदनदेखील राष्ट्रपतींविरुद्ध महाभियोगाचे आरोप मान्य करीत असेल आणि त्याच्या एकूण सदस्यत्वाच्या दोन-तृतीयांश किंवा अधिक बहुमताद्वारे महाभियोग बिल संमत करीत असेल तर, राष्ट्रपतींवरील महाभियोग संमत झाला असे मानले जाते.

रिक्त होणे

राष्ट्रपतींचे कार्यालय रिक्त होते, ज्यावेळी

(१) त्यांची पाच वर्षांची मुदत समाप्त होते.
(२) ते आपल्या पदाचा राजीनामा देतात.

(३) त्यांना काढले जाते.
(४) ते मरण पावतात.
(५) इतर बाबतीत, जसे सर्वोच्च न्यायालयाने त्यांची निवडणूक रद्द जाहीर केली असेल.

विद्यमान राष्ट्रपतींची पाच वर्षांची मुदत संपण्याच्या आधी त्यांचा उत्तराधिकारी निवडून येणे आवश्यक आहे. इतर बाबतीत, जसे राजीनामा, महाभियोग, मृत्यू किंवा इतर बाबतीत, राष्ट्रपतीपद रिक्त झाल्यानंतर **सहा महिन्यांच्या आत** निवडणूक करून ते भरणे आवश्यक आहे. या काळात, उपराष्ट्रपती हे राष्ट्रपती म्हणून काम करतात, पण तेही **फक्त सहा महिन्यांच्या कालावधीसाठी**. याचाच अर्थ असा की सदासर्वकाळ भारताला राष्ट्रपती असलाच पाहिजे.

अधिकार आणि जबाबदाऱ्या

राष्ट्रपतींचे अधिकार आणि जबाबदाऱ्या यांचा खालील उप-शीर्षकांतर्गत अभ्यास केला जाऊ शकतो:

वैधानिक अधिकार

संसदेचा एक अविभाज्य भाग म्हणून, राष्ट्रपतींना खालील अधिकार आहेत:

१. वेळोवेळी संसदेची विविध सत्रे **बोलावणे आणि त्यांचे समापन करणे**.
२. संसदेच्या दोन्ही सदनांत एख्याद्या मुद्द्यावर कोंडी झाल्यास त्यांची **संयुक्त बैठक** बोलावणे.
३. प्रत्येक सार्वत्रिक निवडणुकीनंतर नवीन लोकसभेच्या पहिल्या सत्रात आणि प्रत्येक वर्षीच्या पहिल्या सत्रात संसदेला संबोधित करणे.
४. मुदतीच्या शेवटी किंवा इतर प्रकरणांमध्ये **लोकसभा विसर्जित करणे**.
५. संसदेच्या **एखाद्या विधेयकाबाबत नकाराधिकार (विटो) वापरणे**.
६. एखाद्या बिलाच्या संबंधात किंवा अन्यथा **संसदेत संदेश पाठवणे**.
७. संसदेच्या सभागृहांत **अध्यक्षपदी पीठासीन अधिकारी नियुक्त करणे**, जेव्हा असे पद किंवा स्थान रिक्त होते.
८. **अँग्लो-इंडियन समुदायातून** लोकसभेसाठी **दोन सदस्य** आणि **राज्यसभेसाठी १२ सदस्य नामनिर्देशित करणे, जे साहित्य, कला, विज्ञान, सामाजिक सेवा आदि क्षेत्रांत** मान्यवर असतात.
९. काही बाबतींत भारतीय निवडणूक आयोगाशी सल्लामसलत **करून खासदाराची अपात्रता ठरविणे**.
१०. संसदेच्या समोर महालेखापाल, लोकसेवा आयोग, वित्त आयोग, राष्ट्रीय मागासवर्गीय आयोग आणि इतरांचे **वार्षिक अहवाल सादर करणे**.
११. संसदेच्या पटावर **वार्षिक वित्तीय अहवाल किंवा अर्थसंकल्प मांडणे**.
१२. लोकसभा आणि/किंवा राज्यसभेचे सत्र चालू नसताना **वटहुकूम जारी करणे**.
१३. संसदेत काही विधेयक सादर होण्याअगोदर त्यांची शिफारस करणे, जसे

अ) नवीन राज्य बनविणे, राज्यसीमा बदलणे आणि इतर गोष्टींच्या संबंधित विधेयक
ब) आर्थिक विधेयक.
क) भारताच्या संचित निधीतून केलेला खर्च समाविष्ट असलेले विधेयक.
ड) राज्य विधान विधेयक, जे व्यापारस्वातंत्र्य प्रतिबंधित करते.

विटो किंवा नकाराधिकार

WordWeb शब्दकोश विटोची 'प्रस्तावित किंवा अपेक्षित कायद्याला प्रतिबंध करण्याचा किंवा नाकारण्याचा अधिकार किंवा मनाई करण्याचा अधिकार' म्हणून व्याख्या करतो; विशेषत: विधिमंडळाद्वारे संमत बिल नाकारण्याचा मुख्य कार्यकारी अधिकाऱ्याचा अधिकार'.

संसदेचे कोणतेही विधेयक राष्ट्रपतींच्या मंजुरी किंवा स्वाक्षरीशिवाय एक कायदा बनू शकत नाही. त्यामुळे राष्ट्रपतींची मंजुरी मिळण्यासाठी अग्रेषित झाल्यानंतरच संसद प्रत्येक विधेयक सादर करते. कलम १११नुसार, राष्ट्रपतींकडे त्यांना संसदेने सादर केलेल्या विधेयकासंबंधित खालील पर्याय आहेत:

१. ते त्या विधेयकाला आपली मंजुरी जाहीर करू शकतात, किंवा
२. ते त्या विधेयकाच्या बाबतीत नकाराधिकार वापरू शकतात. तीन प्रकारचे नकाराधिकार राष्ट्रपतींकडे असतात:

(१) **संपूर्ण नकाराधिकार (Absolute veto): ते एखाद्या विधेयकासाठी मंजुरी नाकारू शकतात** आणि ते विधेयक त्यांची स्वाक्षरी होईपर्यंत कायदा बनत नाही.

(२) **निलंबित नकाराधिकार** (**Suspensive veto**)**: ते** त्या विधेयकाला (अर्थ विधेयक वगळता इतर) संसदेच्या पुनर्विचारार्थ परत पाठवू शकतात. जर, ते विधेयक संसदेकडून कुठलाच बदल किंवा सुधारणा न करता पुन्हा राष्ट्रपतींकडे आले, तर मात्र त्यांना **त्या विधेयकास आपली संमती देणे बंधनकारक असते**. याचा अर्थ असा आहे की संसद राष्ट्रपतींच्या निलंबित नाकाराधिकाराला रद्दबातल ठरवू शकते.

(३) **पॉकेट विटो (pocket veto): ते एखाद्या विधेयकावर कोणतीही कारवाई न करण्याचे ठरवू शकतात**, अर्थात ते त्या विधेयकास **नाकारत नाहीत किंवा ते परतदेखील पाठवत नाहीत किंवा त्यास आपली संमतीदेखील देत नाहीत आणि आपल्या इच्छेनुसार कितीही वेळ त्याला प्रलंबित ठेवू शकतात. असे** म्हटले जाते की, 'भारताच्या राष्ट्रपतींचे **पॉकेट** अमेरिकन अध्यक्षांच्या पॉकेटपेक्षा मोठे आहे' कारण भारताचे राष्ट्रपती एखाद्या विधेयकाच्या बाबतीत बेमुदत कालावधीपर्यंत ते खिशात ठेवू शकतात, पण अमेरिकन अध्यक्ष केवळ १० दिवसांच्या कालावधीसाठीच **पॉकेट** नकाराधिकार वापरू शकतात.

राष्ट्रपती एखाद्या आर्थिक **विधेयकास** आपली संमती देऊ शकतात किंवा त्याला रोखून ठेवू शकतात **पण ते** विधेयक संसदेत फक्त त्यांच्या आगाऊ शिफारशीच्या आधारेच मांडले जात असल्याने **ते त्याला** संसदेत पुनर्विचारार्थ परत पाठवू **शकत नाहीत**. या ठिकाणी ही नोंद करणे आवश्यक आहे, की राष्ट्रपतींना **घटनादुरुस्ती विधेयकाच्या** संदर्भात **कोणताही नकाराधिकार वापरता येत नाही. त्यांना** अशा बिलाला आपली मंजुरी देणे आवश्यक आहे, कारण हे करणे त्यांच्यासाठी बंधनकारक असते. संसदेने कोणतेही विधेयक घाईघाईने किंवा घटनाबाह्य पद्धतीने संमत करू नये, यासाठीच घटनेने राष्ट्रपतींच्या नकाराधिकाराची तरतूद केली आहे.

राज्य विधेयकासाठी राष्ट्रपतींचे नकाराधिकार

राज्य विधानमंडळाचे कोणतेही विधेयक राष्ट्रपतींच्या मान्यता किंवा स्वाक्षरीशिवाय कायदा होऊ शकत नाही, जर त्या राज्याच्या राज्यपालांनी त्याला राष्ट्रपतींच्या विचारासाठी आरक्षित ठेवले आहे. राष्ट्रपतींना राज्य विधिमंडळद्वारे सादर केलेल्या विधेयकाच्या संबंधात खालील पर्याय आहेत:

१. ते त्या विधेयकाला आपली मंजुरी जाहीर करू शकतात, किंवा
२. ते त्या विधेयकाच्या बाबतीत आपले नकाराधिकार वापरू शकतात. त्यांना तीन अधिकार मिळाले आहेत:

(१) **संपूर्ण नकाराधिकार (Absolute veto): ते एखाद्या विधेयकासाठी आपली अनुमती नाकारू शकतात** आणि ते विधेयक त्यांची स्वाक्षरी होईपर्यंत कायदा बनू शकत नाही.

(२) **निलंबित नकाराधिकार (Suspensive veto):** ते त्या विधेयकाला (अर्थ विधेयक वगळता इतर) राज्य विधिमंडळाला पुनर्विचारार्थ परत पाठवू शकतात. जर ते विधेयक राज्य विधिमंडळाद्वारे कुठलाच बदल किंवा सुधारणा न करता किंवा सुधारणेसहित संमत केले गेले आणि पुन्हा राष्ट्रपतींकडे सादर केला जातो तर त्यांना अनिवार्यतः **त्या विधेयकास आपली मंजुरी देणे आवश्यक नाही, कारण त्यांना तसे करणे बंधनकारक** नसते. याचा अर्थ राज्य विधिमंडळ राष्ट्रपतींच्या नकाराधिकाराला रद्दबातल ठरवू शकत नाही. केवळ संसदच असे करू शकते.

(३) **पॉकेट नकाराधिकार (pocket veto): ते विधेयकावर कोणतीही कारवाई न करण्याचे ठरवू शकतात**, अर्थात ते त्या विधेयकास **नाकारत नाहीत अथवा तो परत करीत नाहीत किंवा त्यास आपली मंजुरीदेखील देत नाहीत आणि आपल्या इच्छेनुसार कितीही वेळ त्याला प्रलंबित ठेवू शकतात.**

वटहुकूम बनविण्याचा अधिकार

कायदे बनवणे हे विधानमंडळाचे आद्य कर्तव्य असते. पण जेव्हा संसदेचे अधिवेशन सुरू नसते, तेव्हा **कार्यकारी मंडळ तात्पुरते कायदे अधिनियमित करू शकते. हे तात्पुरते कायदे** म्हणजेच **'वटहुकूम'. वटहुकूम** हा कार्यकारी मंडळाच्या निर्णयावर आधारित एक तात्पुरता नियम असतो, जो कायदेशीररित्या सार्वजनिक कामकाजाचे त्वरित प्रबंधन करण्यासाठी असतो. हा वटहुकूम **कायद्यासमानच असतो**, पण तो फक्त तात्पुरता असतो.

राष्ट्रपतींचा सर्वांत महत्त्वाचा वैधानिक अधिकार वटहुकूम जारी करणे, हा आहे. संविधानाच्या कलम १२३नुसार, राष्ट्रपतींना आपल्या **कालावधीत कोणत्याही वेळी** वटहुकूम **प्रख्यापित करण्याचा किंवा मागे घेण्याचा अधिकार आहे**— असे तेव्हाच केले जाते जेव्हा संसदेला सुट्टी असते, अर्थात, **संसदेचे कोणतेही एक सभागृह किंवा दोन्ही सभागृहे चालू नसतात आणि ते मंत्री परिषदेच्या शिफारशीवर केले जाते**. सदस्य संसदेत पुन्हा एकत्र झाल्यावर **सहा आठवड्यांच्या** आत संबंधित वटहुकूम मंजूर किंवा नामंजूर होणे आवश्यक आहे; नाही तर तो कालबाह्य ठरतो. संसदेच्या मान्यतेशिवाय **वटहुकुमांचे कमाल आयुष्य सहा महिने आणि सहा आठवडे असते** (संसदेच्या दोन सत्रांमध्ये कमाल कालावधी ६ महिने आहे आणि संसदेच्या पुनर्भेटीनंतर नियम कालबाह्य होण्याचा कालावधी जास्तीत जास्त ६ आठवडे आहे).

कार्यकारी अधिकार

संविधानाच्या कलम ५३नुसार, **'संघराज्याचे सर्व कार्यकारी अधिकार राष्ट्रपतींना निहित आहेत'**. पण राष्ट्रपती आपले कार्यकारी अधिकार **केवळ मंत्री परिषदेच्या मदतीने आणि तिच्या सल्ल्यानुसारच वापरतात.**

राष्ट्रपतींचे महत्त्वाचे कार्यकारी अधिकार खालीलप्रमाणे आहेत:

१. भारत सरकार आपली सर्व कार्यवाही राष्ट्रपतींच्या नावाने करते.
२. ते पंतप्रधा**नांसमवेत सर्व मंत्र्यांची नेमणूक करतात**, आणि ते त्यांच्या इच्छेनुसार आपले पद धारण करतात.
३. केंद्रशासित प्रदेश राष्ट्रपतींतर्फे **थेट प्रशासित होतात**. हे त्यांनी नेमलेल्या प्रशासकांच्या (नायब राज्यपालांच्या) माध्यमातून केले जाते.
४. ते राज्यांमध्ये **राज्यपाल**, भारताचे महालेखापाल, भारताचे ॲटर्नी जनरल, सर्व निवडणूक आयुक्त, केंद्रीय लोकसेवा आयोगाचे सदस्य आणि अध्यक्ष, वित्त आयोगाचे सदस्य आणि अध्यक्ष आणि इतरांची **नेमणूक करतात**.
५. ते विविध राज्य सरकारे आणि केंद्र सरकारदरम्यान चांगले संबंध स्थापित होण्यास प्रोत्साहन देण्यासाठी एका **आंतर-राज्य परिषदेची** नियुक्ती **करतात**.

६. ते एखाद्या क्षेत्राला **अनुसूचित क्षेत्र म्हणून** सूचित करू शकतात व त्यांचा अनुसूचित क्षेत्र व आदिवासी क्षेत्रांवर प्रशासकीय अधिकार असतो.
७. **अनुसूचित जाती, अनुसूचित जमाती आणि मागासवर्गीयां**च्या स्थितीचे मूल्यांकन करण्यासाठी ते तपास आयोगाची नेमणूक करू शकतात.
८. ते पंतप्रधानांकडून केंद्र सरकारच्या **प्रशासकीय किंवा विधानसंबंधी प्रस्तावाच्या संबंधात** कोणतीही माहिती मिळवू शकतात.
९. ते केंद्र सरकाराचे व्यवहार सुरळीतपणे चालविण्यासाठी नियम बनवू शकतात आणि मंत्र्यांमध्ये संबंधित कामगिरीची वाटणी करू शकतात.
१०. ते **सर्व केंद्रीय विद्यापीठांमध्ये अभ्यागत** म्हणून काम करू शकतात; या अधिकाराने ते **केंद्रीय विद्यापीठांमध्ये कुलपतींची नेमणूक करतात आणि त्यांना केंद्रीय विद्यापीठांमध्ये** कामाची तपासणी किंवा चौकशी करण्याचा थेट अधिकार आहे.

न्यायालयीन अधिकार

राष्ट्रपतींचे महत्त्वाचे न्यायालयीन अधिकार खालीलप्रमाणे आहेत:

१. ते **सर्वोच्च न्यायालय आणि उच्च न्यायालयांचे सरन्यायाधीश, मुख्य न्यायाधीश आणि न्यायाधीशांची नेमणूक करतात**.
२. ते **सर्वोच्च न्यायालय व उच्च न्यायालयांचे सरन्यायाधीश आणि मुख्य न्यायाधीश आणि इतर न्यायाधीशांना पदच्युत करू शकतात. हे या संबंधात संसदेने त्यांना** सादर केलेल्या संबोधनाच्या आधारे केले जाते.
३. कलम १४३ अंतर्गत, ते एखादा कायदा किंवा वास्तवासंबंधात **सर्वोच्च न्यायालयाचा सल्ला घेऊ शकतात**, पण या संदर्भात सर्वोच्च न्यायालयाच्या सल्ला त्यांच्यावर **बंधनकारक नसतो**.
४. ते केंद्रीय कायद्याविरुद्ध एखादा गुन्हा केलेल्या व्यक्तीला क्षमा करू शकतात, ज्याला न्यायालयाने दोषी ठरविले आहे आणि शिक्षा सुनावली आहे, त्यात **लष्करी न्यायालयांचादेखील समावेश** आहे.

क्षमा करण्याचा अधिकार

न्यायालयीन चुका रद्दबातल करण्यासाठी भारतीय संविधानाने कलम ७२नुसार, राष्ट्रपतींकडे क्षमा करायचा अधिकार प्रदान केलेला आहे. **केंद्रीय कायद्याविरुद्ध केलेल्या** कोणत्याही गुन्ह्यासाठी ते न्यायालयाने दोषी ठरवलेल्या आणि शिक्षा सुनावलेल्या एखाद्या व्यक्तीला क्षमा करू शकतात आणि हे लष्करी न्यायालयांबाबतही लागू आहे. हा कार्यकारी अधिकार आहे आणि न्यायालयांपासून स्वतंत्र आहे; त्यामुळे एखादी व्यक्ती अधिकार म्हणून राष्ट्रपतींना क्षमा करण्यासाठी अपील करू शकत नाही. राष्ट्रपतींना क्षमा करायचे एकूण चार अधिकार उपलब्ध आहेत. ते खालीलप्रमाणे आहेत:

१. **क्षमा:** राष्ट्रपती एखाद्या **दोषी व्यक्तीला सर्व प्रकारची शिक्षा, कारावास आणि अपात्रतेपासून पूर्णपणे माफी देऊ शकतात. भारतात फाशीच्या शिक्षेला क्षमा करायचा अधिकार फक्त राष्ट्रपतींनाच आहे. जरी राज्याच्या कायद्याने** कोणत्याही गुन्ह्यासाठी शिक्षा केली असेल तरी क्षमा मंजूर करण्याचा अधिकार फक्त राष्ट्रपतींनाच असतो, **राज्यपालांना नाही**.

२. **शिथिलीकरण:** याचा अर्थ शिक्षेच्या एका प्रकाराला कमी तीव्रतेच्या दुसऱ्या शिक्षेत परिवर्तित करणे, जसे सात वर्षांच्या सश्रम कारावासाला सात वर्षांच्या साध्या कारावासात बदलणे.
३. **सूट:** याचा अर्थ आहे तीव्रता न **बदलता शिक्षेच्या कालावधीत घट करणे, जसे** सात वर्षांच्या सश्रम कारावासाच्या शिक्षेला चार वर्षांच्या सश्रम कारावासात बदलणे.
४. **स्थगिती: काही** खास कारणांमुळे न्यायालयाने दिलेल्या मूळ शिक्षेऐवजी **कमी शिक्षा देणे किंवा तात्पुरता विराम देणे, जसे** गरोदर स्त्री किंवा अपंग व्यक्तीस.
५. **तहकुबी:** याचा अर्थ असा आहे की **तात्पुरत्या कालावधीसाठी कारावासाला किंवा शिक्षेच्या अंमलबजावणीला तहकुबी देणे,** जसे राष्ट्रपतींतर्फे एखाद्या व्यक्तीची मृत्युदंडाची शिक्षा तात्पुरत्या कालावधीसाठी स्थगित केली जाऊ शकते.

लष्करी अधिकार

राष्ट्रपतींचे महत्त्वाचे लष्करी अधिकार खालीलप्रमाणे आहेत:

१. ते **भारतीय संरक्षण दलांचे सर्वोच्च कमांडर आहेत**, जसे लष्कर, नौदल आणि हवाई दल.
२. ते लष्कर, नौदल आणि हवाई दलांच्या **प्रमुखांची नेमणूक करतात**.
३. ते संसदेच्या मंजुरीच्या आधारे **अधिकृतपणे युद्ध किंवा शांतता घोषित करू शकतात**.

आर्थिक अधिकार

राष्ट्रपतींचे आर्थिक अधिकार खालीलप्रमाणे आहेत:

१. ते संसदेत **बजेट** किंवा वार्षिक अर्थ विधान सादर करतात.
२. संसदेत अर्थ विधेयक सादर करण्यासाठी त्यांची पूर्व **शिफारस घेणे** आवश्यक आहे.
३. **भारताच्या आकस्मिक निधीमधील** पैसे वापरण्यासाठी **त्यांची मंजुरी** घेणे आवश्यक आहे.
४. त्यांच्या पूर्व शिफारशीशिवाय, संसदेत **अनुदानाची मागणी केली जाऊ शकत नाही**.
५. कलम २८० अंतर्गत, ते **प्रत्येक पाच वर्षानंतर वित्त आयोगाचे गठन करतात, जो केंद्र आणि राज्यांमध्ये महसुलाचे वाटप निर्धारित करतो.**

आणीबाणीचा अधिकार

संविधानाने राष्ट्रपतींना तीन प्रकारच्या आपत्कालीन परिस्थितीसाठी विशेष अधिकार निहित केले आहेत. ते खालीलप्रमाणे आहेत:

१. राष्ट्रीय आणीबाणी (कलम ३५२)
२. राष्ट्रपती राजवट किंवा राज्य आणीबाणी (कलम ३५६ आणि ३६५)
३. आर्थिक आणीबाणी (कलम ३६०)

राजनैतिक अधिकार

भारतीय राष्ट्रप्रमुख म्हणून, राष्ट्रपती आंतरराष्ट्रीय स्तरावर भारताचे प्रतिनिधित्व करतात आणि दूत म्हणून राजनैतिक प्रतिनिधींना पाठवतात आणि स्वीकारतात, उदाहरणार्थ, राजदूत, उच्चायुक्त आणि इतर. भारत सरकार राष्ट्रपतींच्या वतीने सर्व आंतरराष्ट्रीय करारांमध्ये बोलणी करतात आणि ते पूर्ण करतात, पण याकरिता त्यांना संसदेची मंजुरी घेणे आवश्यक आहे.

राष्ट्रपती हे आपल्या सरकारच्या संसदीय स्वरूपाचे **नाममात्र प्रमुख आहेत**. वर चर्चा केलेले राष्ट्रपतींचे बहुतेक अधिकार **फक्त मंत्री परिषदेच्या मदत आणि सल्ल्यानुसार वापरले जातात**, जी **पंतप्रधानांच्या अध्यक्षतेखाली असते आणि तेच वास्तविक** कार्यकारी प्रमुख आहेत. मंत्री परिषदेच्या मदती आणि सल्ल्याशिवाय राष्ट्रपतींनी केलेले काम (त्यांचे विवेकाधीन अधिकार वगळता) **बेकायदेशीर किंवा घटनाबाह्य समजले जाते**. तथापि, राष्ट्रपतींना **मंत्रिमंडळाने** त्यांना एखाद्या बाबीवर दिलेल्या **मदत आणि सल्ल्याबद्दल फेरविचार करण्याबाबत सांगण्याचा अधिकार आहे**. तथापि, पुनर्विचारानंतर जर मंत्री परिषद **कोणत्याही बदलासमवेत किंवा बदलाशिवाय** त्याच बाबीवर मदत आणि सल्ला देते, **तर राष्ट्रपतींजवळ आपली मंजुरी देण्याशिवाय काहीच पर्याय उरत नाही**, अर्थात त्यांना त्या बाबीस आपली अनुमती देणे आवश्यक आहे. याचा अर्थ असादेखील आहे की राष्ट्रपती त्या बाबीवर मदत आणि सल्ल्यावर फेरविचार करण्यासाठी मंत्रिमंडळाला फक्त एकदाच विचारू शकतात, त्यापेक्षा अधिक नाही.

राष्ट्रपतींचे विवेकाधीन अधिकार

राष्ट्रपती विशिष्ट परिस्थितीत आपला **विवेकाधिकार वापरून मंत्री परिषदेच्या मदत आणि सल्याशिवाय** कार्य करू शकतात. राष्ट्रपतींना **राज्यपालांसारखा कोणताही घटनात्मक मुखत्यारीचा अधिकार नसतो**, पण त्यांना **प्रसंगनिष्ठ निर्णय घेण्याचा अधिकार** आहे. ते खालील परिस्थितींत मंत्री परिषदेची मदत न घेता काम करण्यासाठी आपला विवेकाधिकार वापरू शकतात:

१. जेव्हा **पंतप्रधानांचा अचानक मृत्यू होतो** आणि त्यांचा कोणी उत्तराधिकारी नसतो, अशा वेळी पंतप्रधान नियुक्त करण्यासाठी राष्ट्रपती विवेकाधिकार वापरतात. तसेच, सरकार स्थापन करण्यासाठी लोकसभेत कोणत्याही **राजकीय पक्षाला स्पष्ट बहुमत नसते, अशा वेळी**.

२. जेव्हा **सरकार लोकसभेत विश्वास सिद्ध करण्यात अपयशी ठरते तेव्हा त्याला पदच्युत** करण्यासाठी. राष्ट्रपती हा अधिकार वापरतात किंवा वापरत नाहीत.

३. सरकारने बहुमत गमावले, **तर लोकसभेचे विसर्जन** करण्यासाठी. राष्ट्रपती हा अधिकार वापरतात किंवा वापरत नाहीत.

तक्ता क्र. ११.१

भारतीय राष्ट्रपतींची यादी

अ.क्र.	राष्ट्रपतींचे नाव	मुदत
१.	डॉ. राजेंद्र प्रसाद[अ]	२६ जानेवारी १९५०-१३ मे १९६२
२.	डॉ. सर्वपल्ली राधाकृष्णन	१३ मे १९६२-१३ मे १९६७
३.	झाकीर हुसेन	१३ मे १९६७-३ मे १९६९
	वराहगिरी वेंकट गिरी[ब]	३ मे १९६९-२० जुलै १९६९
	मुहम्मद हिदायतुल्ला[ब]	२० जुलै १९६९-२४ ऑगस्ट १९६९
४.	वराहगिरी वेंकट गिरी	२४ ऑगस्ट १९६९-२४ ऑगस्ट १९७४
५.	फकरुद्दीन अली अहमद	२४ ऑगस्ट १९७४-११ फेब्रुवारी १९७७
	बसप्पा दानप्पा जत्ती[ब]	११ फेब्रुवारी १९७७-२५ जुलै १९७७
६.	नीलम संजीव रेड्डी	२५ जुलै १९७७-२५ जुलै १९८२
७.	ग्यानी झेलसिंग	२५ जुलै १९८२-२५ जुलै १९८७
८.	रामास्वामी वेंकटरामन	२५ जुलै १९८७-२५ जुलै १९९२
९.	शंकर दयाळ शर्मा	२५ जुलै १९९२-२५ जुलै १९९७
१०.	कोचेरील रमण नारायणन	२५ जुलै १९९७-२५ जुलै २००२
११.	एपीजे अब्दुल कलाम	२५ जुलै २००२-२५ जुलै २००७
१२.	प्रतिभा पाटील	२५ जुलै २००७-२५ जुलै २०१२
१३.	प्रणव मुखर्जी	२५ जुलै २०१२ – सध्या

टिप: [अ] आतापर्यंत फक्त डॉ. राजेंद्र प्रसाद दोन वेळा राष्ट्रपती झाले.

[ब] हंगामी राष्ट्रपती.

१२

प्रकरण

उपराष्ट्रपती

संविधानाचे कलम ६३ म्हणते की भारतात एक उपराष्ट्रपती असतील. राष्ट्रपतींनंतर प्राधान्याच्या अधिकृत यादीत **दुसरे सर्वोच्च स्थान** उपराष्ट्रपतींना दिले जाते. उपराष्ट्रपती **राज्यसभेचे पदसिद्ध अध्यक्ष असतात** (तक्ता क्र. १२.१ भारतीय उपराष्ट्रपतींची यादी प्रस्तुत करतो). भारताने उपराष्ट्रपती कार्यालयाचे मॉडेल **अमेरिकेकडून घेतले आहे**.

पात्रता

उपराष्ट्रपती पदाच्या निवडणुकीसाठी एखाद्या व्यक्तीकडे खालील पात्रता असायला हव्यात:

१. भारतीय नागरिक असणे.
२. वयाची **३५ वर्षे** पूर्ण केलेली असणे.
३. राज्य**सभेचा** सदस्य बनण्यासाठी पात्र असणे.
४. केंद्र सरकार आणि राज्य सरकारमध्ये ला**भाचे पद नसणे**.

उपराष्ट्रपती पदाच्या प्रत्येक उमेदवाराला प्रस्तावक म्हणून २० मतदार आणि अनुमोदक म्हणून २० मतदार असणे आवश्यक आहे आणि त्याने रिझर्व्ह बँक ऑफ इंडियामध्ये १५,००० रुपये जमा करणे आवश्यक आहे.

निवडणूक

राष्ट्रपतींप्रमाणे भारतीय उपराष्ट्रपतीदेखील लोकांद्वारे **अप्रत्यक्ष रीतीने निवडून येतात**, अर्थात ते **निर्वाचक गणा**द्वारे **थेट निवडून** येतात, ज्यात लोकसभेचे आणि राज्यसभेचे निर्वाचित आणि नामनिर्देशित अशा दोन्ही प्रकारच्या सदस्यांचा समावेश असतो. उपराष्ट्रपती गुप्त मतदानाअंतर्गत 'एकल हस्तांतरणीय' मताद्वारे **'प्रमाणाधारित प्रतिनिधित्व प्रणाली'नुसार** संसदेच्या दोन्ही सदनांत एक **संयुक्त सत्रामध्ये** निवडून येतात.

राज्य विधानसभा, केंद्रशासित प्रदेशाची विधानसभा आणि विधान परिषदेचा एकही सदस्य (नामांकित किंवा निर्वाचित) उपराष्ट्रपती पदाच्या निवडणुकीत **सहभागी होत नाही**. दुसऱ्या शब्दांत, राज्य आणि केंद्रशासित प्रदेशांची भारताच्या उपराष्ट्रपतींच्या निवडणुकीत **काही भूमिका नसते**.

या निवडणुकीच्या संबंधी सर्व वादांची चौकशी आणि निर्णय फक्त सर्वोच्च न्यायालयाने केला पाहिजे; त्याचा निर्णय अंतिम असतो. सर्वोच्च न्यायालयाने उपराष्ट्रपतींच्या निवडणुकीला रद्द ठरविले, तर अशा निर्णयापूर्वी उपराष्ट्रपतींनी केलेली कार्ये रद्द होतात. **राष्ट्रपती** किंवा त्यांच्याद्वारे नियुक्त एखादी व्यक्ती उपराष्ट्रपतींना त्यांच्या पदाची शपथ देतात.

अटी

संविधान उपराष्ट्रपती पदावर काही विशिष्ट अटी लागू करते. त्या खालीलप्रमाणे आहेत:

१. ते **खासदार किंवा आमदार नसले** पाहिजेत**; जर** अशी व्यक्ती उपराष्ट्रपती म्हणून निवडून येत असेल तर, तिचे संबंधित सदनातील स्थान रिक्त झाल्याचे मानले जाते.

२. त्यांच्याकडे ला**भाचे** कोणते**ही पद असू नये**.

३. त्यांना **संसदेने निर्धारित** केल्याप्रमाणे काही वेतन, भत्ता आणि विशेषाधिकार मिळतात**; ते त्यांच्या** कार्यालयीन कालावधीत कमी केले जाऊ शकत नाहीत.

उपराष्ट्रपती राज्यसभेच्या अध्यक्षांच्या नात्याने आपला पगार मिळवतात. सध्या, राज्यसभेच्या अध्यक्षांचा पगार दरमहा १.२५लाख रुपये आहे.

कार्यकाळ

उपराष्ट्रपतींचा कार्यकाळ **पाच वर्षे आहे**. उत्तराधिकारी न मिळाल्यास ते पाच वर्षांनंतरही पदावर राहू शकतात. ते इच्छा असल्यास अनेक वेळा **पुन्हा निवडून येण्यास पात्र आहेत**. भारताचे उपराष्ट्रपती आपला राजीनामा राष्ट्रपतीं**ना** सादर **करतात**.

औपचारिक महाभियोग नाही

राष्ट्रपतींप्रमाणे संसद फक्त "घटनेचे **'उल्लंघन" या आधारावर** महाभियोग करून त्यांच्या कार्यकाळाची पाच वर्षे पूर्ण होण्यापूर्वी उपराष्ट्रपतींना पदच्युत करू शकते. राज्यसभेने (लोकसभा नव्हे) उपराष्ट्रपतींना काढण्यासाठी संपूर्ण बहुमताद्वारे एक ठराव संमत केला आणि लोकसभेने त्याचे समर्थन केले, तरच उपराष्ट्रपतींविरोधात महाभियोग पूर्ण होतो. राज्यसभा उपराष्ट्रपतींना अशा प्रस्तावाची किमान १४ दिवसांची आगाऊ सूचना देऊन त्यांच्याविरुद्ध महाभियोग सुरू करू शकते. उपराष्ट्रपतींना पदच्युत करण्यासाठी घटनेत कुठलेच कारण निर्दिष्ट केलेले नाही.

कार्यकाल समाप्ती

उपराष्ट्रपतींचे कार्यालय तेव्हा रिक्त होते, जेव्हा

(१) त्यांची पाच वर्षांची मुदत समाप्त होते.

(२) ते आपल्या पदाचा राजीनामा देतात.

(३) त्यांना काढले जाते.

(४) ते मरण पावतात.

(५) इतर बाबतीत, जसे सर्वोच्च न्यायालय त्यांची निवडणूक रद्द जाहीर करते.

विद्यमान उपराष्ट्रपतींची पाच वर्षाची मुदत संपण्याआधी त्यांचा उत्तराधिकारी निवडून येणे आवश्यक आहे. इतर बाबतीत, जसे राजीनामा, महाभियोग, मृत्यू किंवा इतर बाबतीत, पद रिक्त झाल्याच्या **तारखेनंतर शक्य तितक्या लवकर** ते भरणे आवश्यक आहे.

अधिकार आणि जबाबदाऱ्या

उपराष्ट्रपतींचे दोन महत्त्वाचे अधिकार आणि जबाबदाऱ्या खालीलप्रमाणे आहेत:

१. ते **राज्यसभेचे पदसिद्ध अध्यक्ष** म्हणून काम करतात. ते राज्यसभेचे पीठासीन अधिकारी आहेत, पण ते **राज्यसभेचे सदस्य नसतात. त्यांना** राज्यसभेत मतदान करण्याचा **अधिकार नसतो**.

२. ते **भारताचे राष्ट्रपती म्हणून काम करतात,** जेव्हा

   (१) राष्ट्रपतींचे पद राजीनामा, महाभियोग, मृत्यू आणि इतर प्रकरणांमध्ये रिक्त होते. राष्ट्रपतीपद रिक्त होण्याच्या घटनेच्या तारखेपासून सहा महिन्यांच्या आत भरणे आवश्यक असल्याने ते हंगामी राष्ट्रपती म्हणून **जास्तीत जास्त सहा महिन्यांच्या कालावधीसाठी** काम करू शकतात.

   (२) राष्ट्रपती **अनुपस्थित आहेत**, आजारी आहेत किंवा इतर कोणतेही कारण आहे.

जेव्हा उपराष्ट्रपती राष्ट्रपती म्हणून काम करतात किंवा कार्यवाही करतात, तेव्हा

१. त्यांना राष्ट्रपतींचे सर्व अधिकार, कार्ये आणि सुरक्षाहमी मिळाल्याचे गृहीत धरले जाते.

२. राज्यसभेचे उपाध्यक्ष राज्यसभेचे अध्यक्ष म्हणून काम करतात.

तक्ता १२.१

भारतीय उपराष्ट्रपतींची यादी

अ.क्र.	नाव	मुदत
१.	डॉ. सर्वपल्ली राधाकृष्णन	१३ मे १९५२-१२ मे १९५७ १३ मे १९५७-१२ मे १९६२
२.	डॉ. झाकिर हुसैन	१३ मे १९६२-१२ मे १९६७
३.	श्री वराहगिरी वेंकट गिरी	१३ मे १९६७-३ मे १९६९
४.	श्री गोपाल स्वरूप पाठक	३१ ऑगस्ट १९६९-३० ऑगस्ट १९७४
५.	श्री बासप्पा दानप्पा जत्ती	३१ ऑगस्ट १९७४-३० ऑगस्ट १९७९
६.	श्री एम हिदायतुल्ला	३१ ऑगस्ट १९७९-३० ऑगस्ट १९८४
७.	श्री आर वेंकटरामन	३१ ऑगस्ट १९८४-२४ जुलै १९८७
८.	डॉ. शंकर दयाळ शर्मा	३ सप्टेंबर १९८७-२४ जुलै १९९२
९.	श्री के. आर. नारायणन	२१ ऑगस्ट १९९२-२४ जुलै १९९७
१०.	श्री कृष्ण कांत	२१ ऑगस्ट १९९७-२७ जुलै २००२
११.	श्री भैरोसिंह शेखावत	१९ ऑगस्ट २००२-२१ जुलै २००७
१२.	श्री मोहम्मद हमीद अन्सारी	११ ऑगस्ट २००७ – पदासीन

१३

प्रकरण

राज्यपाल

राज्यपाल, मुख्यमंत्री, मंत्री परिषद आणि राज्य ॲडव्होकेट जनरल हे सर्व राज्य कार्यकारी मंडळाचे भाग आहेत. भाग सहाव्यात कलम १५३ ते १६७ राज्य कार्यकारी मंडळाचे विविध पैलू समाविष्ट करतात. राज्य कार्यकारी मंडळाचे मुख्य कार्य राज्य विधानमंडळाद्वारे अधिनियमित कायद्यांची आणि काही बाबतीत संसदेच्या कायद्यांचीदेखील अंमलबजावणी करणे हे आहे.

कलम १५३ सांगते की, प्रत्येक राज्यासाठी एक राज्यपाल असतील. राज्यघटना राज्यपालांना राज्यस्तरीय लोकशाही राजकीय प्रणालीमध्ये सर्वोच्च, प्रतिष्ठित व सन्मान्य पद देते. राज्यपाल आपल्या राज्यात **दुहेरी भूमिका निभावतात**, ती खालीलप्रमाणे आहेत,

१. राज्यपाल राज्याचे **'मुख्य कार्यकारी प्रमुख'** म्हणून काम करतात. तथापि, शासनाच्या संसदीय स्वरूपानुसार, वास्तविक प्रमुख मुख्यमंत्री आणि मंत्री परिषद असल्याने, देशात राष्ट्रपतींप्रमाणेच तेदेखील राज्यातील एक घटनात्मक किंवा नाममात्र किंवा नामधारी प्रमुख आहेत.

२. राज्यपाल राज्य सरकारमध्ये **केंद्र सरकारचे प्रतिनिधी किंवा नामनिर्देशित** म्हणून काम करतात.

पात्रता

राज्यघटना राज्यपालांसाठी **फक्त दोन पात्रता** सांगते. त्या खालीलप्रमाणे आहेत:

१. ते **भारतीय नागरिक** असावेत.

२. त्यांचे वय **किमान ३५ वर्षे असावे**.

याबरोबरच काटेकोरपणे पालन होत नसलेले दोन **संकेतदेखील आहेत**. ते पुढीलप्रमाणे आहेत:

१. राज्यपाल एखाद्या **दुसऱ्या राज्यातले किंवा केंद्रशासित प्रदेशातले** असावेत, **अर्थात**, कोणाही व्यक्तीची तिच्या स्वत:च्या निवासी राज्याचे राज्यपाल म्हणून नियुक्ती केली जाणार नाही.

२. राज्याच्या राज्यपालांची नियुक्ती करण्यापूर्वी राष्ट्रपतींनी संबंधित राज्याच्या **मुख्यमंत्र्यांसोबत सल्लामसलत** करणे आवश्यक आहे.

नियुक्ती

राज्यपाल निवडून येत नाहीत, **पण ते राष्ट्रपतींतर्फे त्यांच्या मुद्रांकित आदेशाद्वारे (वॉरंट) नियुक्त केले जातात**. पण अमेरिकेत राज्यांचे राज्यपाल लोकांद्वारे थेट निवडून येतात; अशा प्रकारे, तेथे राज्यपाल किंवा गव्हर्नर हे फेडरल सरकारचे एक प्रतिनिधी किंवा नामनिर्देशित नसतात.

मूळ संविधानात दिलेल्या माहितीनुसार, प्रत्येक राज्यात एक राज्यपाल असणे आवश्यक आहे; पण ७ वा घटनादुरुस्ती कायदा १९५६ अन्वये, राष्ट्रपतींमार्फत **एका व्यक्तीची दोन किंवा अधिक राज्यांचे राज्यपाल म्हणून नियुक्ती होण्याची तरतूद** आहे. **संबंधित उच्च न्यायालयाचे मुख्य** न्यायाधीश व त्यांच्या अनुपस्थितीत उच्च न्यायालयाचे सर्वांत ज्येष्ठ न्यायाधीश राज्यपालांना **पद आणि गोपनीयतेची शपथ देतात**.

अटी

संविधान राज्यपालांच्या पदावर काही विशिष्ट अटी लागू करते. त्या खालीलप्रमाणे आहेत:

१. ते **खासदार किंवा आमदार नसले** पाहिजेत**; जर** अशी व्यक्ती राज्यपाल म्हणून नियुक्त होत असेल तर, संबंधित सदनातील तिचे स्थान रिक्त झाल्याचे मानले जाते.
२. त्यांच्याकडे ला**भाचे** कोणते**ही पद असू नये**.
३. ते कोणतेही भाडे न देता **राजभवनाचा** (त्यांचे अधिकृत निवासस्थान) वापर करू शकतात.
४. त्यांना **संसदेने (राज्य विधिमंडळाद्वारे नव्हे)** ठरविल्याप्रमाणे काही वेतन, भत्ता आणि विशेषाधिकार प्राप्त होतात**; ते त्यांच्या** कार्यकाळात कमी केले जाऊ शकत नाहीत.

सध्या, राज्यपालांचा पगार दरमहा १.१०लाख रुपये आहे. राष्ट्रपतींप्रमाणे राज्यपालांनादेखील **वैयक्तिक कार्यांसाठी कायद्याच्या सर्व न्यायालयात फौजदारी कारवाईपासून सुरक्षाहमी मिळते**, पण त्यांना वैयक्तिक कार्यांसाठी केल्या जाणाऱ्या दिवाणी कारवाईपासून अशी हमी मिळत नाही. त्यांना त्यांच्या कार्यालयीन कालावधीत **अटक केली जाऊ शकत नाही किंवा तुरुंगात टाकले जाऊ शकत नाही**, आणि ते आपले अधिकार वापरताना व कर्तव्ये बजावताना **कोणत्याही न्यायालयात उत्तरदायी नाहीत**, अर्थात, त्यांच्यावर आपल्या शासकीय जबाबदाऱ्या पार पाडताना **कोणतेही कायदेशीर बंधन नसते**.

कालावधी

राज्यपालांचा कालावधी **पाच वर्षे आहे**. पण तो **अशाश्वत आहे**. दुसऱ्या शब्दांत, **ते राष्ट्रपतींच्या मर्जीनुसार पदग्रहण** करत असल्याने, **ते कोणत्याही वेळी राज्यपालांना काढू शकतात**. संविधानात **राज्यपालांना काढण्यासाठी कोणतेही कारण निर्दिष्ट केलेले नाही**. राज्यपाल **राष्ट्रपतींकडे आपला राजीनामा सादर करतात**.

राज्यपालांना त्यांच्या उर्वरित कालावधीसाठी एका राज्यातून दुसऱ्या **राज्यात स्थानांतरित केले** जाऊ शकते. राज्यपाल त्यांच्या इच्छेनुसार त्याच राज्यात किंवा इतर राज्यात **अनेक वेळा पुनर्नियुक्त होण्यास पात्र आहेत**.

आपल्या कार्यकाळात एखाद्या राज्यपालांचा अचानक मृत्यू झाल्यास, राज्यातील राज्यपालांचे कर्तव्य पूर्ण करण्यासाठी राष्ट्रपती **संबंधित राज्याच्या उच्च न्यायालयाचे मुख्य न्यायमूर्ती** किंवा **इतर राज्याच्या राज्यपालांची** तात्पुरती **नेमणूक करू शकतात**.

अधिकार आणि कार्ये

राष्ट्रपतींप्रमाणेच, राज्यपालांना वैधानिक, कार्यकारी, न्यायिक आणि आर्थिक अधिकार आहेत. पण राज्यपालांना **कोणतेही लष्करी, राजनैतिक व आणीबाणीचे अधिकार नाहीत.**

वैधानिक अधिकार

राज्य विधानमंडळाचा अविभाज्य घटक या नात्याने राज्यपालांना खालील अधिकार आहेत:

१. वेळोवेळी राज्य विधिमंडळाची सत्रे **बोलावणे आणि सत्रसमाप्ती करणे**.
२. प्रत्येक निवडणुकीनंतर नवीन विधानसभेच्या पहिल्या सत्रात आणि प्रत्येक वर्षीच्या पहिल्या सत्रात राज्य विधिमंडळाला संबोधित करणे.
३. मुदतीच्या शेवटी किंवा इतर प्रकरणांमध्ये विधिमंडळ **विसर्जित करणे**.
४. राज्य विधिमंडळाच्या **बिलाबाबत नकाराधिकार वापरणे (विटो)**.
५. एखाद्या बिलासंदर्भात किंवा इतर बाबतीत राज्य विधिमंडळा**त संदेश पाठवणे**.
६. राज्य विधिमंडळाच्या सदनांत **अध्यक्षपदी पीठासीन अधिकारी म्हणून नेमणूक करणे**, जेव्हा अशा एखाद्या पीठासीन अधिकाऱ्याचे (विधानसभेचे अध्यक्ष/उपाध्यक्ष किंवा विधान परिषदेचे सभापती/उपसभापती) पद रिक्त असते.
७. राज्य विधिमंडळासाठी **अँग्लो-इंडियन समुदायातून** एक **सदस्य** आणि **राज्य विधान परिषदेसाठी एक-षष्ठांश सदस्य नामनिर्देशित करणे, जे साहित्य, कला, विज्ञान, सामाजिक सेवा आदि क्षेत्रांत** मान्यवर आहेत.
८. काही बाबतीत भारतीय निवडणूक आयोगाशी सल्लामसलत **करून आमदारांची (विधानसभा आणि विधान परिषद) अपात्रता निर्धारित करणे**.
९. राज्य विधिमंडळासमोर **राज्य** लोकसेवा आयोग, राज्य वित्त आयोग, आणि इतरांचा **वार्षिक अहवाल सादर करणे**.
१०. राज्य विधिमंडळासमोर राज्य सरकारचे **वार्षिक अर्थविधान किंवा बजेट** निर्धारित करणे.
११. जेव्हा राज्य विधिमंडळाचे सत्र चालू नसते तेव्हा **वटहुकूम जारी करणे**.

नकाराधिकार

राज्य विधानमंडळाचे कोणतेही विधेयक जे **राज्यपालांद्वारे राष्ट्रपतींकडे विचारार्थ पाठविण्यात आले आहे, राज्यपाल** किंवा **राष्ट्रपतींची मंजुरी किंवा स्वाक्षरी झाल्याशिवाय कायदा बनू** शकत नाही. म्हणून राज्य विधानमंडळ प्रत्येक विधेयकाला राज्यपालांची मंजुरी मिळाल्यावरच प्रस्तुत करते. राज्य विधानमंडळाद्वारे सादर केलेल्या बिलासंबंधी राज्यपालांजवळ खालील पर्याय असतात:

१. ते त्या विधेयकाला आपली संमती जाहीर करू शकतात.
२. ते त्या विधेयकाला आपली मंजुरी राखून (**संपूर्ण नकाराधिकार**) ठेवू शकतात आणि मग ते विधायक एक कायदा बनू शकत नाही.
३. ते एखादे विधेयक (अर्थ विधेयक वगळता इतर) राज्य विधानमंडळाच्या पुनर्विचारार्थ काही बदल किंवा सुधारणांसमवेत किंवा सुधारणांशिवाय **परत पाठवू (निलंबित (suspensive) नकाराधिकार) शकतात. ते विधेयक विधिमंडळाद्वारे**

सुधारणांशिवाय किंवा सुधारणांसमवेत नव्याने संमत झाल्यास त्या विधेयकास मंजुरी देणे राज्यपालांवर बंधनकारक असते. याचा अर्थ राज्य विधानमंडळ राज्यपालांच्या निलंबन **नकाराधिकाराला रद्दबातल** ठरवू शकते.

४. ते **राष्ट्रपतींच्या विचारार्थ कोणतेही विधेयक राखून ठेवू शकतात** आणि त्या विधेयकावर राष्ट्रपतींचे म्हणणे अंतिम असते.

राज्यपाल एखाद्या अर्थ **विधेयकास** आपली मंजुरी देऊ शकतात किंवा त्याला राखून ठेवू शकतात **पण ते त्याला** राज्य विधानमंडळात पुनर्विचारार्थ परत पाठवू **शकत नाहीत, कारण** असे विधेयक राज्य विधानमंडळात फक्त त्यांच्या अग्रीम शिफारशीच्या आधारेच आलेले असते.

वटहुकूम जारी करण्याचा अधिकार

राज्यपालांचा सर्वांत महत्त्वाचा अधिकार म्हणजे वटहुकूम जारी करण्याचा अधिकार. संविधानाच्या कलम २१३नुसार, राज्यपालांना आपल्या **कालावधीत कोणत्याही वेळी** वटहुकूम लागू करण्याचा **किंवा मागे घेण्याचा अधिकार आहे.** असे तेव्हाच केले जाते जेव्हा विधिमंडळाला सुट्टी असते. म्हणजेच, राज्य विधिमंडळा**चे कोणतेही एका सभागृहाचे किंवा दोन्ही सभागृहांचे (द्विसदनीय विधिमंडळ असल्यास) सत्र सुरू नसेल अशा वेळी मंत्री परिषदेच्या शिफारशीनुरूप राज्यपाल असे करू शकतात**. विधिमंडळात सदस्य पुन्हा एकत्र झाल्यावर **सहा आठवड्यांच्या** आत वटहुकूम मंजूर किंवा नामंजूर होणे आवश्यक आहे; अन्यथा तो कालबाह्य होतो. विधिमंडळाच्या मान्यतेशिवाय **वटहुकुमाचे कमाल आयुष्य सहा महिने आणि सहा आठवडे असते. काही बाबतीत राज्यपालांना वटहुकूम लागू करण्यासाठी राष्ट्रपतींच्या निर्देशांची गरज असते.**

कार्यकारी अधिकार

संविधानाच्या कलम १५४नुसार, **'राज्यातील सर्व कार्यकारी अधिकार राज्यपालांमध्ये निहित आहेत'**. पण राज्यपाल आपले कार्यकारी अधिकार (विवेकाधिकार वगळता) **केवळ मुख्यमंत्र्यांच्या अध्यक्षतेखाली असलेल्या मंत्री परिषदेच्या मदतीने आणि तिच्या सल्ल्यानुसारच वापरतात**.

राज्यपालांचे महत्त्वाचे कार्यकारी अधिकार खालीलप्रमाणे आहेत:

१. ते **राज्याचे घटनात्मक प्रमुख** आहेत.

२. राज्य सरकार आपली सर्व कार्ये राज्यपालांच्या नावाने करते.

३. ते मुख्यमंत्र्**यांसमवेत सर्व मंत्र्यांची नेमणूक करतात**, आणि ते त्यांच्या मर्जीने पदग्रहण **करतात**.

४. ते राज्य ॲडव्होकेट जनरल, राज्य निवडणूक आयुक्त, राज्य लोकसेवा आयोग आणि राज्य वित्त आयोगाचे सदस्य आणि अध्यक्ष आणि इतरांची **नियुक्ती** करतात.

५. ते **राष्ट्रपतींना राज्यामध्ये राष्ट्रपती राजवट लागू करण्याची शिफारस करू शकतात**; **राष्ट्रपती राजवटी**दरम्यान, ते राष्ट्रपतींच्या **वतीने कार्यकारी अधिकार धारण करतात**.

६. ते मुख्यमंत्र्यांकडून राज्य सरकारची कोणतीही **प्रशासकीय किंवा वैधानिक** प्रस्तावासंबंधी माहिती मिळवू शकतात.

७. ते **राज्यातील विद्यापीठांचे कुलपती** म्हणून काम करतात; या नात्याने, ते **या विद्यापीठांच्या कुलगुरूंची नेमणूक करतात** आणि त्यांना राज्यातील विद्यापीठांमधील व्यवहारांची तपासणी किंवा चौकशी करायचा थेट अधिकार आहे.

८. ते राज्य सरकारचा व्यवहार सुरळीतपणे चालवा म्हणून नियम बनवू शकतात आणि मंत्र्यांमध्ये संबंधित कार्ये वितरित करू शकतात.

न्यायालयीन अधिकार

राज्यपालांचे महत्त्वाचे न्यायालयीन अधिकार खालीलप्रमाणे आहेत:

१. संबंधित उच्च न्यायालयाचे मुख्य न्यायाधीश आणि इतर न्यायाधीशांची नियुक्ती करताना **राष्ट्रपती त्यांचा सल्ला घेतात**.
२. ते उच्च न्यायालयाच्या सल्ल्याने **उच्च न्यायालयाच्या निम्नस्तरीय न्यायालयांच्या न्यायाधीशांची नेमणूक** करतात.
३. ते **राज्य कायद्या**विरुद्ध न्यायालयाने दोषी ठरवलेल्या आणि शिक्षा सुनावलेल्या व्यक्तीला **क्षमा मंजूर** करू शकतात.

क्षमा करण्याचे अधिकार

न्यायालयीन त्रुटींना रद्दबातल करण्यासाठी, भारतीय संविधानाने राज्यपालांकडे क्षमा करायचा अधिकार दिलेला आहे. ते राज्य कायद्याविरुद्ध न्यायालयाने दोषी ठरवलेल्या आणि शिक्षा मिळालेल्या एखाद्या व्यक्तीला क्षमा करू शकतात, शिक्षा शिथिल करू शकतात, त्या शिक्षेला स्थगिती देऊ शकतात आणि त्या शिक्षेला तहकुबी देऊ शकतात. हा कार्यकारी अधिकार असून, तो न्यायपालिकेपासून स्वतंत्र आहे. त्यामुळे, कोणी व्यक्ती हक्काची बाब म्हणून राज्यपालांकडे क्षमा करण्याची अपील करू शकत नाही. **राज्यपालांना मृत्युदंडाला क्षमा करायचा अधिकार नाही, पण ते त्याला निलंबित, स्थगित किंवा शिथिल करू शकतात**. एखादा राज्य कायदा कोणत्याही गुन्ह्यासाठी फाशी देण्याला मंजुरी देत असला **तरी अशी फाशी माफ करण्याचा अधिकार राष्ट्रपतींकडे असतो**, राज्यपालांकडे नाही. **राज्यपालांना लष्करी न्यायालयाने दिलेल्या शिक्षेला कोणत्याही प्रकारची माफी मंजूर करण्याचा अधिकार नाही**.

आर्थिक अधिकार

राज्यपालांचे महत्त्वाचे आर्थिक अधिकार खालीलप्रमाणे आहेत:

१. ते राज्य विधिमंडळात **बजेट** किंवा वार्षिक अर्थविधान निर्धारित करतात.
२. राज्य विधिमंडळात अर्थ विधेयक सादर करण्यासाठी त्यांची पूर्व **शिफारस असणे** आवश्यक आहे.
३. **राज्याच्या आकस्मिक निधीमधील** पैसे वापरण्यासाठी **त्यांची मंजुरी** घेणे आवश्यक आहे.
४. त्यांच्या पूर्व शिफारशीशिवाय, राज्य विधिमंडळात **अनुदानाची मागणी केली जाऊ शकत नाही**.
५. ते **प्रत्येक पाच वर्षानंतर राज्य वित्त आयोगाचे गठन करतात, जो** राज्य सरकार **आणि स्थानिक स्वराज्य संस्थांदरम्यान महसुलाचे वितरण निर्धारित करते**.

येथे हे नमूद केले पाहिजे, की संसदीय प्रणालीनुसार राज्यपाल राज्याचे **नाममात्र प्रमुख आहेत**. वर चर्चा केलेले राज्यपालांचे बहुतेक अधिकार **केवळ मंत्री परिषदेच्या मदत आणि सल्ल्यानुसार वापरले जातात. मंत्री परिषदेचे प्रमुख असलेले** मुख्यमंत्री वास्तविक कार्यकारी असतात. राज्यपालांद्वारे केलेली कामे (त्यांच्या विवेकाधिकार वगळता) मंत्री परिषदेच्या मदत आणि सल्ल्याशिवाय **बेकायदेशीर किंवा घटनाबाह्य असतात. तथापि, राष्ट्रपतींप्रमाणे राज्यपाल राज्य मंत्री परिषदेच्या सल्ल्याला बांधील नाहीत**.

राज्यपालांचे विवेकाधीन अधिकार

विवेकाधीन अधिकारांचा अर्थ राज्यपाल एखाद्या बाबीवर आपला विवेक **वापरून मंत्री परिषदेच्या कोणत्याही मदत आणि सल्ल्याशिवाय** कार्य करू शकतात, असा आहे. ती बाब त्यांच्या विवेकाधीन अधिकाराच्या अंतर्गत येते किंवा नाही, या बाबतीत राज्यपालांचा निर्णय अंतिम असतो. राज्यपालांकडे **घटनात्मक** विवेकाधीन आणि **प्रसंगनिष्ठ** विवेकाधीन **अधिकार असतात**.

राज्यपाल खालील बाबतीत आपले घटनात्मक अधिकार वापरतात:

१. राज्यात **राष्ट्रपती राजवट लागू** करण्यासाठी राष्ट्रपतींकडे शिफारस करणे.
२. **राष्ट्रपतीच्या विचारार्थ विधेयक आरक्षित ठेवणे**.
३. **निलंबित केंद्रशासित प्रदेशाचे** प्रशासक म्हणून आपले कार्य करण्याच्या बाबतीत, त्यांना मुख्यमंत्र्यांकडून राज्य सरकारच्या कोणत्याही प्रशासकीय किंवा वैधानिक प्रस्तावासंबंधी माहिती मिळविण्याचा अधिकार आहे.

राज्यपाल खालील बाबतीत आपले प्रसंगनिष्ठ अधिकार वापरतात:

१. मुख्यमंत्र्यांची नियुक्ती करण्यासाठी; जेव्हा **मुख्यमंत्र्यांचा अचानक मृत्यू होतो** आणि तिथे कुठलाच वारसदार नसतो किंवा विधानसभेमध्ये सरकार बनविण्यासाठी **कुठल्याच राजकीय पक्षाला स्पष्ट बहुमत नसते**.
२. **राज्य सरकार बरखास्त** करण्यासाठी, जेव्हा ते **विधानसभेत विश्वास सिद्ध करण्यात अपयशी ठरते. अर्थात अशा प्रसंगी राज्यपाल आपल्या मर्जीने सरकार बरखास्त करतात किंवा करत नाहीत**.
३. सरकार **बहुमत गमावते तेव्हा विधानसभा विसर्जित करण्यासाठी. अर्थात असे करणे त्यांच्यावर बंधनकारक नाही**.

या विवेकाधीन अधिकारांशिवाय, राज्यपालांचे त्या भागात महत्त्वाचे अधिकार आणि कार्ये असतात ज्या भागांना विशेष दर्जा मिळालेला आहे, उदाहरणार्थ, हैदराबाद-कर्नाटक प्रदेश.

१४

प्रकरण

पंतप्रधान

शासनाच्या संसदीय स्वरूपानुसार, भारताचे पंतप्रधान ***वास्तविक* किंवा खरे कार्यकारी अधिकारी किंवा केंद्रीय सरकारचे प्रमुख असतात, आणि भारताचे राष्ट्रपती** नाममात्र किंवा नामधारी किंवा औपचारिक प्रमुख असतात. राष्ट्रपती भारताचे प्रतीक आहेत आणि पंतप्रधान भारताचे **सर्वोच्च राजकीय नेते**. (तक्ता क्र.१४.१मध्ये भारताच्या पंतप्रधानांची यादी देण्यात आलेली आहे.)

पंतप्रधानांची नियुक्ती

राज्यघटना पंतप्रधानांच्या **निवड आणि नियुक्तीच्या पद्धतीचे** सविस्तर स्पष्टीकरण **देत नाही**. कलम ७५ सांगते, **'पंतप्रधानांची नियुक्ती राष्ट्रपतींतर्फे केली जाईल आणि ते राष्ट्रपतींच्या मर्जीने पदग्रहण करतील.'** याचा अर्थ असा अजिबात नाही की राष्ट्रपती आपल्या लहरीने आणि मर्जीप्रमाणे पंतप्रधानांची नियुक्ती करू शकतील किंवा त्यांना काढू शकतील.

संसदीय शासन प्रणालीनुसार, राष्ट्रपती **लोकसभेत बहुमत प्राप्त केलेल्या पक्षाच्या नेत्याची पंतप्रधान म्हणून नियुक्ती करतात** आणि नंतर त्यांना **एक महिन्याच्या आत लोकसभेत 'विश्वास मत' जिंकण्यासाठी सांगतात**. अर्थात, येथे बहुमत मिळवलेला पक्ष म्हणजे असा पक्ष किंवा आघाडी, ज्याला लोकसभेत २७२ किंवा त्यापेक्षा अधिक जागा मिळाल्या आहेत आणि 'विश्वासमता'चा अर्थ लोकसभेच्या २७२ सदस्यांनी पंतप्रधानांना आपला पाठिंबा जाहीर करणे आणि त्याची पुष्टी करणे.

जर कोणत्याही पक्षाला लोकसभेत स्पष्ट बहुमत मिळाले नाही, तर राष्ट्रपती आपला अधिकार वापरून **सर्वांत मोठ्या पक्षाच्या किंवा आघाडी पक्षाच्या नेत्याची** लोकसभेत पंतप्रधान म्हणून नियुक्ती करतात. त्यानंतर, नियुक्त पंतप्रधान एक महिन्याच्या आत लोकसभेत 'विश्वास मत' प्राप्त करण्यास अपयशी ठरले तर ते पंतप्रधान म्हणून कार्य करण्याचे थांबवतात. म्हणूनच चरणसिंग (१९७९मध्ये), अटलबिहारी वाजपेयी (१९९६मध्ये) आणि काही इतर जणांची पंतप्रधानपदाची कारकिर्द अल्प ठरली होती. पदावर असताना पंतप्रधानांचा अचानक मृत्यू झाला तरीदेखील राष्ट्रपती आपल्या विवेकाधिकाराचा वापर करून नवीन पंतप्रधान नियुक्त करतात.

संविधानानुसार, **पंतप्रधान लोकसभेचे किंवा राज्यसभेचे सदस्य असू शकतात**. माजी पंतप्रधान डॉ. मनमोहन सिंग हे राज्यसभेतील खासदार होते. लोकसभेचा किंवा राज्यसभेचा सदस्य नसलेली एखादी व्यक्ती **फक्त सहा महिन्यांच्या कालावधीसाठी पंतप्रधान होऊ शकते**.

संसदेचा सदस्य नसलेली व्यक्ती पंतप्रधान म्हणून तेव्हाच नेमली जाऊ शकते, जेव्हा तिला लोकसभेतील सर्वांत मोठा पक्ष समर्थन करीत असेल, **पण अशा व्यक्तीला सहा महिन्यांच्या आत संसद सदस्य बनावे लागते, अन्यथा तिला** पदच्युत केले जाते. **राष्ट्रपती** पंतप्रधानांना पद आणि गोपनीयतेची शपथ देतात.

मुदत आणि निष्कासन

पंतप्रधानांसाठी कोणतीही निश्चित मुदत नसते. लोकसभेची मुदत पाच वर्षे आहे, त्यामुळे पंतप्रधान पाच वर्षांपेक्षा अधिक वर्षे पद धारण करू शकत नाही. त्यामुळे, असा निष्कर्ष काढला जाऊ शकतो, की पंतप्रधान जास्तीत जास्त पाच वर्षांच्या कालावधीसाठी आपल्या पदावर राहू शकतात; त्यानंतर, त्यांना नव्याने निवडून येऊन लोकसभेसाठी नवीन जनादेश प्राप्त करणे आवश्यक आहे.

पंतप्रधान राष्ट्रपतींच्या मर्जीनुसार आपल्या पदावर राहतात, पण जितका **वेळ त्यांना लोकसभेत बहुमताने समर्थन मिळत असेल, तोपर्यंत राष्ट्रपची त्यांना काढू शकत नाहीत**. पंतप्रधानांनी **लोकसभेत विश्वास मत गमावले, तर त्यांना** राजीनामा द्यावा लागतो किंवा राष्ट्रपती त्यांना निलंबित करू शकतात. पंतप्रधान आपल्या इच्छेनुसार **अनेक वेळा पुन्हा नियुक्त होण्यास** पात्र आहेत. राजीनामा देण्याच्या बाबतीत, पंतप्रधान राष्ट्रपतींना तो सादर करतात.

पंतप्रधानांचा पगार आणि भत्त्याचा **निर्णय संसद घेते**. सध्या, पंतप्रधानांचा पगार दरमहा १.६लाख रुपये आहे. मात्र राष्ट्रपती व राज्यपालांप्रमाणे, **पंतप्रधानांना** फौजदारी आणि दिवाणी कारवाईविरुद्ध **कोणतीही घटनात्मक सुरक्षाहमी मिळत नाही**.

अधिकार आणि कर्तव्ये

पंतप्रधानांचे अधिकार आणि कर्तव्ये खालीलप्रमाणे आहेत:

१. ते एखाद्या व्यक्तीची मंत्री म्हणून नेमणूक करायला **किंवा काढून टाकायला राष्ट्रपतींकडे** शिफारस करू शकतात.
२. ते **केंद्रीय मंत्री परिषदेचे प्रमुख आहेत**. या नात्याने, त्यांना मंत्री परिषदेची देखरेख, मार्गदर्शन, नियंत्रण, निर्देशन आणि समन्वय करण्याचा अधिकार आहे.
३. ते **मंत्री परिषदेच्या बैठकीचे अध्यक्ष असतात** आणि सर्व निर्णयांमध्ये महत्त्वाची भूमिका निभावतात.
४. ते मंत्र्यांमध्ये विविध विभागांचे **वितरण आणि पुनर्वितरण करतात**.
५. मतभेद असल्यास ते कोणत्याही वेळी एखाद्या **मंत्र्याला राजीनामा देण्यास सांगू शकतात** किंवा त्याला मंत्री म्हणून काढून टाकण्यास राष्ट्रपतींना सल्ला देऊ शकतात.
६. पंतप्रधानांचे निधन झाल्यास किंवा त्यांनी आपल्या पदाचा राजीनामा दिल्यास, **मंत्रिमंडळ आपोआप विसर्जित होते आणि** सर्व मंत्री आपले अधिकार व पद गमावतात.
७. ते राष्ट्रपती आणि मंत्रिमंडळामध्ये **संवादाचा मुख्य दुवा** असतात.
८. राष्ट्रपती आपल्या सर्व अधिकारांचा (विवेकाधीन अधिकार वगळता) वापर **केवळ** पंतप्रधानांच्या नेतृत्वाखाली **असलेल्या** मंत्रिमंडळाद्वारे दिलेल्या **मदत आणि सल्ल्यानुसार करतात**.
९. ते **लोकसभेचे नेते असतात**. या नात्याने, ते वेळोवेळी राष्ट्रपतींना संसदेचे सत्र बोलावायचा, सत्रसमाप्तीचा आणि लोकसभा विसर्जित करायचा सल्ला देतात.
१०. ते **नीती आयोग**, राष्ट्रीय एकात्मता परिषद, राष्ट्रीय विकास परिषद, आंतर-राज्य परिषद आणि राष्ट्रीय जल संसाधन परिषदेचे अध्यक्ष असतात.
११. ते **परराष्ट्र धोरणासमवेत** आपल्या **राष्ट्राच्या एकूण विकास धोरणांत** एक अतिशय महत्त्वाची भूमिका बजावतात.
१२. ते **राष्ट्रीय स्तरावर आपत्ती व्यवस्थापन यंत्रणेचे** प्रमुख आणि **केंद्र सरकारचे मुख्य प्रवक्ते असतात**.

पंतप्रधान आपल्या देशाचे नेते आहेत. ते आपल्या राजकीय - प्रशासकीय प्रणालीमध्ये सर्वांत प्रभावशाली व्यक्ती आहेत. म्हणूनच शासनाच्या संसदीय स्वरूपाला **'पंतप्रधानपदाचे सरकार'** असेदेखील संबोधले आहे.

पंतप्रधानांचे वर्णन म्हणूनच खालीलप्रमाणे केले गेले आहे:

- ‘सरकार देशाची मालक आहे आणि पंतप्रधान सरकारचा मालक आहे’ – एच आर जी ग्रीव्हज.
- ‘मिणमिणत्या ताऱ्यांत चंद्र’ – सर विल्यम वेर्नर.
- ‘कॅबिनेटच्या कमानीची प्रमुख शिला,’ – लॉर्ड मोर्ले.
- ‘संविधानाची प्रमुख शिला’.
- ‘तो एक सूर्य आहे, आणि इतर ग्रह त्याच्या भोवती फिरतात’- जेनिंग्स.
- ‘पंतप्रधान मंत्री परिषदेची निर्मिती, जीवन आणि मृत्यूचे केंद्र आहे’

तक्ता क्र. १४.१

भारतीय पंतप्रधानांची यादी

अ.क्र.	नाव	कालावधी	राजकीय पक्ष	एकूण कालावधी
१.	जवाहरलाल नेहरू	१५ ऑगस्ट १९४७-२७ मे १९६४	काँग्रेस	१६ वर्ष २८६ दिवस
	गुलझारीलाल नंदा *	२७ मे १९६४-९ जून १९६४	काँग्रेस	१३ दिवस
२.	लाल बहादूर शास्त्री	९ जून १९६४-११ जाने. १९६६	काँग्रेस	१ वर्ष २१६ दिवस
	गुलझारीलाल नंदा *	जाने १९६६-२४ जाने १९६६	काँग्रेस	१३ दिवस
३.	इंदिरा गांधी	२४ जाने १९६६-२४ मार्च १९७७	काँग्रेस	११ वर्षे, ५९ दिवस
४.	मोरारजी देसाई	२४ मार्च १९७७-२८ जुलै, १९७९	जनता पक्ष	२ वर्षे, १२६ दिवस
५.	चरणसिंग	२८ जुलै १९७९-१४ जानेवारी १९८०	जनता पक्ष	१७० दिवस
३.	इंदिरा गांधी	१४ जानेवारी १९८०-३१ ऑक्टोबर १९८४	काँग्रेस	४ वर्षे २९१ दिवस
६.	राजीव गांधी	३१ ऑक्टोबर १९८४-२ डिसेंबर १९८९	काँग्रेस	५ वर्ष, ३२ दिवस
७.	विश्वनाथ प्रताप सिंग	२ डिसेंबर १९८९-१० नोव्हेंबर १९९०	जनता दल	३४२ दिवस
८.	चन्द्रशेखर	१० नोव्हेंबर १९९०-२१ जून १९९१	समाजवादी जनता पक्ष	२२३ दिवस
९.	नरसिंह राव	२१ जून १९९१-१६ मे १९९६	काँग्रेस	४ वर्षे ३३० दिवस
१०.	अटलबिहारी वाजपेयी	१६ मे १९९६-१ जून १९९६	भाजप	१३ दिवस
११.	एच डी देवेगौडा	१ जून १९९६-२१ एप्रिल १९९७	जनता दल	३२४ दिवस
१२.	इंद्रकुमार गुजराल	२१ एप्रिल १९९७-१९ मार्च १९९८	जनता दल	३३२ दिवस
१०.	अटलबिहारी वाजपेयी	१९ मार्च १९९८-२२ मे २००४	भाजप	६ वर्ष ६४ दिवस
१३.	मनमोहन सिंग	२२ मे २००४-२६ मे २०१४	काँग्रेस	१० वर्षे, ४ दिवस
१४.	नरेंद्र मोदी	२६ मे २०१४-पदासीन	भाजप	

१५

प्रकरण

मुख्यमंत्री

शासनाच्या संसदीय प्रणालीनुसार, एक राज्याचा मुख्यमंत्री (CM) ***वास्तविक* किंवा खरा कार्यकारी अधिकारी किंवा राज्य प्रमुख आहे, मात्र त्याचे** नाममात्र किंवा नामधारी किंवा औपचारिक प्रमुख राज्यपाल असतात. राज्य पातळीवर राज्यपाल राज्याचे प्रतीक आणि मुख्यमंत्री सर्वोच्च राजकीय नेते असतात.

मुख्यमंत्र्यांची नियुक्ती

राज्यघटना मुख्यमंत्र्यांची **निवड आणि नियुक्तीच्या प्रक्रियेचे** सविस्तर स्पष्टीकरण **देत नाही**. कलम १६४ सांगते, 'मुख्यमंत्र्यांची **नियुक्ती राज्यपालांद्वारे केली जाते आणि ते राज्यपालांच्या मर्जीने पदग्रहण करतात.**' याचा अर्थ असा अजिबात नाही, की राज्यपाल आपल्या लहरीने आणि मर्जीने मुख्यमंत्र्यांची नियुक्ती करू शकतात किंवा त्यांना काढू शकतात.

राज्यपाल **विधानसभेत बहुमत प्राप्त झालेल्या पक्षाच्या नेत्याची** मुख्यमंत्री **म्हणून नियुक्ती करतात** आणि नंतर त्यांना **एक महिन्याच्या आत विधानसभेत 'विश्वास मत' जिंकण्यासाठी सांगतात**.

जर कोणताही पक्ष विधानसभेत स्पष्ट बहुमत मिळवत नसेल, तर राज्यपाल आपला विवेकाधीन अधिकार वापरून **सर्वांत मोठ्या पक्षाच्या किंवा आघाडी पक्षाच्या नेत्याची विधान**सभेत मुख्यमंत्री म्हणून नियुक्ती करतात. त्यानंतर, नियुक्त मुख्यमंत्री एक महिन्याच्या आत विधानसभेत 'विश्वास मत' प्राप्त करण्यास अपयशी ठरले तर ते मुख्यमंत्री म्हणून कार्य करण्याचे थांबवतात. पदावर असताना मुख्यमंत्र्यांचा अचानक मृत्यू झाला, तरीदेखील राज्यपाल आपल्या विवेकाधीन अधिकाराअंतर्गत नवीन मुख्यमंत्री नियुक्त करतात.

संविधानानुसार, मुख्यमंत्री **विधानसभेचा किंवा विधान परिषदेचा सदस्य असू शकतो**. विधानसभेचा सदस्य नसलेली एखादी व्यक्ती **फक्त सहा महिन्यांच्या कालावधीसाठी** मुख्यमंत्री **होऊ शकते**.

विधानसभेचा सदस्य नसलेली व्यक्ती राज्यपालांद्वारे तेव्हाच मुख्यमंत्री म्हणून नेमली जाऊ शकते, जेव्हा तिला विधानसभेतील बहुमत मिळालेला पक्ष समर्थन करतो. **पण अशा व्यक्तीला सहा महिन्यांच्या आत विधानसभेचा सदस्य व्हावे लागते, नाहीतर तिला** मुख्यमंत्री पदावरून काढले जाते. **राज्यपाल** मुख्यमंत्र्यांना पद आणि गोपनीयतेची शपथ देतात.

मुदत आणि निष्कासन

संविधानाने **मुख्यमंत्र्यांकरिता कोणतीही निश्चित मुदत ठरवलेली नाही**. विधानसभेची मुदत पाच वर्षे आहे, त्यामुळे **मुख्यमंत्री** पाच वर्षांपेक्षा अधिक वर्षे पद धारण करू शकत नाहीत. त्यामुळे, **मुख्यमंत्री** जास्तीत जास्त पाच वर्षांच्या कालावधीसाठी आपल्या पदावर राहू शकतो, असे म्हणता येईल. त्यानंतर मात्र त्यांना नव्याने निवडून येऊन विधानसभेसाठी एक नवीन जनादेश प्राप्त करणे आवश्यक आहे.

मुख्यमंत्री राज्यपालांच्या मर्जीनुसार पदावर कार्यरत असतात, पण जोपर्यंत **विधानसभेत बहुमताचे समर्थन मिळत आहे तोपर्यंत राज्यपाल त्यांना काढू शकत नाहीत. मुख्यमंत्र्यांनी विश्वासमत गमावले, तर त्यांनी** राजीनामा दिला पाहिजे, अन्यथा राज्यपाल त्यांना निलंबित करू शकतात. **मुख्यमंत्री** आपल्या इच्छेनुसार **अनेक वेळा पुन्हा नियुक्त होण्यास** पात्र आहेत. ते राज्यपालांकडे आपला राजीनामा सुपूर्त करतात.

संबंधित राज्य विधानमंडळ मुख्यमंत्र्यांचा पगार आणि भत्त्याबाबत **निर्णय घेते**. सध्या, **मुख्यमंत्र्यांचा** पगार विविध राज्यांनुसार दरवर्षी १लाख ते १२लाख रुपये आहे. राष्ट्रपती व राज्यपालांप्रमाणे, **मुख्यमंत्र्यांना** फौजदारी आणि दिवाणी कारवाईविरुद्ध **कोणतीही घटनात्मक सुरक्षाहमी मिळत नाही**.

अधिकार आणि कर्तव्ये

मुख्यमंत्र्याचे खालील अधिकार आणि कार्ये आहेत:

१. ते एखाद्या व्यक्तीची मंत्री म्हणून नेमणूक करायला **आणि काढून टाकायला राज्यपालांकडे** शिफारस करू शकतात.
२. ते **राज्य मंत्री परिषदेचे प्रमुख आहेत**. या नात्याने त्यांना मंत्री परिषदेची देखरेख, मार्गदर्शन, नियंत्रण, निर्देशन आणि समन्वय करण्याचा अधिकार आहे.
३. ते **मंत्री परिषदेच्या बैठकीचे अध्यक्ष असतात** आणि सर्व निर्णयांमध्ये महत्त्वाची भूमिका बजावतात.
४. ते मंत्र्यांमध्ये विविध विभागांचे **वितरण आणि पुनर्वितरण करतात**.
५. मतभेद असल्यास ते कोणत्याही वेळी एखाद्या **मंत्र्याला राजीनामा देण्यास सांगू शकतात** किंवा त्याला मंत्री म्हणून काढून टाकण्यास राज्यपालांना सल्ला देऊ शकतात.
६. **मुख्यमंत्र्यां**चे निधन झाल्यास किंवा त्यांनी आपल्या पदाचा राजीनामा दिल्यास, **मंत्रिमंडळ आपोआप बरखास्त होते, आणि** सर्व मंत्री आपले अधिकार व पद गमावतात.
७. ते राज्यपाल आणि मंत्रिमंडळामध्ये **संवादाचा मुख्य दुवा** असतात.
८. राज्यपाल आपल्या सर्व अधिकारांचा (विवेकाधीन अधिकार वगळता) वापर **केवळ मुख्यमंत्र्यां**च्या नेतृत्वाखाली **असलेल्या** मंत्रिमंडळाद्वारे सादर केलेल्या **मदत आणि सल्ल्यानुसार करतात**.
९. ते राज्य नियोजन मंडळाचे अध्यक्ष असतात.
१०. ते **नीती आयोग**, राष्ट्रीय एकात्मता परिषद, राष्ट्रीय विकास परिषद, आंतर-राज्य परिषदेचे एक सदस्य असतात, ज्यांचे अध्यक्ष पंतप्रधान आहेत.
११. रोटेशनच्या आधारावर ते एक वर्षाच्या कालावधीसाठी संबंधित **विभागीय परिषदेचे एक उपाध्यक्ष म्हणून काम करतात**.

१२. ते **विधानसभेचे नेते असतात**. या नात्याने, ते वेळोवेळी राज्यपालांना विधानसभेचे सत्र बोलावायचा, सत्रसमाप्तीचा आणि विधानसभा विसर्जित करायचा सल्ला देतात.

१३. ते आपल्या राज्याच्या **एकूण विकास धोरणांत** अतिशय महत्त्वाची भूमिका बजावतात.

१४. ते **राज्य स्तरावर आपत्ती व्यवस्थापन यंत्रणेचे** राजकीय प्रमुख असतात आणि **राज्य सरकारचे प्रमुख प्रवक्ते असतात**.

मुख्यमंत्री संबंधित राज्यातील नेते असतात. ते राज्यस्तरीय राजकीय-प्रशासकीय प्रणालीत सर्वांत प्रभावशाली व्यक्ती ठरतात.

१६

प्रकरण

केंद्रीय मंत्री परिषद

शासनाच्या संसदीय प्रणालीनुसार पंतप्रधान यांच्या अध्यक्षतेखाली केंद्रीय मंत्री परिषद वास्तविक कार्यकारी **अधिकारी आहे, जिचे** नाममात्र किंवा नामधारी प्रमुख राष्ट्रपती असतात. केंद्रीय मंत्री परिषद केंद्र सरकारमधील **एक घटनात्मक संस्था आहे, ज्यात पंतप्रधानांसमवेत सर्व मंत्री सहभागी असतात**.

कलम ७४ सांगते, '**राष्ट्रपतींना** मदत आणि **सल्ला देण्यासाठी** पंतप्रधा**नांच्या नेतृत्वाखाली** मंत्री **परिषद असेल आणि या सल्ल्यानुसार राष्ट्रपती वागतील. या** स**ल्ल्याची** कोणत्याही न्यायालयात चौकशी केली जाणार नाही.'

दुसऱ्या शब्दांत, संविधानाने जरी केंद्र सरकारचे सर्व कार्यकारी अधिकार राष्ट्रपतींना दिले आहेत, तरी प्रत्यक्षात हे सर्व अधिकार त्यांच्या नावाने पंतप्रधान यांच्या नेतृत्वाखाली असलेल्या मंत्री परिषदेला प्राप्त आहेत. मंत्री परिषद **लोकसभेला सामुदायिकपणे जबाबदार असते, पण** राज्यसभेला नाही.

मंत्री परिषदेची नियुक्ती

संविधानाचे कलम ७४ आणि ७५ केंद्रीय मंत्रिमंडळाच्या विविध पैलूंविषयी विवेचन करतात. कलम ७५नुसार, 'पंतप्रधान राष्ट्रपतींतर्फे नियुक्त केले जातील आणि इतर **मंत्री पंतप्रधानांच्या सल्ल्याने राष्ट्रपतींतर्फे नियुक्त केले जातील.'** याचा अर्थ असा की, ज्यांची **पंतप्रधानांनी शिफारस केली आहे, त्यांचीच राष्ट्रपती मंत्री म्हणून नेमणूक करतात**.

पंतप्रधानांसमवेत मंत्री परिषदेची एकूण सदस्य संख्या **लोकसभेच्या एकूण सदस्य संख्येच्या १५ टक्क्यांपेक्षा अधिक असू शकत नाही**. त्यामुळे, केंद्रीय मंत्र्यांची संख्या सुमारे ८० असणे आवश्यक आहे.

संविधानानुसार एखादा मंत्री **लोकसभेचा किंवा राज्यसभेचा सदस्य** असू शकतो, पण त्याच्यासह मंत्री परिषद **केवळ लोकसभेला जबाबदार असते**. एखादी व्यक्ती **संसद सदस्य नसताना फक्त सहा महिन्यांच्या कालावधीसाठी** मंत्री होऊ शकते. **संसदेचा** सदस्य नसलेल्या एखाद्याची किंवा काही जणांची पंतप्रधानांच्या शिफारशीवर राष्ट्रपतींतर्फे मंत्री म्हणून नियुक्ती होऊ शकते, परंतु अशा व्यक्तीने **सहा महिन्यांच्या आत संसद सदस्य बनले पाहिजे**, नाहीतर ती मंत्री म्हणून अपात्र ठरते.

एखादा मंत्री एका सभागृहाचा सदस्य असताना, दुसऱ्या सभागृहात चर्चेत सहभागी होऊ शकतो. **पण त्या सभागृहाच्या मतदानात तो सहभागी होऊ शकत नाही. राष्ट्रपती मंत्री परिषदेला पद आणि गोपनीयतेची शपथ देतात**. संविधानानुसार, **मंत्रिमंडळाकरिता कोणताही निश्चित कालावधी नसतो**. मंत्री परिषद राष्ट्रपतींच्या मर्जीनुसार आपल्या पदावर राहू शकते. मंत्री आपला राजीनामा **राष्ट्रपतींनाच सादर करतात**. मंत्री परिषदेच्या पगाराचा आणि भत्त्याचा **निर्णय संसद घेते**.

मंत्री परिषदेच्या जबाबदाऱ्या

या जबाबदाऱ्या दोन प्रकारच्या आहेत:

१. **सामूहिक जबाबदारी:**
कलम ७५ सांगते, की केंद्रीय मंत्री परिषदेची **लोकसभेप्रति सामुदायिक जबाबदारी असते. आपल्या शासनाच्या संसदीय स्वरूपाचा पायाच असा आहे**, ज्यात **कार्यकारी मंडळ विधानमंडळाला जबाबदार असते**. हे मंत्रिमंडळ असे मंडळ आहे ज्याला लोकसभेत बहुमत किंवा विश्वास मिळालेला आहे; त्यामुळे त्यांच्या सर्व कृत्यांसाठी मंत्री परिषद लोकसभेला एकत्रितपणे जबाबदार असते, मग ती राज्यसभेशी संबंधित असो किंवा लोकसभेशी. **विश्वास प्रस्ताव मंत्री** परिषदे**चा** विश्वास पडताळण्यासाठी लोकसभेचे एक साधन आहे. ही सामूहिक जबाबदारी सुचवते की

(१) ही **सर्व मंत्रिमंडळाची संयुक्त जबाबदारी आहे, ज्याच्या** अंतर्गत प्रत्येक मंत्री इतर मंत्र्याच्या कृत्याची जबाबदारी घेतो, मग ती कृती त्याच्या आवडीची असो किंवा नसो. एका मंत्र्याला इतर मंत्र्यांच्या कार्याचे समर्थन करणे आणि पाठिंबा देणे अनिवार्य आहे.

(२) सर्व मंत्री **एक संघ किंवा एक युनिट म्हणून काम करतात**. सर्व मंत्री एकत्र **पोहतात आणि एकत्रच बुडतात**. याचा अर्थ असा की ते एकत्र पदावर राहतात किंवा एकत्रच आपले पद गमावतात. लोकसभेत मंत्री परिषदेविरुद्ध अविश्वास प्रस्ताव संमत झाल्यास **पंतप्रधानांसमवेत सर्व मंत्र्यांना राजीनामा द्यावा लागतो** आणि पंतप्रधान राष्ट्रपतींना लोकसभा विसर्जित करायचा सल्ला देतात.

२. **वैयक्तिक जबाबदारी:**
कलम ७५नुसार, मंत्री राष्ट्रपतींच्या मर्जीनुसार पद धारण करतात. जर एक मंत्री इतर मंत्र्यांसोबत असलेले मतभेद मिटवण्यात अपयशी ठरला, तर **तो राजीनामा देऊ शकतो किंवा पंतप्रधान राष्ट्रपतींना त्याला काढून टाकण्याचा सल्ला देतात**. याचा अर्थ जेव्हा मंत्रिमंडळाला लोकसभेत विश्वास मिळालेला आहे तेव्हा राष्ट्रपती पंतप्रधानांच्या सल्ल्यावर एखाद्या मंत्र्याला काढू शकतात. अशा प्रकारे, पंतप्रधान लोकसभेत मंत्रिमंडळाची सामूहिक जबाबदारी मिळण्याची हमी देतात.

राष्ट्रपतींना मंत्री परिषदेची मदत आणि सल्ला

संविधानात म्हटल्यानुसार, राष्ट्रपती **केवळ** पंतप्रधान आणि **केंद्रीय मंत्री परिषदेद्वारे सादर केलेल्या सल्ल्यानुसार आणि मदतीनुसारच कृती करू शकतात**. या कक्षेबाहेर राष्ट्रपतींचे कार्य किंवा निर्णय (त्यांच्या विवेकाधीन अधिकाराचा वापर वगळता) **बेकायदेशीर किंवा घटनाबाह्य ठरतात**. तथापि, राष्ट्रपतींना मंत्रिमंडळाला एखाद्या बाबीवर त्यांना मिळालेल्या **सल्ल्याबाबत फेरविचार करायला सांगण्याचा अधिकार आहे**. पण पुनर्विचार केल्यानंतर मंत्रिमंडळ कोणत्याही बदलासमवेत किंवा बदल न करता त्याच विषयावर मदत आणि सल्ला देत असेल, तर **राष्ट्रपतींना त्यास आपली मंजुरी देण्याशिवाय पर्याय नसतो**. याचा अर्थ असादेखील आहे, की राष्ट्रपती फेरविचार करण्यासाठी मंत्री परिषदेला फक्त एकदाच विचारू शकतात, त्यापेक्षा अधिक वेळा नाही.

मंत्री परिषदेची रचना

सर्व केंद्रीय मंत्री समान दर्जाचे नसतात. त्यांचे अधिकार, दर्जा आणि पदाच्या महत्त्वाच्या आधारे मंत्रिमंडळाला तीन श्रेणींत विभागले आहे. त्या खालीलप्रमाणे आहेत:

१. **कॅबिनेट मंत्री:** हे मंत्री केंद्र सरकारमध्ये **एक किंवा अधिक महत्त्वाच्या खात्याचे प्रमुख असतात**, जसे गृह, अर्थ, कृषी, संरक्षण आणि इतर. ते **कॅबिनेट किंवा मंत्रिमंडळाचा भाग असतात** आणि त्याच्या बैठकींना उपस्थित राहतात.

२. **राज्यमंत्री: हे** मंत्री एखाद्या **खात्याचे स्वतंत्र प्रमुख असू शकतात, किंवा ते कॅबिनेट मंत्र्यांना संलग्न असू शकतात. त्यांना** कॅबिनेट मंत्र्यांच्या अधिपत्याखाली एखाद्या विभागाचा किंवा विशिष्ट कामाचा प्रभार दिला जाऊ शकतो. हे मंत्री **मंत्रिमंडळाचे सदस्य नसतात, आणि** आमंत्रणाशिवाय बैठकीला उपस्थित राहू शकत नाहीत.

३. **उपमंत्री: या मंत्र्यांना मंत्रालय/विभागाचा स्वतंत्र प्रभार नसतो**. त्यांना **कॅबिनेट मंत्री किंवा राज्यमंत्र्यांसोबत संलग्न केले जाते आणि ते त्यांना** प्रशासकीय आणि संसदीय कार्यात **मदत करतात**. हे मंत्री **कॅबिनेट सदस्य नसतात** आणि त्याच्या बैठकांना उपस्थित राहू शकत नाहीत.

'संसदीय सचिव' मंत्री परिषदेच्या शेवटच्या स्तरातील असतात. ते कोणत्याही विभागाचे **प्रमुख नसतात**, पण ज्येष्ठ नेत्यांना त्यांच्या **संसदीय कार्यात** मदत करतात. **तथापि, १९६७पासून**, राजीव गांधी सरकार वगळता कोणत्याही सरकारमध्ये **संसदीय सचिवाची नियुक्ती करण्यात आलेली नाही**.

उपपंतप्रधान हे कॅबिनेटचा एक भाग असतात आणि बहुदा त्यांची नेमणूक राजकीय कारणांस्तव केली जाते. त्यांना पंतप्रधानांसारखे कोणतेही विशेषाधिकार किंवा घटनात्मक पद मिळत नाही. भारताचे पहिले उपपंतप्रधान सरदार वल्लभभाई पटेल होते. पंतप्रधान या सर्व मंत्र्यांच्या वर असतात आणि मंत्रिमंडळाचे प्रमुख असतात.

केंद्रीय मंत्रिमंडळ

केंद्रीय मंत्रिमंडळ किंवा कॅबिनेट **पंतप्रधानांसमवेत** केंद्र सरकारच्या **कॅबिनेट दर्जाच्या सर्व मंत्र्यांनी मिळून** बनलेले असते. ते **पंतप्रधानांच्या नेतृत्वाखाली असते. कलम** ३५२ ने केलेल्या व्याख्येनुसार ते **घटनात्मक अंग आहे**. सामान्यतः, त्यात सुमारे १५-२० सदस्यांचा समावेश असतो. केंद्रीय मंत्रिमंडळ आपल्या राजकीय-प्रशासनिक प्रणालीमध्ये सर्वांत **शक्तिशाली, सर्वाधिक निर्णय घेणारी, धोरणे बनविणारी आणि सर्वोच्च अधिकार प्राप्त संस्था आहे**. राष्ट्रपतींना मंत्रिमंडळाचा सल्ला घेणे **बंधनकारक असते**. कॅबिनेट आपल्या देशातील मुख्य आपत्ती निवारण व्यवस्थापक असल्याने **आणीबाणीच्या परिस्थितीचे व्यवस्थापन करण्यात महत्त्वाची भूमिका निभावते**. ते सर्व प्रकारच्या उच्च पातळीवरील सरकारी आणि घटनात्मक नियुक्त्या करते. केंद्र सरकारचे प्रशासन मंत्रिमंडळाच्या आधारे **समन्वयीत होते. आपली कार्ये** सहजतेने आणि प्रभावी रीतीने चालविण्यासाठी मंत्रिमंडळात विविध समित्या असतात, उदा. तदर्थ समित्या आणि स्थायी समित्या उदा. राजकीय व्यवहार समिती, आर्थिक व्यवहार समिती आणि इतर समित्या.

किचन कॅबिनेट (Kitchen Cabinet)

हे **अनौपचारिक असते, ज्यात पंतप्रधान आणि त्यांचे २-४ प्रभावी सहकारी, मित्र, कुटुंबातील सदस्य आणि नातेवाईक समाविष्ट असतात, जे** पंतप्रधानांच्या फार जवळ असतात. हे लोक पंतप्रधानांना सल्ला देतात आणि त्यांची कर्तव्ये पार पाडण्यात मदत करतात.

शॅडो कॅबिनेट किंवा समांतर मंत्रिमंडळ (Shadow Cabinet)

समांतर मंत्रिमंडळ **भारतात अस्तित्वात नाही**. ते ब्रिटनमध्ये अस्तित्वात आहे. या प्रणालीमध्ये **प्रत्येक मंत्र्याकरिता विरोधी पक्षाचा एक समांतर 'मंत्री' असतो**. शॅडो कॅबिनेट मंत्रिमंडळाला एक पर्याय पुरवते.

१७

प्रकरण

राज्य मंत्री परिषद

कलम १६३ सांगते, '**राज्यपालांना** मदत आणि **सल्ला देण्यासाठी मुख्यमंत्र्यांच्या नेतृत्वाखाली** मंत्री **परिषद असेल. राज्यपाल तिच्या** सल्ल्यानुसार **कामकाज पाहतील. राज्यपालांना** मंत्रि**मंडळाद्वारे** दिल्या **गेलेल्या सल्ल्याची** कोणत्याही न्यायालयात चौकशी केली जाणार नाही.'

दुसऱ्या शब्दांत, संविधानाने जरी राज्य सरकारचे सर्व कार्यकारी अधिकार राज्यपालांना दिले आहेत, तरी प्रत्यक्षात हे सर्व अधिकार त्यांच्या नावाने मुख्यमंत्री यांच्या अध्यक्षतेखाली काम करणाऱ्या मंत्री परिषदेला प्राप्त आहेत. मंत्री परिषद **विधानसभेला सामुदायिकपणे जबाबदार आहे, पण** विधान परिषदेला नाही.

मंत्री परिषदेची नियुक्ती

संविधानाचे कलम १६३ आणि १६४ राज्य मंत्रिमंडळाच्या विविध पैलूंविषयी विवेचन करतात. कलम १६४नुसार, 'मुख्यमंत्री राज्यपालांद्वारे नियुक्त केले जातील आणि इतर **मंत्री मुख्यमंत्र्यांच्या सल्ल्याने राज्यपालांद्वारे नियुक्त केले जातील.'** याचा अर्थ मुख्यमंत्र्यांनी ज्यांची **शिफारस केली आहे त्यांचीच राज्यपाल मंत्री म्हणून नेमणूक करतात**.

मुख्यमंत्र्यांसमवेत मंत्री परिषदेची एकूण सदस्य संख्या **विधानसभेच्या एकूण सदस्य संख्येच्या १५ टक्क्यांपेक्षा अधिक असू शकत नाही.**

संविधानानुसार एखादा मंत्री **विधानसभेचा किंवा विधान परिषदेचा सदस्य** असू शकतो, पण मंत्री परिषद केवळ **विधानसभेला जबाबदार असते.** एखादी व्यक्ती **राज्य विधानसभेची सदस्य नसल्यास फक्त सहा महिन्यांच्या कालावधीसाठी** मंत्री होऊ शकते. **विधानसभेचा** सदस्य नसलेली व्यक्ती मुख्यमंत्र्यांच्या शिफारशीच्या आधारे राज्यपालांद्वारे एक मंत्री म्हणून नियुक्त केली जाऊ शकते, परंतु अशा व्यक्तीने **सहा महिन्यांच्या आत विधानसभेचा सदस्य बनले पाहिजे**, नाहीतर ती मंत्रिपदावर राहू शकत नाही.

एखादा मंत्री एका सभागृहाचा सदस्य असताना, दुसऱ्या सभागृहात चर्चेत सहभागी होऊ शकतो. **पण त्या सभागृहाच्या मतदानात तो सहभागी होऊ शकत नाही**

राज्यपाल मंत्री परिषदेला पद आणि गोपनीयतेची शपथ देतात. संविधानानुसार **मंत्रिमंडळाकरिता कोणताही निश्चित कालावधी नाही**. मंत्रिमंडळ राज्यपालांच्या मर्जीनुसार आपल्या पदावर राहू शकते. मंत्री आपला राजीनामा राज्यपालांना **सादर करतात**. **राज्य विधानसभा** मंत्री परिषदेच्या पगार आणि भत्त्यांबाबत **निर्णय घेते**.

मंत्री परिषदेच्या जबाबदाऱ्या

मंत्रिमंडळाच्या जबाबदाऱ्या दोन प्रकारच्या आहेत. त्या खालीलप्रमाणे आहेत:

१. **सामूहिक जबाबदारी:**
कलम १६४ सांगते, की राज्य मंत्री परिषदेची **विधानसभेप्रति सामूहिक जबाबदारी असते. आपल्या शासनाच्या संसदीय स्वरूपाचा पायाच असा आहे**, ज्यात **कार्यकारी मंडळ विधानमंडळाला जबाबदार असते**. हे मंत्रिमंडळ असे मंडळ आहे ज्याला विधानसभेत बहुमत किंवा विश्वास मिळालेला आहे; त्यामुळे त्यांच्या सर्व कृत्यांसाठी मंत्री परिषद विधानसभेला एकत्रितपणे जबाबदार असते, मग ती विधानसभेशी संबंधित असो किंवा विधान परिषदेशी. **विश्वास प्रस्ताव मंत्री** परिषदे**चा** विश्वास पडताळण्यासाठी विधानसभेचे एक साधन आहे.
ही सामूहिक जबाबदारी सुचवते की,

(१) ही **सर्व मंत्रिमंडळाची संयुक्त जबाबदारी आहे, ज्याच्या** अंतर्गत प्रत्येक मंत्री इतर मंत्र्याच्या कृत्याची जबाबदारी घेतो, मग ती कृती त्याच्या आवडीची असो किंवा नसो. एका मंत्र्याला इतर मंत्र्यांच्या कार्याचे समर्थन करणे आणि पाठिंबा देणे अनिवार्य आहे.

(२) सर्व मंत्री **एक संघ किंवा एक युनिट म्हणून काम करतात**. सर्व मंत्री एकत्र **पोहतात आणि एकत्रच बुडतात**. याचा अर्थ असा की ते एकत्र पदावर राहतात किंवा एकत्रच आपले पद गमावतात. विधानसभेत मंत्री परिषदेविरुद्ध अविश्वास प्रस्ताव संमत झाल्यास **मुख्यमंत्र्यांसमवेत सर्व मंत्र्यांना राजीनामा द्यावा लागतो** आणि मुख्यमंत्री राज्यपालांना लोकसभा विसर्जित करायचा सल्ला देतात.

२. **वैयक्तिक जबाबदारी:**
कलम १६४नुसार, मंत्री राज्यपालांच्या मर्जीनुसार पद धारण करतात. जर एक मंत्री इतर मंत्र्यांसोबत असलेले मतभेद मिटवण्यात अपयशी ठरला, तर **तो राजीनामा देऊ शकतो किंवा मुख्यमंत्री राज्यपालांना त्याला काढून टाकण्याचा सल्ला देतात**. याचा अर्थ जेव्हा मंत्रिमंडळाला विधानसभेत विश्वास मिळालेला आहे तेव्हा राज्यपाल मुख्यमंत्र्यांच्या सल्ल्यावर एखाद्या मंत्र्याला काढू शकतात. अशा प्रकारे, मुख्यमंत्री विधानसभेत मंत्रिमंडळाची सामूहिक जबाबदारी मिळण्याची हमी देतात.

राज्यपालांना मंत्री परिषदेची मदत आणि सल्ला

संविधानात म्हटल्यानुसार, राज्यपाल **केवळ** मुख्यमंत्री आणि **राज्य मंत्री परिषदेद्वारे सादर केलेल्या सल्ल्यानुसार आणि मदतीनुसारच कृती करू शकतात**. या कक्षेबाहेर राज्यपालांचे कार्य किंवा निर्णय (त्यांच्या विवेकाधीन अधिकाराचा वापर वगळता) **बेकायदेशीर किंवा घटनाबाह्य ठरतात**. तथापि, राष्ट्रपतींप्रमाणे राज्यपाल मंत्रिमंडळाला एखाद्या बाबीवर त्यांना दिलेल्या **सल्ल्याबद्दल बांधील नसतात.**

मंत्री परिषदेची रचना

राज्य सरकारचे सर्व मंत्री समान दर्जाचे नसतात. त्यांचे अधिकार, दर्जा आणि पदाच्या महत्त्वाच्या आधारे मंत्रिमंडळाला तीन श्रेणींत विभागले जाते. त्या खालीलप्रमाणे आहेत:

१. **कॅबिनेट मंत्री:** हे मंत्री राज्य सरकारमध्ये **एक किंवा अधिक महत्त्वाच्या खात्याचे प्रमुख असतात**, जसे की गृह, अर्थ, कृषी आणि इतर. ते **कॅबिनेट** स्थापन करतात आणि त्याच्या बैठकांना उपस्थित राहतात.
२. **राज्यमंत्री: हे** मंत्री **एखादे खाते किंवा विभागाचे स्वतंत्र प्रमुख असू शकतात, किंवा ते कॅबिनेट मंत्र्यांना संलग्न असू शकतात, अर्थात त्यांना** कॅबिनेट मंत्र्यांच्या अधिपत्याखाली एखाद्या विभागाचा किंवा विशिष्ट कामाचा प्रभार दिला जाऊ शकतो. हे मंत्री **मंत्रिमंडळाचे सदस्य नसतात, आणि** आमंत्रणाशिवाय बैठकीला उपस्थित राहू शकत नाहीत.
३. **उपमंत्री: या मंत्र्यांकडे स्वतंत्र प्रभार नसतो**. त्यांना **कॅबिनेट मंत्री किंवा राज्यमंत्र्यांसोबत संलग्न केले जाते आणि ते त्यांना** प्रशासकीय आणि संसदीय कार्यात **मदत करतात**. हे मंत्री **कॅबिनेट सदस्य नसतात** आणि त्याच्या सभांना उपस्थित राहत नाहीत.

उपमुख्यमंत्री राज्य कॅबिनेटचा भाग असतात आणि मुख्यतः त्यांची नेमणूक राजकीय कारणांस्तव केली जाते. त्यांना मुख्यमंत्र्यांसारखे कोणतेही विशेषाधिकार किंवा घटनात्मक पद मिळत नाही. मुख्यमंत्री या सर्व मंत्र्यांच्या वर असतात आणि मंत्रिमंडळाचे प्रमुख असतात.

राज्य मंत्रिमंडळ

राज्य मंत्रिमंडळ **मुख्यमंत्र्यांसमवेत कॅबिनेट दर्जाच्या सर्व मंत्र्यांनी** मिळून बनलेले असते. ते **मुख्यमंत्र्यांच्या नेतृत्वाखाली असते**. ते राज्य पातळीवर सर्वात **शक्तिशाली, सर्वाधिक निर्णय घेणारे, धोरणे बनविणारे आणि सर्वोच्च अधिकार प्राप्त अंग आहे**. राज्यपालांना त्यांचा सल्ला घेणे **बंधनकारक नसते**.

कॅबिनेट राज्यातील मुख्य आपत्ती निवारण व्यवस्थापक असल्याने **आणीबाणीच्या परिस्थितीचे व्यवस्थापन करण्यात महत्त्वाची भूमिका निभावते**. ते सर्व प्रकारच्या उच्च पातळीवरील सरकारी आणि घटनात्मक नियुक्त्या करते. राज्य सरकारचे प्रशासन मंत्रिमंडळाच्या आधारे **समन्वयीत होते. आपली कार्ये** सहजतेने आणि प्रभावी रीतीने चालविण्यासाठी मंत्रिमंडळात विविध समित्या असतात, उदा. तदर्थ समित्या आणि स्थायी समित्या.

१८

प्रकरण

भारताचे महान्यायवादी आणि राज्यांचे महाधिवक्ता

भारतीय महान्यायवादी (ॲटर्नी जनरल)

भारतीय ॲटर्नी जनरल (AGI) हे भारतातील **सर्वोच्च कायदा अधिकारी आहेत**. ते भारताच्या संविधानाच्या कलम ७६ (१) अन्वये **राष्ट्रपतींतर्फे नियुक्त केले जातात**. ते **राष्ट्रपतींच्या मर्जीनुसार आपले पद धारण करतात. त्यांची सर्वोच्च न्यायालयाचे न्यायाधीश म्हणून नेमणूक होण्याची पात्रता असली पाहिजे**. दुसऱ्या शब्दांत, भारतीय ॲटर्नी जनरलची पात्रता आणि सर्वोच्च न्यायालयाच्या न्यायाधीशांची पात्रता समान असायला हवी.

त्यांना **कोणताही ठराविक कालावधी नसतो आणि** ते कारकिर्दीच्या **कोणत्याही टप्प्यावर राष्ट्रपतींतर्फे काढले जाऊ शकतात. ते** राष्ट्रपतींकडे आपला राजीनामा सादर करतात. सहसा **जेव्हा सरकार बदलते, तेव्हा** ते आपल्या पदाचा राजीनामा **देतात. कारण त्यांची नियुक्ती सरकारच्याच सल्ल्यानुसार** केली जाते. त्यांचे वेतन आणि इतर अटी **राष्ट्रपतींतर्फे** निश्चित केल्या जातात.

ॲटर्नी जनरल ही एकमेव अशी व्यक्ती आहे, जी खासदार नसतानाही **संसदेत किंवा तिच्या संयुक्त बैठकीत किंवा संसदीय समितीच्या कोणत्याही कार्यवाहीत भाग घेऊ शकते. पण त्यांना मतदानाचा अधिकार नसतो. त्यांना खासदारांप्रमाणे सर्व विशेषाधिकार आणि सुरक्षाहमी लागू होते**. त्यांना भारताच्या सीमेअंतर्गत **सर्व न्यायालयांत प्रेक्षक बनण्याचा अधिकार आहे**.

ॲटर्नी जनरल **कॅबिनेट मंत्री नसतात**. भारत सरकारच्या कायदेशीर बाबींना एक वेगळा विधि आणि न्याय मंत्री हाताळतो. ॲटर्नी जनरलना भारत सरकारचे सेवक म्हणून मानले जात नाही, म्हणून त्यांना **खासगी कायदेशीर व्यवसाय करायला प्रतिबंध नसतो**.

ॲटर्नी जनरलची महत्त्वाची कर्तव्ये आणि कार्य

ॲटर्नी जनरल **भारत सरकारचे मुख्य कायदा अधिकारी** असतात. साधारणपणे म्हटल्यास, ते भारत सरकारचे एक वकील किंवा **कायदेशीर सल्लागार** असतात. त्यांची खालील कर्तव्ये आणि कार्ये आहेत:

१. ते राष्ट्रपतींनी त्यांना सोपवलेल्या कोणत्याही बाबतीत भारत सरकारला आवश्यक **कायदेशीर सल्ला** देतात.
२. ते **सर्वोच्च न्यायालयात** भारत सरकारचे **प्राथमिक वकील आहेत**. ते भारत सरकारचे **प्राथमिक वकील आहेत**; त्यामुळे ते भारत सरकारच्या वतीने सर्व संबंधित प्रकरणांमध्ये सर्वोच्च न्यायालय तसेच उच्च न्यायालयात हजर राहू शकतात.
३. राष्ट्रपतींनी त्यांच्यावर सोपवलेली इतर कोणतीही कायदेशीर कर्तव्ये पूर्ण करतात.

४. जेव्हा राष्ट्रपती कलम १४३ अन्वये **सर्वोच्च न्यायालयाचा सल्ला घेऊ इच्छितात** तेव्हा ते भारत सरकारचे प्रतिनिधित्व करतात.
५. त्यांना भारत सरकार**विरुद्ध सल्ला दे**ण्यापासून प्रतिबंधित केलेले आहे.

आपले कर्तव्य पार पाडण्यासाठी ॲटर्नी जनरलना सहाय्य करायला दोन सॉलिसिटर जनरल आणि चार अतिरिक्त सॉलिसिटर जनरल असतात. तथापि, या पदांचा घटनेत उल्लेख केलेला नाही.

राज्यांचे महाधिवक्ता (ॲडव्होकेट जनरल)

ॲडव्होकेट जनरल (AGS) राज्यात **सर्वोच्च कायदा अधिकारी असतात**. ते संविधानाच्या कलम १६५ अन्वये **राज्यपालांद्वारे नियुक्त केले जातात**. ते राज्यपालांच्या **मर्जीनुसार आपले पद धारण करतात. त्यांची उच्च न्यायालयाचे न्यायाधीश म्हणून नेमणूक होण्याची पात्रता असली पाहिजे**. दुसऱ्या शब्दांत, राज्याच्या ॲडव्होकेट जनरलची पात्रता आणि उच्च न्यायालयाच्या न्यायाधीशांची पात्रता समान असली पाहिजे.

त्यांना **कोणताही निश्चित कालावधी नसतो आणि** ते **कोणत्याही टप्प्यावर राज्यपालांद्वारे काढले जाऊ शकतात**. ते राज्यपालांना आपला राजीनामा सादर करतात. सहसा, **जेव्हा संबंधित राज्य सरकार बदलते, तेव्हा** ते आपल्या पदाचा राजीनामा **देतात कारण ते सरकारच्याच सल्ल्यानुसार** नियुक्त केले जातात. त्यांचे वेतन आणि इतर अटी **राज्यपालांद्वारे** ठरविल्या जातात.

राज्य विधानसभेचा सदस्य नसून आणि मतदानाचा अधिकार नसूनदेखील ते **एकमेव अशी व्यक्ती आहे जी राज्य विधानसभेच्या किंवा तिच्या समितीच्या कोणत्याही कार्यवाहीत भाग घेऊ शकते. त्यांना आमदारांसारखेच सर्व विशेषाधिकार आणि सुरक्षाहमी मिळायचा** हक्क आहे. त्यांना राज्याच्या **सर्व न्यायालयांत प्रेक्षक होण्याचा अधिकार आहे**.

राज्याचे ॲडव्होकेट जनरल **कॅबिनेट मंत्री नसतात**. राज्य सरकारच्या कायदेशीर बाबींना एक वेगळा विधि आणि न्याय मंत्री हाताळतो. ॲडव्होकेट जनरल राज्य सरकारचे सेवक मानले जात नाहीत, म्हणून त्यांना **खासगी कायदेशीर व्यवसाय करायला प्रतिबंध नसतो.**

ॲडव्होकेट जनरलची महत्त्वाची कर्तव्ये आणि कार्ये

राज्याचे ॲडव्होकेट जनरल **राज्य सरकारचे मुख्य कायदा अधिकारी** आहेत. साधारणपणे म्हटल्यास, ते राज्य सरकारचे एक वकील किंवा **कायदेशीर सल्लागार** असतात. त्यांची खालील कर्तव्ये आणि कार्ये आहेत:

१. ते राज्यपालांनी त्यांच्यावर सोपवलेल्या कोणत्याही बाबतीत राज्य सरकारला आवश्यक **कायदेशीर सल्ला** देतात.
२. ते राज्यपालांनी त्यांच्यावर सोपवलेली इतर कोणतेही कायदेशीर कर्तव्ये पार पाडतात.
३. ते राज्य सरकारचे **प्राथमिक वकील आहेत**; त्यामुळे ते राज्य सरकारच्या वतीने सर्व संबंधित प्रकरणांमध्ये संबंधित उच्च न्यायालयात हजर राहू शकतात.
४. त्यांना **राज्य सरकारविरुद्ध सल्ला दे**ण्यापासून प्रतिबंधित केलेले आहे.

विभाग पाच

सर्वोच्च न्यायालय व उच्च न्यायालये

१९

प्रकरण

सर्वोच्च न्यायालय

भारतात एक **एकात्मिक आणि स्वतंत्र** न्यायव्यवस्था आहे –एकात्मिक, कारण येथे **न्यायालयांची एकच प्रणाली किंवा व्यवस्था** आहे, अर्थात सर्व न्यायालयांना पदानुक्रमांमध्ये लावण्याची व्यवस्था आहे, जसे निम्नस्तरीय न्यायालये, उच्च न्यायालये (HC) आणि सर्वोच्च न्यायालय (SC), जी केंद्रीय कायदे आणि राज्य कायदे अशा दोन्हींची अंमलबजावणी करतात- आणि ती शासनाच्या वैधानिक किंवा कार्यकारी घटकांवर अवलंबून नसल्याने स्वतंत्र आहे. अमेरिकेत न्यायालयांची दुहेरी प्रणाली आहे, ज्यांत केंद्रीय कायदे फेडरल न्यायालयाद्वारे आणि राज्य कायदे राज्यस्तरीय न्यायालयांद्वारे प्रवर्तित होतात.

वर्तमान सर्वोच्च न्यायालय ब्रिटिशकालीन भारतातील फेडरल न्यायालयाचीच आवृत्ती आहे. फेडरल न्यायालय ब्रिटिश सरकारने भारत सरकार कायदा १९३५ अन्वये तयार केले होते. संविधानाच्या भाग पाचव्याची कलमे क्र. १२४-१४७ सर्वोच्च न्यायालयाच्या विविध पैलूंबद्दल आहेत. सर्वोच्च न्यायालय संविधानाचा अंतिम अर्थबोध करणारी आणि **पालक असलेली संस्था आहे**. ते जनतेच्या **मूलभूत हक्कांचे हमीधारकदेखील** आहे. **सर्वोच्च न्यायालय आपल्या देशात अपील करण्यासाठी सर्वोच्च असे न्यायालय आहे.**

मुळात, **सर्वोच्च न्यायालयात** एकूण **आठ न्यायाधीश होते**. सध्या एकूण **३१ न्यायाधीश आहेत, ज्यांत सरन्यायाधीशांचा (CJI)देखील समावेश आहे**. (तक्ता क्र. १९.१ भारताच्या सर्व सरन्यायाधीशांची सूची देतो). **सर्वोच्च न्यायालय नवी दिल्लीत** स्थित आहे.

सर्वोच्च न्यायालयाच्या न्यायाधीशांची नियुक्ती

सर्वोच्च न्यायालयाचे न्यायाधीश म्हणून नियुक्त होण्यासाठी एखाद्या व्यक्तीची पात्रता खालीलप्रमाणे आहे:

१. ते **भारतीय नागरिक** असणे आवश्यक आहे.
२. त्यांनी **पाच वर्षे उच्च न्यायालयाचे न्यायाधीश म्हणून काम केले पाहिजे,**
   किंवा
   ते **१० वर्षे उच्च न्यायालयाचे वकील असले पाहिजेत,**
   किंवा
   राष्ट्रपतींच्या मते ते एक **उत्तम कायदेपंडित** असणे आवश्यक आहे.

या पात्रता वगळता, संविधान इतर कोणत्याही इतर पात्रता लिहून देत नाही, जसे शिक्षण, वयाची मर्यादा आणि इतर.

न्यायाधीशांची नियुक्ती

सरन्यायाधीशांसमवेत सर्वोच्च न्यायालयाच्या न्यायाधीशांची नेमणूक राष्ट्रपती करतात, जी केंद्रीय मंत्रिमंडळाच्या सल्ल्याने केली जाते. सर्वोच्च न्यायालयाने आपल्या तीन निकालांमध्ये सर्वोच्च न्यायालय आणि उच्च न्यायालयाच्या न्यायाधीशांच्या नेमणुकीसाठी 'मंडलीय प्रणाली' (Collegium system) निर्धारित केली आहे. एकत्रितपणे या निकालांना 'तीन न्यायाधीश खटले'(१९८२, १९९३ आणि १९९८) म्हणून ओळखले जाते.

सरन्यायाधीशांच्या नियुक्तीच्या बाबतीत जरुरी वाटल्यास **राष्ट्रपती सर्वोच्च न्यायालय व उच्च न्यायालयाच्या न्यायाधीशांचा सल्ला** घेतात. दुसऱ्या न्यायाधीशांच्या प्रकरणात (१९९३) **सर्वोच्च न्यायालयाच्या** न्यायानुसार आणि संकेतांनुसार, केवळ **सर्वोच्च न्यायालयाच्या सर्वांत वरिष्ठ न्यायाधीशांची सरन्यायाधीश म्हणून नेमणूक केली जाते**.

सर्वोच्च न्यायालयाच्या इतर न्यायाधीशांच्या नियुक्तीच्या बाबतीत राष्ट्रपतींनी **सरन्यायाधीशांचा सल्ला घेणे आवश्यक आहे** आणि गरज भासल्यास ते **सर्वोच्च न्यायालयाच्या** वरिष्ठ **न्यायाधीशांचा** (सहसा चार सर्वांत ज्येष्ठ न्यायाधीश) आणि उच्च **न्यायालयाच्या न्यायाधीशांचा सल्ला घेतात**.

राष्ट्रपती किंवा त्यांनी नियुक्त केलेली व्यक्ती **सर्वोच्च न्यायालयाच्या सर्व न्यायाधीशांना पद आणि गोपनीयतेची शपथ देतात**. संविधानात **सर्वोच्च न्यायालयाच्या न्यायाधीशांसाठी निश्चित कालावधीची तरतूद नाही**. तथापि, ते वयाच्या ६५ वर्षांपर्यंत पदावर राहू शकतात. ते **राष्ट्रपतींकडे राजीनामा सादर करतात**.

सर्वोच्च न्यायालयाच्या न्यायाधीशांचे वेतन, पेन्शन आणि इतर सुविधा **संसदेद्वारे ठरविल्या जातात** आणि त्यांच्या नियुक्तीनंतर, त्यांची गैरसोय होईल अशा प्रकारे त्यांची बदली होऊ शकत नाही. सरन्यायाधीशांचा पगार दरमहा १लाख रुपये आहे आणि इतर न्यायाधीशांचा दरमहा ९०,००० रुपये आहे.

न्यायाधीशांना काढणे

सर्वोच्च न्यायालयाच्या न्यायाधीशांना काढून टाकण्याचा किंवा महाभियोग चालवण्याचा एकमेव आधार फक्त त्यांचे **दुर्वर्तन किंवा असमर्थता सिद्ध करणे हे आहे. संसदेच्या शिफारशीवर राष्ट्रपती सर्वोच्च न्यायालयाच्या न्यायाधीशांना पदावरून काढू शकतात**. महाभियोग प्रक्रिया खालील परिच्छेदात दिलेली आहे:

सर्वोच्च न्यायालयाच्या न्यायाधीशांना काढून टाकण्यासाठी किमान १०० लोकसभा सदस्य किंवा किमान ५० राज्यसभा सदस्य आपापल्या संबंधित सभागृहात प्रक्रिया प्रारंभ करू शकतात; सभापती/अध्यक्ष या प्रस्तावाला दाखल करतील किंवा करणार नाहीत. जर प्रस्ताव दाखल करण्यात आला तर सभापती/अध्यक्ष **सर्वोच्च न्यायालयाच्या** त्या न्यायाधीशांवर लावलेल्या आरोपाच्या चौकशीसाठी तीन सदस्यांची एक समिती बनवतात. यात सरन्यायाधीश किंवा **सर्वोच्च न्यायालयाचे** एक न्यायाधीश, एखाद्या उच्च न्यायालयाचे मुख्य न्यायाधीश आणि एका नामवंत कायदेपंडिताचा समावेश असतो. या समितीला तो न्यायाधीश असमर्थ किंवा दुर्वर्तनी आढळल्यास संसद त्या प्रस्तावाचा विचार करते. प्रत्येक सभागृहांत विशेष बहुमताने प्रस्ताव संमत झाल्यानंतर, संसद संबंधित न्यायाधीशांना काढण्याबाबत राष्ट्रपतींना संबोधित करते. अखेरीस, राष्ट्रपती त्या संबोधनाबरहुकूम आदेश जारी करून त्या न्यायाधीशांना काढून टाकतात. आतापर्यंत **सर्वोच्च न्यायालयाच्या** कोणत्याच न्यायाधीशांना संसदेत महाभियोग चालवून काढण्यात आलेले नाही. स्वतंत्र भारतात प्रथमच संसदेने १९९३मध्ये, **सर्वोच्च न्यायालयाचे** एक माजी न्यायाधीश, व्ही. रामस्वामी यांच्याविरुद्ध महाभियोग कारवाई सुरू केली होती. पण काँग्रेस पक्षाचे खासदार त्यावेळी सभात्याग करून निघून गेल्याने तो महाभियोग लोकसभेद्वारे संमत होऊ शकला नाही.

अधिकारक्षेत्र आणि अधिकार

संविधान **सर्वोच्च न्यायालयाला** अधिक अधिकार आणि विस्तारित कार्यकक्षा निहित करते. अल्लादी कृष्णस्वामी अय्यर याविषयी म्हणतात, 'भारताच्या सर्वोच्च न्यायालयाकडे जगातील इतर कोणत्याही सर्वोच्च न्यायालयापेक्षा अधिक अधिकार आहेत.' **सर्वोच्च न्यायालयाचे** अधिकार आणि कार्यक्षेत्रे याप्रमाणे आहेत:

१. **मूळ अधिकारक्षेत्र:** अपिलाद्वारे नव्हे, **तर पहिल्याच वेळी एखाद्या वादावर** सुनावणी आणि निर्णय घेण्याचा अधिकार. उदा. केंद्र सरकार आणि एक किंवा अधिक राज्य सरकारांमधील वाद, एक किंवा अधिक राज्य सरकारांमधील आपसांतील वाद (जसे आंतरराज्य पाणी तंटा), मूलभूत हक्कांचे उल्लंघन (हा अधिकार उच्च न्यायालयासारखा आहे) आणि राष्ट्रपती व उपराष्ट्रपतींच्या निवडणुकीसंबंधी वाद.

२. **अपिलीय अधिकारक्षेत्र:** कनिष्ठ न्यायालयाने दिलेल्या एखाद्या निकालाचा आढावा घेण्याचा अधिकार किंवा एक नवी सुनावणी मंजूर करण्याचा अधिकार. **सर्वोच्च न्यायालय अपील करण्यासाठी भारतातील सर्वांत उच्च न्यायालय आहे. सर्वोच्च न्यायालयाच्या** अपील करण्याच्या अधिकारक्षेत्रात घटनात्मक, दिवाणी, फौजदारी आणि विशेष अवकाश प्रकरणासंबंधी बाबी समाविष्ट आहेत. कायद्याविषयी विशेष प्रश्न समावेशित असलेले प्रकरण एखाद्या उच्च न्यायालयाद्वारे **सर्वोच्च न्यायालयाकडे पाठवले** जाऊ शकते. लष्करी न्यायाधिकरण आणि कोर्ट मार्शल वगळता कुठल्याही भारतीय न्यायालयात किंवा न्यायाधिकरणाच्या समस्येच्या संबंधात कोणत्याही निकालाबद्दल **सर्वोच्च न्यायालयात अपील करण्यासाठी** एक **विशेष रजेची परवानगी सर्वोच्च न्यायालयेकडे** असते.

३. **जनयाचिका अधिकारक्षेत्र:** संविधानाने **सर्वोच्च न्यायालयाकडे लोकांच्या मुलभूत हक्कांच्या हमीधारकाचे काम** सोपविले असल्याने त्याला कलम ३२ अन्वये आदेश जारी करण्याचा अधिकार मिळालेला आहे. उदा. बंदी प्रत्यक्षीकरण (हेबियस कॉर्पस), वरिष्ठ न्यायालयाने कनिष्ठ न्यायालयास केलेला हुकूम किंवा परमादेश (मेंडेमस), प्रतिबंध, अधिकारपृच्छा (को-वॉरंटो) आणि तक्रारदार लोकांचे संरक्षण आणि मूलभूत हक्क लागू करण्यासाठी कनिष्ठ न्यायालयातील खटल्याच्या कामासंबंधीचे कागदपत्र पुनर्विचारार्थ वरिष्ठ न्यायालयाकडे पाठविण्यासंबंधीचा वरिष्ठ न्यायालयाचा आदेश किंवा प्राकर्षण (सेर्तिओरेरी).

४. **दस्तऐवजांचे न्यायालय:** याचा अर्थ म्हणजे दोन गोष्टी आहेत: प्रथम, **सर्वोच्च न्यायालयाची** कामे, कायदे आणि निर्णय यांचे रेकॉर्ड किंवा दस्तऐवजीकरण केले जाते, आणि हे दस्तऐवज अत्यंत अस्सल मानले जातात आणि आवश्यक असते तेव्हा पुरावा म्हणून वापरले जाऊ शकतात; आणि दुसरा, तर **सर्वोच्च न्यायालयाला केवळ** त्याचा अवमान करणाऱ्यालाच शिक्षा करायचा अधिकार असतो असे नव्हे, तर भारतातील इतर सर्व न्यायालयांच्या अवमानालाबद्दल शिक्षा करायचा अधिकार असतो.

५. **सल्लागार अधिकारक्षेत्र:** कोणत्याही सार्वजनिक महत्त्वाच्या किंवा पूर्व-घटनात्मक विषयासंबंधात कलम १४३ अंतर्गत, राष्ट्रपतींना हवा असेल तेव्हा सल्ला द्यायचा अधिकार.

६. **न्यायिक आढावा: सर्वोच्च न्यायालयाला विधानमंडळांची कृत्ये आणि केंद्र व राज्य सरकार अशा दोन्ही कार्यकारी मंडळांच्या आदेशांची समीक्षा** करून **त्यांच्या संवैधानिक वैधतेचे परीक्षण करण्याचा अधिकार** आहे. जर असे आदेश किंवा कृत्ये संविधानाशी विसंगत आढळली, तर **सर्वोच्च न्यायालय** त्यांना **घटनाबाह्य (*अल्ट्रा-विरेझ*), बेकायदेशीर आणि अवैध** म्हणून जाहीर करू शकते. असे झाल्यास ते आदेश लागू होऊ शकत नाहीत. 'न्यायिक आढावा' असा उल्लेख भारतीय संविधानात कोठेही आढळत नाही. उदाहरणार्थ, माहिती तंत्रज्ञान कायदा २००० च्या कलम ६६A अंतर्गत, जो संसदेचा एक कायदा आहे, फेसबुक, ट्विटर आदि सोशल मीडियावर आक्षेपार्ह टिप्पणी करणाऱ्याला अटक

करण्याचे अधिकार पोलिसांना प्रदान केले आहेत. पण मे २०१५मध्ये सर्वोच्च न्यायालयाने कलम ६६Aला घटनाबाह्य जाहीर केले, कारण त्यामुळे लोकांच्या मूलभूत हक्कांचे (भाषण व अभिव्यक्तीचा अधिकार) उल्लंघन होते. अशा प्रकारे सर्वोच्च न्यायालयाने संविधानाचे श्रेष्ठत्व कायम राखले.

७. **इतर अधिकार:** सर्वोच्च न्यायालयाचे निकाल भारतातील सर्व न्यायालयांवर बांधील असतात. **पण खुद्द** सर्वोच्च न्यायालय **आपल्या निकालाला बांधील नसते**, कारण कलम १३७ ने सर्वोच्च न्यायालयाला स्वत:च्या निकालाचा आढावा घेण्याचा अधिकार बहाल केला आहे. सर्वोच्च न्यायालय उच्च न्यायालयात प्रलंबित असलेल्या प्रकरणांना स्वतःकडे स्थानांतरित करू शकते किंवा दुसऱ्या उच्च न्यायालयाकडे पाठवू शकते. सर्वोच्च न्यायालय स्वतः केलेल्या चौकशीच्या आधारे राष्ट्रपतींकडे **लोकसेवा आयोगाचे सदस्य आणि अध्यक्षांना काढण्याची** शिफारस करू शकते; या संदर्भात अशी शिफारस राष्ट्रपतींवर **बंधनकारक असते**. सर्वोच्च न्यायालय भारतातील सर्व न्यायालये आणि न्यायाधिकरणांवर आपले नियंत्रण ठेवते. सर्वोच्च न्यायालय भारतीय राज्यघटनेची व्याख्या करणारी परम संस्था आहे.

सर्वोच्च न्यायालयाचे स्वातंत्र्य

सर्वोच्च न्यायाल**याला** कोणत्याही प्रभावाशिवाय त्याचे व्यापक अधिकार आणि जबाबदाऱ्या पार पाडण्यासाठी पोषक वातावरण हवे. यासाठी राज्यघटनेने विधानमंडळ आणि कार्यकारी मंडळाच्या हस्तक्षेपापासून त्याला खूप स्वातंत्र्य दिलेले आहे. सर्वोच्च न्यायाल**याच्या** न्यायाधीशांची नेमणूक केंद्रीय मंत्रिमंडळाच्या शिफारशीवरून केली जाते आणि त्यांना संसदेच्या शिफारशीने राष्ट्रपतींतर्फेच काढले जाऊ शकते. अशा प्रकारे, ते कारकिर्दीच्या **सुरक्षिततेची हमी प्राप्त करतात**. पगारासमवेत त्यांच्या सेवा अटी संसदेद्वारे निश्चित केल्या जातात आणि नियुक्ती झाल्यानंतर त्यांचे नुकसान होईल अशा प्रकारे त्या बदलता येऊ शकत नाहीत. त्यांचा खर्च **भारत संचित निधीतून केला जातो;** आणि त्यासाठी संसदेत मतदान घेण्याची गरज नसते. मात्र, सर्वोच्च न्यायाल**याच्या** निवृत्त न्यायाधीशांना कोणत्याही न्यायालयात काम करण्यास **प्रतिबंध** आहे, जेणेकरून त्यांना भविष्यात कोणत्याही वैयक्तिक लाभासाठी कोणत्याही व्यक्तीतर्फे पक्षपाती न्याय करण्यास रोखले जाईल. केंद्र आणि राज्य विधानमंडळांना सर्वोच्च न्यायाल**याच्या** न्यायाधीशांच्या आचाराबद्दल चर्चा करण्यास मनाई आहे. सर्वोच्च न्यायाल**याला** स्वत:चा कर्मचारीवर्ग नेमायचा आणि त्यांच्या सेवा अटी निश्चित करायचा अधिकार आहे. संसद सर्वोच्च न्यायाल**याची अधिकारकक्षा कमी करू शकत नाही**, पण तिला विस्तारू शकते.

राष्ट्रीय न्यायिक नियुक्ती आयोग

उच्च न्यायपालिकांच्या न्यायाधीशांची नियुक्ती करण्यासाठी म्हणून अस्तित्वात असलेल्या 'मंडलीय प्रणाली'मध्ये (कॉलेजियम सिस्टिम) उत्तरदायित्वाचा अभाव असल्याने भारत सरकारने १३ एप्रिल रोजी २०१५ रोजी **ही प्रणाली बदलून राष्ट्रीय न्यायिक नियुक्ती आयोगाची (NJAC) स्थापना केली, ज्याद्वारे** सर्वोच्च न्यायाल**य आणि** उच्च न्यायाल**यांच्या न्यायाधीशांची नियुक्ती आणि बदल्या करता येतात**. यासाठी, सरकारने **९९वा घटनादुरुस्ती कायदा, २०१४** अधिनियमित केला. या कायद्यामुळे भारतीय संविधानात **तीन नवीन कलमे जोडली गेली**. ती खालीलप्रमाणे आहेत:

१. **कलम १२४-अ:** राष्ट्रपती **राष्ट्रीय न्यायिक नियुक्ती आयोगाच्या शिफारसीने** सर्वोच्च न्यायाल**य** आणि उच्च न्यायाल**यांच्या** न्यायाधीशांची नियुक्ती करतील.

२. **कलम १२४-ब: राष्ट्रीय न्यायिक नियुक्ती आयोगाचे हे कर्तव्य आहे, की तो** सर्वोच्च न्यायाल**य आणि** उच्च न्यायाल**यांच्या न्यायाधीशांच्या नियुक्तीसाठी** अशा व्यक्तीची शिफारस करेल जी **आपले कर्तव्ये पार पाडण्यास सक्षम** आहे.

३. **कलम १२४-क:** सर्वोच्च न्यायालय **आणि** उच्च न्यायाल**यांच्या न्यायाधीशांच्या निवड आणि नियुक्तीच्या पद्धतीशी संबंधित कायदे करण्याबद्दल संसदेच्या अधिकाराबद्दल सांगते.**

राष्ट्रीय न्यायिक नियुक्ती आयोगाची संरचना खालीलप्रमाणे आहे:

१. त्याचे अध्यक्ष म्हणून भारताचे सरन्यायाधीश.
२. सर्वोच्च न्यायालयाचे दोन सर्वांत ज्येष्ठ न्यायाधीश.
३. पदसिद्ध सदस्य म्हणून विधि आणि न्याय मंत्री.
४. नामांकित सदस्य म्हणून असे दोन मान्यवर, ज्यांना अशा समितीद्वारे नामांकन मिळाले आहे, जिच्यात सरन्यायाधीश, पंतप्रधान आणि लोकसभेचे विरोधी पक्ष नेते समाविष्ट आहेत. या दोन मान्यवरांपैकी, एक व्यक्ती स्त्री असायला हवी किंवा ती व्यक्ती अनुसूचित जाती, जमाती, इतर मागासवर्गीय किंवा अल्पसंख्याक समाजातील असायला हवी. हे नामांकित सदस्य तीन वर्षांच्या कालावधीसाठी पद धारण करतात आणि पुन्हा उमेदवारीसाठी पात्र नसतात.

न्यायाधीशांच्या नियुक्तीसाठी प्रक्रिया

सरन्यायाधीशांच्या नियुक्तीच्या बाबतीत, राष्ट्रीय न्यायिक नियुक्ती आयोग राष्ट्रपतींकडे सर्वोच्च न्यायालयाच्या सर्वांत वरिष्ठ न्यायाधीशांच्या नावाची शिफारस करतो. यासाठी न्यायाधीशांच्या फक्त वयाचा विचार न करता त्यांच्या ज्ञानाचा आणि तंदुरुस्तीचादेखील विचार केला जातो. सर्वोच्च न्यायालयाच्या इतर न्यायाधीशांच्या नियुक्तीच्या बाबतीत, आयोग त्या व्यक्तीची क्षमता, गुणवत्ता आणि इतर निकषांच्या आधारावर शिफारस करतो, जे नियमांत निर्देशित केले आहेत.

उच्च न्यायालयाच्या मुख्य न्यायाधीशांच्या नियुक्तीच्या बाबतीत, राष्ट्रीय न्यायिक नियुक्ती आयोग राष्ट्रपतींकडे सर्व उच्च न्यायालयांतील सर्वांत ज्येष्ठ न्यायाधीशांच्या नावाची शिफारस करतो. यासाठी, तो क्षमता, गुणवत्ता आणि नियमांत निर्दिष्ट इतर निकषांचा विचार करतो. उच्च न्यायालयाच्या इतर न्यायाधीशांच्या नियुक्तीच्या बाबतीत राष्ट्रीय न्यायिक नियुक्ती आयोग संबंधित उच्च न्यायालयाचे मुख्य न्यायाधीश, राज्यपाल आणि मुख्यमंत्र्यांचे मत घेतो.

तथापि, राष्ट्रीय न्यायिक नियुक्ती आयोगाच्या घटनात्मक वैधतेला काही वकिलांनी सर्वोच्च न्यायालयात आव्हान दिले आहे. सर्वोच्च न्यायालयाचे घटनात्मक खंडपीठ या मुद्द्याचे परीक्षण करीत आहे.

तक्ता क्र. १९.१

भारतीय सरन्यायाधीशांची यादी

अ.क्र.	नाव	कालावधी
१.	एच.जे. कानिया	२६ जानेवारी १९५०-६ नोव्हेंबर १९५१
२.	एम पतंजली शास्त्री	७ नोव्हेंबर १९५१-३ जानेवारी १९५४
३.	मेहर चंद महाजन	४ जानेवारी १९५४-२२ डिसेंबर १९५४
४.	बिजन कुमार मुखर्जी	२३ डिसेंबर १९५४-३१ जानेवारी १९५६
५.	सुधी रंजन दास	१ फेब्रुवारी १९५६-३० सप्टेंबर १९५९
६.	बी.पी. सिन्हा	१ ऑक्टोबर १९५९-३१ जानेवारी १९६४
७.	पी.बी. गजेंद्रगडकर	१ फेब्रुवारी १९६४-१५ मार्च १९६६
८.	अमल कुमार सरकार	१६ मार्च १९६६-२९ जून १९६६

अ.क्र.	नाव	कालावधी
९.	कोका सुब्बाराव	३० जून १९६६-११ एप्रिल १९६७
१०.	कैलास नाथ वांचू	१२ एप्रिल १९६७-२४ १९६८ फेब्रुवारी
११.	मोहम्मद हिदायतुल्ला	२५ फेब्रुवारी १९६८-१६ डिसेंबर १९७०
१२.	जयंतीलाल छोटालाल शाह	१७ डिसेंबर १९७०-२१ जानेवारी १९७१
१३.	सर्व मित्र सिकरी	२२ जानेवारी १९७१-२५ एप्रिल १९७३
१४.	अजित नाथ रे	२६ एप्रिल १९७३-२७ जानेवारी १९७७
१५.	मिर्जा हिदायतुल्ला बेग	२८ जानेवारी १९७७-२१ १९७८ फेब्रुवारी
१६.	वाय.व्ही. चंद्रचूड	२२ फेब्रुवारी १९७८-११ जुलै १९८५
१७.	पी.एन. भगवती	१२ जुलै १९८५-२० डिसेंबर १९८६
१८.	आर.एस. पाठक	२१ डिसेंबर १९८६-१८ जून १९८९
१९.	ई एस वेंकटरामैया	१९ जून १९८९-१७ डिसेंबर १९८९
२०.	सब्यसाची मुखर्जी	१८ डिसेंबर १९८९-२५ सप्टेंबर १९९०
२१.	रंगनाथ मिश्रा	२६ सप्टेंबर १९९०-२४ नोव्हेंबर १९९१
२२.	कमल नारायण सिंग	२५ नोव्हेंबर १९९१-१२ डिसेंबर १९९१
२३.	मधुकर हिरालाल कानिया	१३ डिसेंबर १९९१-१७ नोव्हेंबर १९९२
२४.	ललित मोहन शर्मा	१८ नोव्हेंबर १९९२-११ १९९३ फेब्रुवारी
२५.	एम एन आर वेंकटचलैय्या	१२ फेब्रुवारी १९९३-२४ ऑक्टोबर १९९४
२६.	अझीझ मुशब्बर अहमदी	२५ ऑक्टोबर १९९४-२४ मार्च १९९७
२७.	जगदीश शरण वर्मा	२५ मार्च १९९७-१७ जानेवारी १९९८
२८.	मदन मोहन पंछी	१८ जानेवारी १९९८-९ ऑक्टोबर १९९८
२९.	आदर्श सेन आनंद	१० ऑक्टोबर १९९८-११ जानेवारी २००१
३०.	सॅम पिरोज भरूचा	११ जानेवारी २००१-६ मे २००२
३१.	भूपिंदर नाथ किरपाल	६ मे २००२-८ नोव्हेंबर २००२
३२.	गोपाळ बल्लव पटनायक	८ नोव्हेंबर २००२-१९ डिसेंबर २००२
३३.	व्ही.एन. खरे	१९ डिसें २००२-२ मे २००४
३४.	एस राजेंद्र बाबू	२ मे २००४-१ जून २००४
३५.	रमेश सीलाहोटी	१ जून २००४-१ नोव्हेंबर २००५
३६.	योगेश सभरवाल	१ नोव्हेंबर २००५-१३ जानेवारी २००७
३७.	के जी बालकृष्णन	१३ जानेवारी २००७-११ मे २०१०
३८.	एस एच कपाडिया	१२ मे २०१०-२८ सप्टेंबर २०१२
३९.	अल्तमस कबीर	२९ सप्टेंबर २०१२-१८ जुलै २०१३
४०.	पी सदाशिवम	१९ जुलै २०१३-२६ एप्रिल २०१४
४१.	राजेंद्रमल लोढा	२७ एप्रिल २०१४-२७ सप्टेंबर २०१४
४२.	एच.एल. दत्तू	२८ सप्टेंबर २०१४-२ डिसेंबर २०१५

२०

प्रकरण

उच्च न्यायालये

राज्य न्यायपालिका प्रणालीमध्ये उच्च न्यायालये (HCs) अव्वल स्थानावर आहेत. उच्च न्यायालये सर्वोच्च न्यायालयाच्या खाली आणि निम्न पातळीच्या न्यायालयांच्या वर काम करतात. भारतातील सर्वांत जुने उच्च न्यायालय कलकत्ता उच्च न्यायालय आहे, जे १८६२मध्ये स्थापन करण्यात आले होते. नंतर त्याच वर्षी ब्रिटिश सरकारद्वारे मुंबई आणि मद्रास उच्च न्यायालयांची स्थापना करण्यात आली.

भारतीय संविधानाच्या भाग सहाव्याचे कलम क्र. २१४-२३१ भारतातील उच्च न्यायालयांच्या विविध पैलूंबद्दल सांगतात. संविधानानुसार, प्रत्येक राज्यात एक उच्च न्यायालय असणे आवश्यक आहे, पण त्याचबरोबर संविधानाने संसदेला **एक किंवा अधिक राज्ये आणि/किंवा केंद्रशासित प्रदेशांसाठी एक समाईक उच्च न्यायालयाची स्थापना करण्याचा अधिकार** दिला आहे. सध्या भारतात **एकूण २४ उच्च न्यायालये**[१] आणि **तीन समाईक उच्च न्यायालये आहेत. दिल्ली वगळता कोणत्याही** केंद्रशासित प्रदेशाचे स्वत:चे **उच्च न्यायालय नाही.**

प्रत्येक **उच्च न्यायालयात** एक मुख्य न्यायाधीश आणि अनेक न्यायाधीशांचा समावेश असतो. त्यांची संख्या राज्यानुसार बदलत असते. प्रत्येक उच्च न्यायालयाची क्षमता राष्ट्रपतींतर्फे ठरविली जाते. प्रत्येक **उच्च न्यायालयाचे आसन** सहसा संबंधित राज्याच्या राजधानीत असते. तथापि, एक **उच्च न्यायालयाची कार्यकक्षा एक किंवा अधिक खंडपीठात असू शकते.** उदाहरणार्थ, महाराष्ट्रात मुंबई उच्च न्यायालयाचे आसन मुंबईत आहे. पण खंडपीठे औरंगाबाद, नागपूर आणि पणजी येथे आहेत.

न्यायाधीशांची पात्रता

उच्च न्यायालयाचे न्यायाधीश म्हणून नेमणूक करण्यासाठी कोणाही व्यक्तीची पात्रता खालीलप्रमाणे आहे:

१. ते **भारतीय नागरिक** असणे आवश्यक आहे.
२. त्यांनी **१० वर्षे उच्च न्यायालयाचे न्यायाधीश म्हणून काम केले असले पाहिजे,**
   किंवा
   त्यांनी भारतात **१० वर्षे न्यायालयीन पद धारण केले पाहिजे.**

ही पात्रता वगळता, संविधान इतर कोणत्याही इतर पात्रता लिहून देत नाही, जसे शिक्षण, वयोमर्यादा आणि इतर.

[१] २०१३मध्ये त्रिपुरा, मेघालय आणि मणिपूर उच्च न्यायालयांची निर्मिती केली गेली.

न्यायाधीशांची नियुक्ती

भारताचे राष्ट्रपती उच्च न्यायालयांच्या मुख्य न्यायाधीशांसमवेत इतर न्यायाधीशांची नेमणूक करतात, जी केंद्रीय मंत्रिमंडळाच्या सल्ल्याने केली जाते. सर्वोच्च न्यायालयाप्रमाणेच इथेदेखील उच्च न्यायालयाच्या न्यायाधीशांच्या नेमणुकीसाठी 'मंडलीय प्रणाली' निर्धारित केलेली आहे.

उच्च न्यायालयाच्या मुख्य न्यायाधीशांच्या नियुक्तीबाबतीत **राष्ट्रपती सर्वोच्च न्यायालयाचे सरन्यायाधीश आणि संबंधित राज्यपालांचा सल्ला घे**तात. **उच्च न्यायालयाच्या** इतर न्यायाधीशांच्या नेमणुकीबाबतीत राष्ट्रपती सर**न्यायाधीश, संबंधित राज्यांचे राज्यपाल आणि संबंधित उच्च न्यायालयाच्या मुख्य न्यायाधीशांचा सल्ला घेतात. उच्च न्यायालयांच्या न्यायाधीशांच्या नियुक्तीच्या बाबतीत सरन्यायाधीशांनी** राष्ट्रपतींना आपला सल्ला देण्यापूर्वी **सर्वोच्च न्यायालयाच्या** दोन वरिष्ठ **न्यायाधीशांचा सल्ला घेणे आवश्यक आहे; एकट्या** सरन्यायाधीशांचे या बाबतीतले मत वैध नसते.

संबंधित राज्याचे राज्यपाल किंवा त्यांनी नियुक्त केलेली व्यक्ती **उच्च न्यायालयाच्या मुख्य न्यायाधीशांसमवेत सर्व न्यायाधीशांना पद आणि गोपनीयतेची शपथ देतात**. संविधानाने **उच्च न्यायालयाच्या न्यायाधीशांसाठी निश्चित कालावधीची तरतूद केलेली नाही**. तथापि, ते आपल्या वयाच्या ६२ वर्षांपर्यंत पदावर राहू शकतात. **उच्च न्यायालयाचे न्यायाधीश आपले राजीनामे राष्ट्रपतींकडे सादर करतात.**

सरन्यायाधीशांच्या सल्ल्याने राष्ट्रपती उच्च न्यायालयाच्या न्यायाधीशांची एका उच्च न्यायालयातून दुसऱ्या उच्च न्यायालयात बदली करू शकतात. या बाबतीत राष्ट्रपतींना आपला सल्ला देण्यापूर्वी सरन्यायाधीशांनी **सर्वोच्च न्यायालयाचे** चार वरिष्ठ न्यायाधीश आणि संबंधित दोन राज्यांच्या मुख्य **न्यायाधीशांचा सल्ला घेणे आवश्यक आहे. एकट्या सरन्यायाधीशांचा सल्ला वैध मानला जात नाही**.

उच्च न्यायालयाच्या न्यायाधीशांचे वेतन, पेन्शन आणि इतर सुविधा **संसदेद्वारे निर्धारित केल्या जातात** आणि त्यांच्या नियुक्तीनंतर, त्यांची गैरसोय होईल अशा प्रकारे ते बदलले जाऊ शकत नाहीत. मुख्य न्यायाधीशांचा पगार दरमहा ९०,००० रुपये आणि इतर न्यायाधीशांचा पगार दरमहा ८०,००० रुपये आहे.

बडतर्फी

उच्च न्यायालयाच्या न्यायाधीशांना काढून टाकायचे किंवा त्यांच्यावर महाभियोग करण्याचे कारण केवळ **दुर्वर्तन किंवा असमर्थता हेच असू शकते. संसदेच्या शिफारसीवर अध्यक्ष उच्च न्यायालयाच्या न्यायाधीशांना आपल्या पदावरून काढू शकतात**. अशाप्रकारे, सर्वोच्च न्यायालय आणि **उच्च न्यायालयाच्या** न्यायाधीशांना काढून टाकायची किंवा महाभियोगाची प्रक्रिया सारखीच आहे. उच्च न्यायालयाच्या न्यायाधीशांवर चालवल्या जाणाऱ्या महाभियोगाची प्रक्रिया अशी आहे:

उच्च न्यायालयाच्या न्यायाधीशांना काढून टाकण्यासाठी किमान १०० लोकसभा सदस्य किंवा किमान ५० राज्यसभा सदस्य आपापल्या संबंधित सभागृहात प्रक्रिया प्रारंभ करू शकतात; सभापती/अध्यक्ष या प्रस्तावाला दाखल करतील किंवा करणार नाहीत. जर प्रस्ताव दाखल करण्यात आला तर सभापती/अध्यक्ष **सर्वोच्च न्यायालयाच्या** त्या न्यायाधीशांवर लावलेल्या आरोपाच्या चौकशीसाठी तीन सदस्यांची एक समिती बनवतात. यात सरन्यायाधीश किंवा **सर्वोच्च न्यायालयाचे** एक न्यायाधीश, एखाद्या उच्च न्यायालयाचे मुख्य न्यायाधीश आणि एका नामवंत कायदेपंडिताचा समावेश असतो. या समितीला तो न्यायाधीश असमर्थ किंवा दुर्वर्तनी आढळल्यास संसद त्या प्रस्तावाचा विचार करते. प्रत्येक सभागृहात विशेष बहुमताने प्रस्ताव संमत झाल्यानंतर, संसद संबंधित न्यायाधीशांना काढण्याबाबत राष्ट्रपतींना संबोधित करते. अखेरीस, राष्ट्रपती त्या संबोधनाबरहुकूम आदेश जारी करून त्या न्यायाधीशांना काढून टाकतात.

आतापर्यंत **उच्च न्यायालयाच्या** कोणत्याच न्यायाधीशांना संसदेत महाभियोग चालवून काढण्यात आलेले नाही. स्वतंत्र भारतात २०११मध्ये राज्यसभेत प्रथमच कलकत्ता उच्च न्यायालयाचे माजी न्यायाधीश सौमित्र सेन यांच्या बाबतीत असे घडले होते. नंतर त्यांनी आपल्या पदाचा राजीनामा दिला, त्यामुळे लोकसभेने त्यांच्या महाभियोग प्रस्तावाला स्थगित केले.

अधिकारक्षेत्र आणि अधिकार

संविधान **उच्च न्यायालयाला** अधिक अधिकार आणि विस्तारित अधिकारक्षेत्र विहित करते. ते खालीलप्रमाणे आहेत:

१. **मूळ अधिकारक्षेत्र:** अपिलाद्वारे नव्हे, **तर पहिल्याच वेळी एखाद्या वादावर** सुनावणी आणि निर्णय घेण्याचा अधिकार. उदा. खासदार, आमदारांच्या (विधानसभा आणि विधान परिषदेचे) निवडणुकीसंबंधी वाद, लोकांच्या मूलभूत हक्कांचे उल्लंघन; आर्थिक बाबी; कायदेशीर मृत्युपत्र, विवाह, घटस्फोट, न्यायालयाचा अवमान आणि कंपनी कायदे आणि इतर.

२. **अपिलीय अधिकारक्षेत्र:** कनिष्ठ न्यायालयाने दिलेल्या एखाद्या निकालाचा आढावा घेण्याचा अधिकार किंवा नवीन सुनावणी मंजुर करण्याचा अधिकार. **उच्च न्यायालय प्रथमतः अपील करण्याचे एक न्यायालय आहे.** **उच्च न्यायालयाच्या** अपील करण्याच्या अधिकारक्षेत्रात दिवाणी आणि फौजदारी बाबी समाविष्ट आहेत.

३. **जनहित अधिकारक्षेत्र:** संविधानाने **सर्वोच्च न्यायालय आणि उच्च न्यायालयांना लोकांच्या मूलभूत हक्कांच्या हमीधारकाचे काम** सोपविलेले असल्याने, **उच्च न्यायालयाला** कलम २२६ अन्वये आदेश जारी करण्याचा अधिकार दिलेला आहे. उदा. बंदी प्रत्यक्षीकरण (हेबियस कॉर्पस), वरिष्ठ न्यायालयाने कनिष्ठ न्यायालयास केलेला हुकूम किंवा परमादेश (मेंडेमस), प्रतिबंध, अधिकारपृच्छा (को-वॉरंटो) आणि तक्रारदार लोकांचे संरक्षण आणि मूलभूत हक्क लागू करण्यासाठी कनिष्ठ न्यायालयातील खटल्याच्या कामासंबंधीचे कागदपत्र पुनर्विचारार्थ वरिष्ठ न्यायालयाकडे पाठविण्यासंबंधीचा वरिष्ठ न्यायालयाचा आदेश किंवा प्राकर्षण (सेर्तिओरेरी).

   उच्च न्यायालयाकडे सर्वोच्च न्यायालयापेक्षा व्यापक जनहित अधिकारक्षेत्र असते, कारण सर्वोच्च न्यायालय फक्त मूलभूत हक्कांच्या उल्लंघनाबाबत जनहित अधिकार वापरू शकते, पण उच्च न्यायालय केवळ मूलभूत हक्कांच्या उल्लंघनाबाबतच नाही तर इतर बाबतीतदेखील जनहित अधिकार वापरू शकते.

४. **दस्तऐवजांचे न्यायालय:** याचा अर्थ **तीन** गोष्टी आहेत: प्रथम, **उच्च न्यायालयाची** कामे, कायदे आणि निर्णय यांचे रेकॉर्ड किंवा दस्तऐवजीकरण केले जाते, आणि त्यांना अत्यंत अस्सल मानले जाते आणि आवश्यक असेल तेव्हा पुरावा म्हणून वापरले जाऊ शकतात; दुसरे, **उच्च न्यायालयाला** त्याच्या अवमान करणाऱ्याला शिक्षा करायचाच अधिकार आहे. आणि शेवटी, उच्च न्यायालय स्वतःच्या निकालाला बांधील नसते आणि ते त्याचे पुनरावलोकन करू शकते आणि त्यात सुधारणा करू शकते.

५. **सल्लागार अधिकारक्षेत्र: उच्च न्यायालयाला** कलम १३ आणि २२६ अन्वये **विधानमंडळांची कृत्ये आणि केंद्र व राज्य सरकार अशा दोन्ही कार्यकारी मंडळांच्या आदेशांची समीक्षा** करून **त्यांच्या संवैधानिक वैधतेचे परीक्षण करण्याचा अधिकार** आहे. जर असे आदेश किंवा कृत्ये संविधानाशी विसंगत आढळली, तर **उच्च न्यायालय** त्यांना **घटनाबाह्य (*अल्ट्रा-विरेझ*), बेकायदेशीर आणि अवैध** म्हणून जाहीर करू शकते. असे झाल्यास ते आदेश लागू होऊ शकत नाहीत. 'न्यायिक आढावा' असा उल्लेख भारतीय संविधानात कोठेही आढळत नाही.

७. उच्च न्यायालय कनिष्ठ न्यायालयात प्रलंबित असलेल्या प्रकरणांना स्वतःकडे स्थानांतरित करू शकते. **उच्च न्यायालय राज्या**तील सर्व न्यायालये आणि न्यायाधिकरणांवर आपले नियंत्रण ठेवते.

विभाग सहा

स्थानिक स्वराज्य संस्था व सहकारी संस्था

२१

प्रकरण

भारतातील स्थानिक स्वराज्य संस्था: पंचायत आणि नगरपालिका

परिचय

स्थानिक स्वराज्य संस्था स्थानिक पातळीवर प्रशासकीय प्रणालीचा एक प्रकार आहे. भारतात, स्थानिक स्वराज्य संस्था **तृतीय स्तरीय सरकार असतात**. सरकारच्या पहिल्या व दुसऱ्या पातळीवर अनुक्रमे केंद्र आणि राज्य सरकारे असतात. स्थानिक स्वराज्य संस्था **मूलभूत पातळीवर लोकशाही युनिट असतात. त्या** लोकांच्या सर्वाधिक नजीक असतात.

भारतात स्थानिक शासनांचे मूळ फार प्राचीन आहे, पण ब्रिटिशांनी आधुनिक स्थानिक शासनासाठी मार्ग तयार केला. **'१८८१ आणि १८८२ च्या 'रिपन जाहीरनाम्या'ला 'भारतातील स्थानिक सरकारचे मॅग्नाकार्टा'** मानले जाते आणि **लॉर्ड रिपन 'भारतातील स्थानिक शासनाचे जनक'** म्हणून ओळखले जातात. सध्या, भारतात जवळपास ६,४५,००० स्थानिक स्वराज्य संस्था आहेत. त्या दोन प्रकारच्या आहेत: **ग्रामीण भागात पंचायती** आणि **शहरी भागात नगरपालिका**.

सन १९९२च्या ७३व्या आणि ७४व्या घटनादुरुस्ती कायद्याने सर्व राज्य सरकारांवर पंचायती अणि नगरपालिका स्थापन करण्याचे **घटनात्मक बंधन लागू केले**. आता, पंचायती आणि नगरपालिकेची निर्मिती किंवा निवडणूक किंवा त्यांचे अधिकार आणि कार्ये राज्य सरकारच्या नियंत्रणाखाली नाहीत, कारण संविधानातच याविषयीची तरतूद आहे आणि राज्य सरकारला त्यांचे पालन करणे आवश्यक आहे. या कायद्याने केवळ सर्वांत स्थानिक **पातळीवरील लोकशाहीला** सामर्थ्यवान केले असे नाही, तर तिला सहभागी लोकशाहीमध्ये रूपांतरितदेखील केले आहे. हा कायदा एक क्रांतिकारी संकल्पना आहे आणि भारतात स्थानिक पातळीवर लोकशाहीच्या विकासात एक महत्त्वाचा टप्पा आहे.

पंचायती राज संस्था

'पंचायती' किंवा 'पंचायती राज' या संज्ञेचा अर्थ भारताच्या **ग्रामीण भागात** स्व-संचालित संस्था असा होतो. स्वातंत्र्यानंतर सरकार नावीन्यपूर्ण पद्धतीने पंचायती राज संस्थेला सक्षम करायचे प्रयत्न करत होते. उदा. १९५२मध्ये सामूहिक विकास कार्यक्रम आणि १९५४मध्ये राष्ट्रीय विस्तार योजना सुरू करणे, पण त्या अयशस्वी ठरल्या.

सन १९९१पूर्वी, भारतात पंचायती राज संस्था राज्य सरकारांच्या नियंत्रणाखाली असल्याने त्यांच्या रचनेत एकरूपता नव्हती आणि त्यांच्याजवळ पुरेसे अधिकारदेखील नव्हते. पण **७३वा घटनादुरुस्ती कायदा १९९२**, २४ एप्रिल १९९३ रोजी अमलात आला आणि त्याने सर्व **राज्य सरकारांना पंचायती राज स्थापन करणे अनिवार्य करून** पंचायतीराज्याला **घटनात्मक दर्जा दिला**. यामुळेच भारतात **२४ एप्रिल हा दिवस 'राष्ट्रीय पंचायती राज दिवस'** म्हणून साजरा केला जातो.

या कायद्याने **कलम ४०अन्वये मार्गदर्शक तत्त्वांपैकी एका तत्त्वाला (गांधी**वादी तत्त्वांनादेखील) एक विशिष्ट आकार दिला. हे मार्गदर्शक तत्त्व सांगते, 'राज्य ग्राम पंचायती स्थापन करण्यासाठी पावले उचलेल आणि त्यांना असे अधिकार आणि कार्यक्षेत्र बहाल करल, ज्याद्वारे त्यांना स्थानिक स्वराज्य संस्था म्हणून काम करण्याचे स्वातंत्र्य मिळेल.' **गांधीजींच्या स्वराज्य संकल्पनेशी हे** सुसंगतच आहे. ते या विचारावर म्हणाले होते, 'ग्रामस्वराज्याची माझी कल्पना अशी आहे, की प्रत्येक गाव एक पूर्ण प्रजासत्ताक असेल आणि आपल्या स्वत:च्या महत्त्वाच्या गरजा पूर्ण करण्यासाठी ते गाव शेजाऱ्यांवर अवलंबून असणार नाही.'

७३ वा घटनादुरुस्ती कायदा, १९९२ अंतर्गत भारतीय राज्यघटनेत **नववा हा नवीन भाग जोडला गेला, ज्याचे शीर्षक होते 'पंचायत'**. शिवायन **नवीन कलमे २४३-२४३ (ओ) जोडली गेली**.

याच कायद्याअन्वये भारतीय संविधानात **नवीन '११ वी अनुसूची'**देखील जोडली गेली, ज्यामध्ये पंचायतीचे २९ कार्यात्मक घटक होते.

७३ वा घटनादुरुस्ती कायदा १९९२ च्या महत्त्वाच्या तरतुदी

७३ वा घटनादुरुस्ती कायदा १९९२ च्या महत्त्वाच्या तरतुदी खालीलप्रमाणे आहेत:

१. **ग्राम सभा**

ग्राम सभा, अर्थात लोकांद्वारे निर्मित एक संस्था, ज्यांची गावाच्या निवडणूक याद्यांमध्ये नोंदणी झाली आहे, जी ग्राम पातळीवर पंचायती क्षेत्राच्या कार्यकक्षेत आहे. हे **पंचायतीचे सर्वांत निम्न रूप आहे**.

२. **त्रिस्तरीय प्रणालीची निर्मिती**

या कायद्याने भारतात **पंचायती राज्याच्या संरचनेत समानता आणली**. याअंतर्गत सर्व राज्यांमध्ये पंचायती राज्याची एक त्रिस्तरीय प्रणाली अस्तित्वात आली. म्हणजेच, एक पंचायत या पातळ्यांवर असेल:

(१) **गाव पातळी**, एक किंवा अधिक गावे, म्हणजे 'ग्राम पंचायत'.

(२) **मध्य पातळी**, तालुका पातळी, म्हणजे 'तालुका (ब्लॉक) पंचायत'.

(३) **जिल्हा पातळी**, जिल्हा पातळीवर, म्हणजे 'जिल्हा पंचायत'.

३. **रचना आणि निवडणूक**

जनता नियतकालिक निवडणुकांच्या माध्यमातून **पंचायतीच्या तिन्ही स्तरांवर सदस्यांना थेट निवडते**. पंचायतीच्या प्रत्येक पातळीवर एक वेगळी निवडणूक घेतली जाते. **पंचायतीच्या तिन्ही पातळ्यांवरील अध्यक्ष अप्रत्यक्षरित्या निवडून येतात**, म्हणजे, अध्यक्ष पंचायतीमध्ये निवडून आलेल्या सदस्यांद्वारे आणि त्यांच्यामधून निवडले जातात. अध्यक्षांना बैठकीत **मतदानाचा अधिकार आहे**. राज्य विधानमंडळ पंचायतीमध्ये संबंधित मतदारसंघातील **खासदार आणि आमदारांना** प्रतिनिधित्व प्रदान करू शकते. ग्राम पंचायतीमध्ये निवडणुका अधिकृतपणे पक्षाच्या तिकिटावर **लढवल्या जात नाहीत**.

४. **जागांचे आरक्षण**

या कायद्याने पंचायती क्षेत्रात **अनुसूचित जाती आणि अनुसूचित जमातींसाठी त्यांच्या लोकसंख्येच्या प्रमाणात** प्रत्येक पंचायती निवडणुकीत राखीव जागा उपलब्ध केल्या आहेत; किमान **एक तृतीयांश** जागा अनुसूचित जाती/जमातींच्या महिलांसाठी राखून ठेवल्या जातात. तसेच, तो प्रत्येक पंचायतीमध्ये सदस्य आणि अध्यक्षांसाठीच्या एकूण **जागांपैकी किमान एक तृतीयांश महिलांसाठी आरक्षित करतो**. (अनुसूचित जाती/जमातीच्या महिलांसाठी राखीव जागांसहित). राज्य विधानमंडळ **इतर मागासवर्गीय** लोकांना आरक्षण प्रदान करू शकते, पण ते अनिवार्य नसते.

५. **कालावधी**

प्रत्येक पंचायतीचा कालावधी **पाच वर्षे असतो**. ती मुदत पूर्ण व्हायच्या आधी **विसर्जित** केली जाऊ शकते. विसर्जित झाल्यानंतर **सहा महिन्यांच्या आत** निवडणूक घ्यावी लागते. पाच वर्षांची मुदत संपण्याच्या बाबतीत, मुदत पूर्ण होण्यापूर्वी निवडणूक आयोजित करावी लागते.

६. **सदस्याची अपात्रता**

कोणाही व्यक्तीने पंचायतीचे सदस्य होण्यासाठी वयाची किमान **२१ वर्षे** पूर्ण करणे आवश्यक असते. एखादी व्यक्ती राज्य विधानमंडळाचा सदस्य होण्यासाठी अपात्र असेल तर ती पंचायतीचा सदस्य बनण्यासाठीदेखील अपात्र आहे (२५ वर्षे वयाची अट वगळता). राज्य विधानमंडळ पंचायतीच्या सदस्याला काढण्याची पद्धत आणि अधिकार निश्चित करू शकते.

७. सत्ता **आणि अधिकार**

राज्य विधानमंडळ पंचायतींना अशी सत्ता व अधिकार बहाल करू शकते, ज्यायोगे त्या स्व-शासित संस्था म्हणून कार्य करण्यास, **सामाजिक आणि आर्थिक योजना** तयार करण्यास व त्यांची अंमलबजावणी करण्यास सक्षम ठरतात, ज्या त्यांना २९ कार्यात्मक घटकांमध्ये सोपविण्यात आलेल्या असतात.

८. **आर्थिक**

राज्य विधानमंडळ पंचायतीला पैसा देण्यासाठी किंवा परत घेण्यासाठी निधीची स्थापना करू शकते. पंचायतीचे तीन मुख्य आर्थिक स्रोत असतात. ते खालीलप्रमाणे आहेत:

(१) राज्य विधानमंडळ **पंचायतीला** कर, ड्युटी, टोल आणि शुल्क लावणे, एकत्र करणे आणि समतुल्य करण्यासाठी अधिकृत करू शकते.

(२) राज्य सरकार आपल्याद्वारे **लागू केले जाणारे** कर, ड्युटी, टोल आणि शुल्क गोळा करायला पंचायतीला नेमू शकते.

(३) राज्य सरकार राज्याच्या संचित निधीतून पंचायतींना **सहायता अनुदान** उपलब्ध करून देऊ शकते.

९. **खात्यांचे लेखापरीक्षण**

राज्य विधानमंडळ पंचायतीच्या खात्यांची देखभाल आणि त्यांच्या लेखापरीक्षणाची तरतूद करते.

१०. **केंद्रशासित प्रदेशांमध्ये अंमलबजावणी**

भारताचे राष्ट्रपती एका अधिसूचनेद्वारे केंद्रशासित प्रदेशांना या अधिनियमाच्या अंमलबजावणीबद्दल मार्गदर्शन करू शकतात.

११. **न्यायालयाद्वारे हस्तक्षेपावर प्रतिबंध**

हा कायदा पंचायती निवडणुकीत न्यायालयाद्वारे होणाऱ्या हस्तक्षेपाला प्रतिबंध करतो. उदा. मतदारसंघांच्या सीमा हटविणे किंवा अशा मतदारसंघांमध्ये जागांचे वाटप. त्याशिवाय राज्य विधानमंडळ एक प्राधिकरणाची तरतूद करते, ज्यात निवडणुकीसंबंधी याचिका सादर करता येते.

नगरपालिका

'नगरपालिका' किंवा 'शहरी स्थानिक स्वराज्य संस्था (ULGs)म्हणजे भारतातील "**शहरी भागांतल्या** स्व-शासन संस्था". शहरी स्थानिक स्वराज्य संस्थांना भारतात फार मोठा इतिहास आहे. आधुनिक भारतात ब्रिटिशांनी इ.स. **१६८७मध्ये मद्रास येथे पहिल्या 'महापालिकेची' स्थापना केली**. इ.स.१७२६ मध्ये मुंबई व कलकत्ता येथे महापालिका स्थापन करण्यात आल्या.

सन १९९१पूर्वी, राज्य सरकारांच्या नियंत्रणाखाली असल्याने भारतात शहरी स्थानिक स्वराज्य संस्थांच्या रचनेत एकजिनसीपणा नव्हता आणि त्यांच्याजवळ पुरेसे अधिकारदेखील नव्हते. पण **७४वा घटनादुरुस्ती कायदा १९९२, १** जून १९९३ रोजी अंमलात

आला आणि त्याने सर्व **राज्य सरकारांसाठी शहरी स्थानिक स्वराज्य संस्था स्थापन करणे अनिवार्य केल्याने** शहरी स्थानिक शासनाला **घटनात्मक दर्जा मिळाला**.

७४ वा घटनादुरुस्ती कायदा, १९९२ ने भारतीय राज्यघटनेत **नवीन भाग ९-अ जोडला, ज्याचे शीर्षक 'नगरपालिका' होते** आणि **नवीन कलमे २४३ (पी) -२४३ (झेडजी) जोडली**. या कायद्याअंतर्गत राज्यघटनेत **नवीन '१२वी अनुसूची'**देखील जोडली गेली, ज्यात नगरपालिकांचे **१८ कार्यात्मक घटक समाविष्ट आहेत**.

भारतात शहरी स्थानिक शासनाचे आठ प्रकार आहेत. ते आहेत: महानगरपालिका, नगरपालिका, अधिसूचित क्षेत्र समिती, नगर क्षेत्र समिती, कॅन्टोन्मेंट बोर्ड, वसाहत समिती, पोर्ट ट्रस्ट आणि विशेष हेतू एजन्सी.

७४ वा घटनादुरुस्ती कायदा १९९२च्या महत्त्वाच्या तरतुदी

७४ वा घटनादुरुस्ती कायदा १९९२च्या महत्त्वाच्या तरतुदी अशा आहेत:

१. **तीन प्रकाराच्या नगरपालिकांची स्थापना**

या कायद्याने भारतात **शहरी स्थानिक स्वराज्य संस्थांच्या संरचनेत समानता आणली, अर्थात**, त्याने सर्व राज्यांमध्ये तीन प्रकाराच्या नगरपालिकांची योजना केली. त्या आहेत:

(१) **नगर पंचायती** किंवा आणखी काही नावांनी यांना संबोधले जाऊ शकते. ग्रामीण क्षेत्राकडून शहरीकरणाकडे संक्रमण होत असलेल्या भागांसाठी.

(२) **नगर पालिका**, लहान शहरी भागांसाठी.

(३) **महानगरपालिका**, मोठ्या शहरी भागांकरिता.

२. **रचना आणि निवडणूक**

नियतकालिक निवडणुकीच्या माध्यमातून **लोक तिन्ही संस्थांचे सदस्य निवडतात**. नगरपालिकांच्या प्रत्येक स्तरासाठी एक वेगळी निवडणूक घेतली जाते. या कारणास्तव, प्रत्येक नगरपालिकेमध्ये पालिका भागाला प्रभाग मतदारसंघांत किंवा **वॉर्डांमध्ये** विभागले जाते. तिन्ही **प्रकारच्या नगरपालिकांचे अध्यक्ष अप्रत्यक्षपणे निवडून येतात**, अर्थात अध्यक्ष नगरपालिकेच्या सदस्यांमधून आणि त्यांच्या द्वारे निवडून येतात. अध्यक्षांना बैठकीत **मतदानाचा अधिकार असतो**. राज्य विधानमंडळ संबंधित मतदारसंघातील **खासदार आणि आमदार** आणि नगरपालिका प्रशासनामध्ये विशेष ज्ञान आणि अनुभव असलेल्या व्यक्तीला प्रतिनिधित्वाची तरतूद करू शकतात.

३. **जागांचे आरक्षण**

हा कायदा प्रत्येक नगरपालिकेमध्ये नगरपालिका क्षेत्रात असलेल्या **अनुसूचित जाती आणि अनुसूचित जमातींच्या लोकसंख्येच्या प्रमाणात** निवडणुकीत राखीव जागांची तरतूद करतो; किमान **एक-तृतीयांश जागा** अनुसूचित जाती/जमातीच्या महिलांसाठी राखीव ठेवल्या जातात. तसेच, तो प्रत्येक नगरपालिकेमधील सदस्य आणि अध्यक्षांसाठी (त्यात अनुसूचित जाती/जमातीच्या महिलांसाठी राखीव जागेचा समावेश आहे) **कमीत कमी एक तृतीयांश महिलां**साठी राखीव ठेवण्याची तरतूद उपलब्ध करतो. राज्य विधानमंडळ **इतर मागासवर्गीय** लोकांना आरक्षण देऊ शकते, पण ते अनिवार्य नसते.

४. **कालावधी**

प्रत्येक नगरपालिकेचा कालावधी **पाच वर्षे आहे**. ती मुदत पूर्ण होण्यापूर्वी **विसर्जित** केली जाऊ शकते; विसर्जित झाल्यानंतर **सहा महिन्यांच्या आत** निवडणूक घ्यावी लागते. पाच वर्षांची कालावधी पूर्ण होण्याच्या बाबतीत, कालावधी समाप्त होण्याच्या आधी निवडणूक घ्यावी लागते.

५. **सदस्याची अपात्रता**

नगरपालिकेचा सदस्य बनण्यासाठी त्या व्यक्तीने **वयाची २१ वर्षे** पूर्ण केली पाहिजेत. जी व्यक्ती राज्य विधानमंडळाचा सदस्य बनण्यासाठी अपात्र आहे ती नगरपालिकेचा सदस्य बनण्यासाठीदेखील अपात्र असते (२५ वर्षे वयाची अट वगळता). राज्य विधानमंडळ नगरपालिकेच्या सदस्याला काढण्याची पद्धत आणि अधिकार निश्चित करू शकते.

६. सत्ता **आणि अधिकार**

राज्य विधानमंडळ नगरपालिकांना अशी सत्ता व अधिकार बहाल करू शकते, ज्यायोगे त्या स्व-शासित संस्था म्हणून कार्य करण्यास, **सामाजिक आणि आर्थिक योजना** तयार करण्यास व त्यांची अंमलबजावणी करण्यास सक्षम ठरतात, ज्या त्यांना १८ कार्यात्मक घटकांमध्ये सोपविण्यात आलेल्या असतात.

७. **आर्थिक**

राज्य विधानमंडळ नगरपालिकेला पैसा देण्यासाठी किंवा परत घेण्यासाठी निधीची स्थापना करू शकते. नगरपालिकेचे तीन मुख्य आर्थिक स्रोत खालीलप्रमाणे आहेत:

(१) राज्य विधानमंडळ नगरपालिकेला कर, टोल आणि शुल्क लावणे, एकत्र करणे आणि समतुल्य करण्यासाठी अधिकृत करू शकते.

(२) राज्य सरकार आपल्याद्वारे **लागू केले जाणारे** कर, ड्युटी, टोल आणि शुल्क गोळा करायला नगरपालिकेला नेमू शकते.

(३) राज्य सरकार राज्याच्या संचित निधीतून नगरपालिकांना **सहायता अनुदान** उपलब्ध करून देऊ शकते.

८. **खात्यांची लेखापरीक्षा**

राज्य विधानमंडळ नगरपालिकांच्या खात्यांची देखभाल आणि त्यांच्या लेखापरीक्षणाची तरतूद करते.

९. **केंद्रशासित प्रदेशांमध्ये अंमलबजावणी**

भारताचे राष्ट्रपती एका अधिसूचनेद्वारे केंद्रशासित प्रदेशांना या अधिनियमाच्या अंमलबजावणीबद्दल मार्गदर्शन करू शकतात.

१०. **न्यायालयांद्वारे हस्तक्षेपावर प्रतिबंध**

हा कायदा नगरपालिका निवडणुकीत न्यायालयाद्वारे होणाऱ्या हस्तक्षेपाला प्रतिबंध करतो. उदा. मतदारसंघांच्या सीमा हटविणे किंवा अशा मतदारसंघांमध्ये जागांचे वाटप. त्याशिवाय राज्य विधानमंडळ एक प्राधिकरणाची तरतूद करते, ज्यात निवडणुकीसंबंधी याचिका सादर करता येते.

स्थानिक स्वराज्य संस्थांसंबंधी महत्त्वाच्या संस्था

राज्य निवडणूक आयोग

कलम २४३ (के) आणि २४३ (झे ए) **राज्य निवडणूक आयोगाची (SEC)** स्थापना करण्याची तरतूद प्रदान करतात, जेणेकरून **पंचायती, नगरपालिका आणि सहकारी संस्थांच्या** सर्व स्तरांवरील सर्व निवडणुकांवर थेट देखरेख, त्यांचे नियंत्रण आणि संचालन केले जाऊ शकेल. आयोगाचे कार्य **राज्य निवडणूक आयुक्तां**च्या नेतृत्वाखाली केले जाते आणि ते **राज्यपालांद्वारे नियुक्त केले जातात**. राज्यपाल **त्यांची** कारकीर्द आणि सेवा संबंधी शर्ती निर्धारित करतात. राज्य निवडणूक आयुक्तांना **उच्च न्यायालयाच्या न्यायाधीशांप्रमाणेच** कारणे आणि पद्धतीद्वारे पदच्युत केले जाऊ शकते. **दुसऱ्या शब्दांत**, जरी आयुक्तांची नियुक्ती राज्यपालांर्फत होत असली, तरी ते फक्त संसदेद्वारेच काढले जाऊ शकतात.

राज्य वित्त आयोग

कलम २४३ (आय) आणि २४३ (वाय) **पंचायती आणि नगरपालिकांच्या आर्थिक स्थितीचे सर्व स्तरांवर** पुनरावलोकन करण्यासाठी **राज्यपालांद्वारे दर पाच वर्षांसाठी राज्य वित्त आयोगाची (SFC)** स्थापना करण्याची तरतूद प्रदान करतात. राज्य विधानमंडळ त्याची रचना, अधिकार, पात्रता आणि इतर तरतुदी निश्चित करते. **राज्य वित्त आयोग** राज्यपालांना खालील गोष्टींसाठी शिफारस करतो:

१. राज्य आणि नगरपालिका/पंचायतींदरम्यान राज्याद्वारे आकारले जाणारे कर, ड्युटी, टोल आणि शुल्काचे निव्वळ वितरण संचालित करणारी तत्त्वे.
२. असे कर, ड्युटीज, टोल आणि शुल्क निश्चित करणे, जे नगरपालिका आणि पंचायतींकडे सोपवले जाऊ शकतात किंवा समतुल्य (appropriate) केले जाऊ शकतात.
३. राज्याद्वारे राज्य संचित निधीमधून नगरपालिका आणि पंचायतींना **सहायता अनुदान** प्रदान करणे.
४. नगरपालिका आणि पंचायतींची आर्थिक स्थिती सुधारण्यासाठी आवश्यक उपाययोजना करणे.
५. राज्यपालांकडून सल्ल्यासाठी आलेला इतर कोणताही आर्थिक व्यवहार.

जिल्हा नियोजन समित्या

कलम २४३ (झेड डी) प्रत्येक **जिल्ह्यातील पंचायती आणि नगरपालिकांद्वारे तयार केलेल्या संचित योजनां**करिता आणि संपूर्ण जिल्ह्याकरिता योजना आणि प्रारूप तयार करण्यासाठी 'जिल्हा नियोजन समितीच्या' (डीपीसी) स्थापनेची तरतूद करते. डीपीसीचे अध्यक्ष राज्य सरकारला अशा योजना पाठवतात. राज्य विधानमंडळ डीपीसीची रचना, अधिकार आणि कार्यांच्या संबंधात तरतुदी उपलब्ध करते. डीपीसीचे चार-पंचमांश सदस्य जिल्हा स्तरावर पंचायतींच्या आणि जिल्ह्यातील नगरपालिकांच्या निर्वाचित सदस्यांमधून आणि सदस्यांद्वारेच निवडून येतात, आणि हे प्रमाण जिल्ह्यातील ग्रामीण आणि शहरी लोकसंख्येच्या प्रमाणावर ठरविले जाते.

महानगर नियोजन समित्या

कलम २४३ (झेड ई) संपूर्ण विकास योजनांचे प्रारूप तयार करण्यासाठी प्रत्येक महानगर क्षेत्रात 'महानगर नियोजन समितीची' (MPC) स्थापना करण्याची तरतूद करते. महानगर नियोजन समितीचे अध्यक्ष अशा योजना राज्य सरकारकडे पाठवतात. राज्य विधानसभा एमपीसीची रचना, अधिकार आणि कार्यांच्या संबंधात तरतुदी उपलब्ध करते. एमपीसीचे दोन-तृतीयांश सदस्य महानगर क्षेत्रातील पंचायतीचे अध्यक्ष आणि नगरपालिकांच्या निर्वाचित सदस्यांमधून आणि त्यांच्या द्वारे निवडून येतात, आणि हे प्रमाण त्या महानगर क्षेत्रातील ग्रामीण आणि शहरी लोकसंख्येच्या प्रमाणावर ठरविले जाते.

संविधानाची ११वी कार्यसूची

या कार्यसूचीअंतर्गत २९ कार्यात्मक घटक खालीलप्रमाणे आहेत:

१. शेती आणि कृषीविस्तार
२. पशुसंवर्धन, दुग्धव्यवसाय आणि कुक्कुटपालन

३. मत्स्यव्यवसाय
४. सामाजिक वनीकरण आणि शेत वनीकरण,
५. किरकोळ वनोत्पादने
६. सार्वजनिक वितरण व्यवस्था
७. सामुदायिक मालमत्तेची देखभाल
८. खादी, ग्राम आणि कुटीर उद्योग
९. ग्रामीण गृहबांधणी
१०. पिण्याचे पाणी
११. इंधन आणि चारा
१२. प्रौढ आणि अनौपचारिक शिक्षण
१३. ग्रंथालये
१४. सांस्कृतिक उपक्रम
१५. बाजारपेठा आणि जत्रा
१६. कुटुंब कल्याण
१७. महिला व बालविकास
१८. अपारंपरिक ऊर्जास्रोत
१९. आरोग्य व स्वच्छता. यात रुग्णालये, प्राथमिक आरोग्य केंद्रे आणि दवाखाने अंतर्भूत
२०. गरिबी निर्मूलन कार्यक्रम
२१. अन्न-प्रक्रिया उद्योगासमवेत लघुद्योग
२२. ग्रामीण विद्युतीकरण आणि वीज वितरण
२३. प्राथमिक व माध्यमिक शिक्षण
२४. तांत्रिक प्रशिक्षण, व्यवसायाभिमुख प्रशिक्षण
२५. लघु सिंचन, पाण्याचे व्यवस्थापन आणि पाणलोट विकास
२६. रस्ते, कल्व्हर्ट, पूल, फेरी, कालवे आणि दळणवळणाची इतर साधने
२७. सामाजिक कल्याण. यात अपंग आणि मतिमंद कल्याणही अंतर्भूत
२८. मागासवर्गीयांचे आणि विशेषतः अनुसूचित जाती आणि अनुसूचित जमातींचे कल्याण
२९. जमीन सुधारणा, जमीन सुधारणेची अंमलबजावणी, जमीन एकत्रीकरण आणि माती संवर्धन.

संविधानाची १२वी कार्यसूची

१२व्या कार्यसूचीअंतर्गत १८ कार्यात्मक घटक खालीलप्रमाणे आहेत:

१. नगर रचनेसमवेत नागरी नियोजन
२. जमीन वापराचे व बांधकामाचे नियमन
३. आर्थिक आणि सामाजिक विकास योजना
४. रस्ते व पूल
५. घरगुती, औद्योगिक आणि व्यावसायिक कारणांसाठी पाणीपुरवठा

६. सार्वजनिक आरोग्य, स्वच्छता राखणे आणि घनकचरा व्यवस्थापन
७. अग्निशमन सेवा
८. नागरी वनीकरण, पर्यावरणीय संरक्षण आणि पर्यावरणसंबंधी पैलूंचा प्रचार
९. समाजातील दुर्बल घटकांचे (अपंग आणि मानसिकदृष्ट्या विकलांग) हित सांभाळणे
१०. झोपडपट्टी सुधारणा आणि आधुनिकीकरण
११. नागरी दारिद्र्यनिर्मूलन
१२. उद्याने, बागा, क्रीडांगणासारख्या शहरी सुविधा आणि सोयींची तरतूद
१३. सांस्कृतिक, शैक्षणिक आणि आस्वादक पैलूंचा प्रसार
१४. अंत्यसंस्कारांसाठी दफनभूमी, स्मशाने आणि विद्युत दाहिन्या
१५. गुरांसाठी पाणवठे, प्राण्यांच्या छळाला प्रतिबंध
१६. जन्म आणि मृत्यू नोंदणी, तसेच इतर महत्त्वाची आकडेवारी
१७. रस्त्यावर प्रकाशव्यवस्था, वाहनतळ, बस स्टॉप आणि सार्वजनिक दळणवळण सुविधांसह सार्वजनिक सोयी
१८. कत्तलखाने आणि चर्मोद्योग नियमन

२२

प्रकरण

सहकारी संस्था

परिचय

'सहकार किंवा कोऑपरेशन' हा शब्द लॅटिन शब्द *'को-ऑपरेरी अर्थात सहकारी कार्य'' या शब्दा*पासून आला आहे, ज्याचा अर्थ "मिळून काम करणे" असा आहे. 'सहकारी संस्था' लोकांची **स्वायत्त संघटना** असते, **ज्यात** व्यक्ती **एकत्रित मालकीच्या** आणि **लोकशाही पद्धतीने संचालित** उपक्रमांच्या माध्यमातून **परस्पर लाभ** (आर्थिक, सामाजिक, सांस्कृतिक, आणि इतर) मिळवण्यासाठी स्वेच्छेने सामील झालेल्या असतात.

सहकार्य हा सामूहिक जीवन जगण्याचा एक आदर्श मार्ग आहे. सहकारी संस्थांची मूळ संकल्पना **'सर्वांसाठी एक आणि एकासाठी सर्व'** ही आहे. ऐक्याच्या माध्यमातून वैयक्तिक विकास साध्य करणे तसेच सामूहिक विकास करणे ही सहकारी संस्थांमागील मुख्य संकल्पना आहे. आधुनिक सहकारी संस्थांमधील कल्पनेचे मूळ इंग्लंडमध्ये होते. ब्रिटिश समाजशास्त्रज्ञ **'रॉबर्ट ओवेन'**ला जगातील **सहकार्य किंवा सहकारी चळवळीचे जनक** म्हणून ओळखले जाते.

बांधणी

भारतात सहकारी संस्था एकोणिसाव्या शतकाच्या शेवटी अस्तित्वात आल्या आणि **१९०४मध्ये भारतीय सहकारी संस्था अधिनियम** अमलात आणून ब्रिटिशांनी यासाठी कायदेशीर चौकट घालून दिली, ज्याचा मुख्य हेतू गरिबी निर्मूलन आणि कृषी आणि औद्योगिक उत्पादनात वाढ करणे हा होता. हा कायदा केल्यानंतर भारतातील पहिली सहकारी संस्था अर्थात 'नागरी सहकारी पतसंस्था' हिची ऑक्टोबर १९०४मध्ये मद्रास इलाख्यामध्ये कांजीवरम येथे स्थापना करण्यात आली.

कर्नाटक राज्याला भारतातील सहकारी चळवलीचा पाळणा' म्हणून ओळखले जाते. **सिद्दाना गौडा सन्नारामन पाटीलांना 'भारतातील सहकार्य किंवा सहकारी चळवळीचे जनक'** म्हणून ओळखले जाते, कारण त्यांनी मे १९०५ मध्ये कर्नाटक राज्याच्या **गदग** जिल्ह्यातील कन्नागिन्हाला **गावात** भारताची पहिली यशस्वी सहकारी संस्था **'प्राथमिक कृषी सहकारी पतसंस्था'** स्थापन केली होती.[१]

---

[१] A. C. Diwakar, *Cooperative Movement in Karnataka*, पीपी. २-३ Http://www.atimysore.gov.in/trg_ppt/२०१४-१५/resource/२nd%२०Week%२०Sep/CFC/१२-९/Co-operative%२० Movement %२०% २०Karnataka% २०updated.pdf वर उपलब्ध आहे. जरी काही लोक 'फ्रेडरिक निकोल्सन' ला भारतात सहकारी चळवळीचे जनक मानतात, तरी ते वादग्रस्त आहे.

९७वा घटनादुरुस्ती कायदा २०११ घटनेत काही बदल करून सहकारी संस्थांना काही सामर्थ्य देतो. जसे:

१. त्याने सहकारी संस्थांची निर्मिती लोकांचा **'मूलभूत अधिकार'** म्हणून केली.
२. त्याने भाग ४ मध्ये (मार्गदर्शक तत्त्वे) **नवीन कलम ४३ (ब)** जोडले, जे सांगते, 'राज्य सहकारी संस्थांची स्वयंप्रेरित निर्मिती, स्वायत्त कामकाज, लोकशाही नियंत्रण आणि व्यावसायिक व्यवस्थापनाला प्रोत्साहन द्यायचा प्रयत्न करेल.'
३. भाग नऊ-अ नंतर **नवीन भाग नऊ-ब** जोडला, ज्याने सहकारी संस्थांच्या संदर्भात केंद्र आणि राज्यांची कर्तव्ये निदर्शित केली.
४. त्याने सहकारी संस्थांच्या निवडून आलेल्या सदस्यांसाठी आणि इतर अधिकाऱ्यांसाठी **पाच वर्षांची** मुदत निश्चित केली.
५. त्याने संचालक मंडळाची संख्या २१पर्यंत मर्यादित केली.
६. तो मंडळाच्या सदस्याच्या निलंबनासाठी जास्तीत जास्त सहा महिन्यांच्या कालावधीची तरतूद प्रदान करतो.
७. तो प्रत्येक सहकारी संस्थेमध्ये संचालक मंडळात **महिलांसाठी दोन जागांच्या** आरक्षणाची तरतूद प्रदान करतो.
८. तो सर्व सदस्यांना सहकारी संस्थांच्या सर्व कार्याची **माहिती मिळण्याच्या अधिकाराची तरतूद करतो**.
९. तो स्वतंत्र व्यावसायिक लेखापरीक्षणाची तरतूद करतो.
१०. **राज्य निवडणूक आयोग सहकारी संस्थांच्या निवडणुका संचालित करतो**, पण या कायद्याने राज्यांना सहकारी संस्थांच्या निवडणुकीवर देखरेख करण्यासाठी एखादी संस्था नेमण्याचा अधिकार दिला.
११. तो सहकारी संस्थांशी संबंधित गुन्ह्यांसाठी दंड आकारण्याची तरतूद करतो.

सहकारी संस्था भारतात सुव्यवस्थापित आहेत. एक सहकारी संस्थेची सामान्य संस्थात्मक संरचना खालील प्रमाणे आहे:

१. ग्रामीण पातळीवर प्राथमिक सहकारी संस्था, उदाहरणार्थ प्राथमिक पतसंस्था.
२. तालुका पातळीवर ब्लॉक किंवा तालुका पातळीच्या सहकारी संस्था. उदाहरणार्थ, तालुका सहकारी पतसंस्था.
३. जिल्हा पातळीवरील जिल्हा सहकारी संस्था. उदाहरणार्थ, जिल्हा सहकारी पतसंस्था.
४. राज्य पातळीवर राज्य सहकारी संस्था. उदाहरणार्थ, राज्य सहकारी पत फेडरेशन.
५. राष्ट्रीय स्तरावर राष्ट्रीय सहकारी संस्था. उदाहरणार्थ, राज्य सहकारी बँकांचे राष्ट्रीय फेडरेशन (NAFSCOB).
६. आंतरराष्ट्रीय स्तरावर आंतरराष्ट्रीय सहकारी संस्था.

तत्त्वे

सहकारी संस्थांना समजून घेण्यासाठी, सहकारी संस्थांमधील महत्त्वाची तत्त्वे किंवा वैशिष्ट्ये माहीत असणे आवश्यक आहे. ती खालीलप्रमाणे आहेत:

१. **स्वैच्छिक व मुक्त सभासदत्व:** कोणतीही व्यक्ती आपल्या इच्छेनुसार सहकारी संस्थांमध्ये सामील होऊ शकते. समान आवड असलेली कोणतीही व्यक्ती धर्म, जात, वंश, लिंग आणि इतर गोष्टींचा विचार न करता स्वेच्छेने त्यात सामील होऊ शकते.
२. **लोकशाही नियंत्रण:** सहकारी संस्थांच्या सर्व सदस्यांकडे प्रत्येकी **फक्त एक मत असते, मग त्यांनी गुंतवणूक केलेली रक्कम कितीही असो**. सहकारी संस्थांचे सर्व सदस्य संचालक समिती किंवा संचालक मंडळ वा बोर्ड निवडतात, ज्याचे

कार्य व्यवस्थापन आणि कारभार बघणे हे आहे. पण 'सदस्यांची सर्वसाधारण समिती' सर्वोच्च अधिकार प्राप्त केलेली असते, ज्यात सर्व सदस्य सामील असतात. याचा अर्थ असा की, सर्व सदस्यांना व्यवस्थापन कामकाजात सहभागी होण्यासाठी **समान अभिव्यक्ती किंवा संधी उपलब्ध आहे**. येथे एक व्यक्ती फक्त एक माणूस म्हणून गृहित धरली जाते. येथे श्रीमंत किंवा गरीब, शिक्षित अथवा अशिक्षित असे भेद नसतात. हे खासगी कंपन्यांमध्ये शक्य नाही.

३. **नफ्याचे समान वितरण: कोणत्याही** सहकारी संस्थेद्वारे मिळवलेला नफा **त्यांनी गुंतवणूक केलेल्या प्रमाणा**नुसार सर्व सदस्यांत आपापसांत वितरित केला जातो. त्यामुळे, येथे नफा समान रूपाने वाटला जातो. सहसा, एक खासगी कंपनीत, श्रीमंत व्यक्ती गुंतवणूक करते आणि सर्व नफा आपल्याजवळ ठेवते, पण कंपनीच्या इतर सदस्यांना पगार म्हणून पैसा देते.

४. **समानतेचे तत्त्व:** सहकारी संस्थांचा जन्मच खरे तर अन्यायकारक व शोषक व्यवसाय संस्कृतीला प्रतिसाद म्हणून झाला होता. म्हणून, त्या आपले सदस्य आणि ग्राहकांच्या दरम्यान समानता राखण्यासाठी प्रयत्न करतात. अर्थात, त्या आपल्या कर्मचाऱ्यांना योग्य वेतन देतात आणि आपले उत्पादन आणि सेवेकरिता आपल्या ग्राहकांकडून भरमसाट शुल्क आकारत नाहीत.

५. **राजकीय आणि धार्मिक तटस्थता:** सहकारी संस्थांचा हेतू समाजकल्याणासाठी आर्थिक उद्योग हा असतो. त्यामुळे त्या धर्मनिरपेक्ष आणि बिगर-राजकीय असतात.

६. **सेवा हेतू:** खासगी कंपनीचा मुख्य उद्देश नफा कमवणे हा असतो. मात्र, सहकारी संस्थांचा मुख्य उद्देश **लोकांची सेवा करणे हा असतो**, नफा कमावणे नाही. म्हणून सहकारी संस्था लोकांना आपली उत्पादने आणि सेवा कमी किमतीत उपलब्ध करण्यासाठी म्हणून शक्यतो मध्यस्थांना दूर ठेवतात.

७. **सामाजिक मालकी:** एखाद्या खासगी कंपनीसारखी सहकारी संस्था एका व्यक्तीच्या किंवा काही व्यक्तींच्या मालकीची नसते, उलट तिच्या सर्व सदस्यांच्या मालकीची असते. म्हणून तिला **सहकारी मालकीची**देखील म्हणतात. समाजातील कोणताही सदस्य त्यात सामील होऊन एक मालक बनू शकतो.

८. **परस्पर मदतीच्या माध्यमातून स्वत:ची मदत करणे:** समान आवडी असणारे लोक सहकारी सोसायटीमध्ये एकमेकांना मदत करतात. त्यामुळे, प्रत्येकाच्या मूलभूत आवडी समान असल्याने येथे एकमेकांशी स्पर्धा होत नाही.

९. **भांडवलात मर्यादित स्वारस्य:** एक खासगी कंपनी किंवा एक भांडवलशाही संघटना जास्ती व्याजदर ठेवून आणि गरीबांचे शोषण करूनदेखील, आपल्या भांडवलाला शक्य तितके वाढविण्याचा प्रयत्न करते. पण एक सहकारी संस्था तिचा हेतू विना-नफा आणि सेवा करणे असल्याने आपल्या भांडवलावर कमी व्याजदर ठेवते. उदाहरणार्थ, अनेक कृषी सहकारी पतसंस्था फक्त २-४% व्याजदरावर कर्ज देतात.

१०. **सहकारी शिक्षण:** प्रत्येक सहकारी संस्था तिच्या सदस्यांना सहकारी तत्त्वे, घडामोडी आणि त्यांचे अधिकार आणि कर्तव्यांबद्दल ज्ञान आणि प्रशिक्षण देऊ इच्छिते. ज्ञान ही शक्ती आहे, म्हणून सहकारी संस्था ज्ञान प्रदान करून आपल्या सदस्यांचे सक्षमीकरण करण्याचे उद्दिष्ट नजरेसमोर ठेवते.

११. **सहकारादरम्यान सहकार:** एकसारखे उत्पादन बनवणाऱ्या दोन किंवा अधिक कंपन्या एकमेकांशी स्पर्धा करून नफा कमावतात, पण एकाच उत्पादन किंवा सेवा क्षेत्रात कार्यरत असलेल्या दोन किंवा अधिक सहकारी संस्था स्थानिक, राज्य, राष्ट्रीय आणि आंतरराष्ट्रीय पातळीवर परस्पर लाभ प्राप्तीसाठी आणि लोकांची सेवा करण्यासाठी एकमेकांना सहकार्य करतात.

१२. **समाज किंवा समुदायाचा विचार:** बहुतांश सहकारी संस्था भूकंप, ढगफुटी, पूर आणि तत्सम गंभीर परिस्थितीत लोकांना मदत करतात. त्यांना समाज किंवा समुदायाच्या समस्यांबद्दल काळजी असल्यामुळे त्या सामूहिक विवाह, मोफत वैद्यकीय सेवा आदि उपक्रम आयोजित करतात.

सहकारी संस्थांचे प्रकार

सहकारी संस्थांच्या कार्यांच्या आधारे, त्या प्रामुख्याने खालील आठ प्रकारांमध्ये विभागल्या जाऊ शकतात:

१. **सहकारी पतसंस्था:** या संस्था कमी व्याजदर आणि लवचीक नियमांसह गरजू लोकांना आर्थिक मदत करतात. उदाहरणार्थ कृषी सहकारी पतसंस्था आणि ग्रामीण बँका.

२. **ग्राहक सहकारी संस्था:** या संस्थांची मालकी ग्राहकांकडे असते आणि त्या लोकशाही नियंत्रणाखाली असतात; त्यांचा मुख्य उद्देश ग्राहकोपयोगी उत्पादने स्वस्त दरात लोकांना उपलब्ध करणे आणि ग्राहकांच्या हिताचे रक्षण करणे आहे. त्या सार्वजनिक वितरण व्यवस्थेच्या संकल्पनेचे अनुकरण करतात. या संस्थांमध्ये मध्यस्थांना प्रवेश नसतो आणि ग्राहकांना उत्पादनांचा पुरवठा बाजारातील किमतीपेक्षा कमी किमतीत केला जातो. राष्ट्रीय सहकारी ग्राहक फेडरेशन ही भारतातील सर्वोच्च ग्राहक सहकारी संस्था आहे.

३. **उत्पादकांची सहकारी संस्था:** या संस्थांची मालकी आणि लोकशाही पद्धतीने नियंत्रण उत्पादकांकडे असते. त्यांचा मुख्य उद्देश उत्पादकांच्या हिताचे रक्षण करणे आहे. उदा. कच्चा माल खरेदी करणे, व्यावसायिक घडामोडी इत्यादी आणि अशा प्रकारे लोकांना आपल्या उच्च गुणवत्तापूर्ण उत्पादनांना चांगल्या दरात उपलब्ध करून देणे. या संस्था मध्यस्थांना अनुमती देत नाहीत आणि ग्राहकांना त्यांच्या उत्पादनांचा पुरवठा बाजारातील किमतीपेक्षा कमी किमतीत करतात; उदाहरणार्थ, सहकारी दूध उत्पादक संस्था.

४. **औद्योगिक सहकारी संस्था:** या संस्थांची मालकी आणि लोकशाही पद्धतीने नियंत्रण औद्योगिक श्रमिकांकडे असते. त्यांचा मुख्य उद्देश औद्योगिक श्रमिकांच्या हिताचे शोषक मालक किंवा व्यवस्थापनापासून रक्षण करणे हा आहे. याशिवाय लघु उद्योगाच्या माध्यमातून सदस्यांना विकासाकडे जाण्याची संधी प्रदान करणे हे आणखी एक उद्दिष्ट असते. उदाहरणार्थ, हातमाग सहकारी समित्या आणि हस्तकला सहकारी संस्था.

५. **सेवा सहकारी संस्था:** या संस्थांची मालकी अशा लोकांकडे असते, जे काही विशिष्ट सेवा पुरवतात. उदा. ऋण, कृषी उपकरणे, कपडे आणि इतर. अशा प्रकारच्या संस्था प्रामुख्याने ग्रामीण भागात स्थित आहेत आणि त्यांचा मुख्य उद्देश एखाद्या गावाच्या सर्वांगीण विकासासाठी आवश्यक सेवा किंवा उत्पादने उपलब्ध करणे आहे.

६. **प्रक्रिया आणि विपणन सहकारी संस्था:** या संस्था प्रामुख्याने कृषी उत्पादनांची साठवण, परिरक्षण, प्रक्रिया आणि विपणनाचे कार्य करतात. या संस्था कृषी उत्पादनासाठी रास्त किंमत देतात आणि मध्यस्थांना दूर ठेवतात.

७. **सहकारी कृषी संस्था:** या संस्था लहान शेतजमीन धारकांच्या मालकीच्या आणि त्यांच्याद्वारे लोकशाहीरित्या नियंत्रित आहेत. त्यांचा मुख्य उद्देश सामूहिक शेती करण्यास प्रोत्साहन देणे हा आहे. त्यामुळे निव्वळ कृषी उत्पादकता आणि उत्पन्न वाढते, जे एरवी वैयक्तिक जमिनींमधून मिळत नाही.

८. **गृहनिर्माण सहकारी संस्था:** या संस्थांचा मुख्य उद्देश बेघर लोकांना आश्रयस्थान प्रदान करणे आणि जमीन, कर्ज, सिमेंट आणि इतर गोष्टी पुरवून बांधकाम सुकर करणे हा आहे.

सहकारी संस्थांचे फायदे

सहकारी संस्थांचे महत्त्वाचे फायदे खालीलप्रमाणे आहेत:

१. त्या एकाकी व्यक्तींसाठी खूप फायदेशीर आहेत, कारण त्या सामूहिक फायद्यासाठी एकत्रितपणे काम करतात आणि त्यांचे व्यवस्थापन करतात.

२. त्या व्यवसाय चक्रामधून **मध्यस्थाला दूर** करतात, ज्यामुळे व्यवसायातील शोषणाला प्रतिबंधित करता येते.

३. त्या बाजारभावाच्या तुलनेत कमी खर्चात सेवा आणि उत्पादने देतात आणि चांगला दर्जा राखतात.

४. त्यांचा भर मूलभूत गरजू उत्पादने आणि सेवा पुरविण्यावर असतो. उदा. अन्न, वस्त्र, निवारा आणि इतर. त्या चैनीच्या वस्तूंना महत्त्व देत नाहीत.
५. त्या मिळालेल्या उत्पन्नाचे सदस्यांमध्ये गुंतवणुकीच्या प्रमाणात वाटप करतात. अशा प्रकारे मोजक्याच लोकांच्या हाती संपत्तीचे विकेंद्रीकरण टळते, ज्यातून सामाजिक आणि आर्थिक समता स्थापन होण्यास मदतच होते.
६. त्या समाजातील दुर्बल घटकांच्या उद्धारासाठी लक्षणीय योगदान करतात. उदा. स्त्रिया, मुले, अनुसूचित जाती, अनुसूचित जमाती आणि इतर मागासवर्गीय.
७. त्या कमी खर्चात सर्वोत्तम उत्पादने आणि सेवांचा पुरवठा करून खासगी व्यापाऱ्यांची मक्तेदारी प्रवृत्ती नियंत्रित करतात.
८. त्या न्याय्य व्यावसायिक धोरणांचे अनुकरण करतात. त्यामुळे त्या व्यवसायामध्ये असलेले फसवे उपक्रम दूर करतात. उदा. भेसळ, मापात फसवणे आणि इतर.
९. त्या श्रमिकांना योग्य मोबदला देतात. त्यामुळे इथे खासगी उद्योग संस्थांसारखे व्यवस्थापन-श्रमिकांचे संघर्ष आढळून येत नाहीत.

सहकारी संस्थांच्या उणिवा

भारतात सहकारी संस्थांच्या मुख्य उणिवा खालीलप्रमाणे आहेत:

१. पाश्चात्य देशांप्रमाणे भारतात या लोकांच्या चळवळी म्हणून विकसित झाल्या नाहीत, तर सरकारच्या चळवळी म्हणून विकसित झाल्या.
२. अनेक संस्था चांगल्या आणि कार्यक्षम स्रोतांच्या अभावामुळे आर्थिक समस्यांनी ग्रस्त आहेत.
३. आपल्या संस्थात्मक विकासासाठी स्वत: प्रयत्न करण्याऐवजी या संस्था सरकारकडून खूप अधिक मदत मिळण्याची अपेक्षा करतात.
४. त्यांच्यापैकी बहुतांश गुंतवणूक, सेवा आणि इतर गोष्टींवर नव्हे, तर फक्त कर्जपुरवठा करण्यावर लक्ष केंद्रित करतात. तसेच, हे कर्ज उत्पादन-संबंधित उपक्रमांना जास्त पुरवले जाते.
५. त्या आर्थिक स्रोताच्या अभावामुळे सावकारांना तोंड देण्यास कमकुवत पडतात.
६. आजकाल सहकारी संस्थांच्या बाबींमध्ये राजकीय हस्तक्षेप दिवसेंदिवस वाढत चालला आहे. तसेच श्रीमंत आणि उच्चवर्णीय त्यांच्या कार्यावर प्रभाव टाकत आहेत.
७. चांगले प्रशिक्षण द्यायला यंत्रणा उपलब्ध नसल्याने त्यांच्याकडे प्रशिक्षित स्टाफ नसतो.
८. बिघडलेल्या आर्थिक व्यवस्थापनामुळे त्या कर्जबोज्याखाली ग्रस्त आहेत.
९. त्यांच्याकडे कार्यक्षम आणि प्रभावी प्रशासकीय प्रणालीचा अभाव आहे. त्याचा एक परिणाम म्हणून भ्रष्टाचार, हुकूमशाही आणि इतर गैरव्यवहार या संस्थांमध्येदेखील वाढत आहेत.

कामगिरी

वरील उणिवा असूनही, भारतात सहकारी संस्थांची कामगिरी अभूतपूर्व आणि उल्लेखनीय आहे. उदाहरणार्थ, त्यांनी लोकांना शोषक सावकारांपासून दिलासा दिला आणि फार कमी दरांत कर्ज मिळवून दिले. त्यांनी उत्पादन वाढवण्यासाठीदेखील मोलाचे सहकार्य केले. आज भारत जगातील सर्वांत मोठा दूध उत्पादक देश आहे, हे यश फक्त दूध उत्पादक सहकारी संस्थांमुळे शक्य झाले. उदा. 'अमूल'. सहकारी संस्था योग्य वेळी उत्पादन उपक्रमांना कर्ज देतात; त्या कृषी उत्पादांना योग्य किंमत देतात; कमी खर्चात लोकांना आवश्यक उत्पादनांचा पुरवठा करतात आणि त्यांच्या निव्वळ कमाईत वाढ करून दुर्बलांच्या उद्धारासाठी सहकार्य करतात. हे सर्व करताना सहकारी संस्था आपल्या राष्ट्राच्या सर्वांगीण विकासात एक अतिशय लक्षणीय भूमिका निभावत आहेत.

विभाग सात

घटनादुरुस्ती व आणीबाणीच्या तरतुदी

२३

प्रकरण

घटनादुरुस्ती आणि महत्त्वाच्या दुरुस्त्या ४२, ४४, ७४, ७६, ८६ आणि ९१

घटनादुरुस्ती

भारतीय संविधान एक जिवंत दस्तऐवज आहे आणि ते वेळ, परिस्थिती आणि गरजेनुसार स्वतःला समायोजित करण्यास सक्षम आहे. संविधानाच्या भाग २० चे कलम **३६८** संविधानात सुधारणा करण्याच्या विविध तरतुदींना हाताळते. केवळ **संसदच घटनादुरुस्ती करू शकते**, विधानसभा नाही. कलम ३६८ सांगते, 'संसद आपल्या संवैधानिक अधिकारांचा उपयोग करत प्रक्रियेनुसार राज्यघटनेतील कोणत्याही तरतुदीला जोडून, बदल करून किंवा रद्द करून त्यात सुधारणा करू शकते.'

सर्वोच्च न्यायालयाने **केशवानंद भारती खटला १९७३मध्ये** स्पष्ट केले की, संसद संविधानाच्या **"मूलभूत संरचने"** मध्ये बदल न करता कोणत्याही तरतुदीला बदलू शकते.

आधुनिक लोकशाही राष्ट्रांच्या राज्यघटनांना दुरुस्ती प्रक्रियांच्या आधारे कठोर आणि लवचीक प्रकारांमध्ये विभागले जाते. **कठोर घटनेत** कोणतीही दुरुस्ती किंवा बदल करणे फार कठीण आहे, कारण त्याला एक विशिष्ट प्रक्रिया आवश्यक आहे. उदाहरणार्थ अमेरिकेची राज्यघटना. याउलट एखाद्या **लवचीक राज्यघटनेत** कोणतीही दुरुस्ती किंवा बदल करणे सोपे असते आणि त्यासाठी एक साधी प्रक्रिया लागते. उदाहरणार्थ ब्रिटिश राज्यघटना. **भारतीय घटना कठोरही नाही किंवा लवचीकही नाही, पण दोन्हींचे मिश्रण आहे**. याचे कारण काही तरतुदी सोप्या प्रक्रियेचे अनुसरण करून दुरुस्त केल्या जाऊ शकतात, तर काहींसाठी एक विशेष प्रक्रिया करण्याची गरज असते. कलम ३६८ विशेष प्रक्रिया अनुसरण करून घटनेत दुरुस्तीसाठी तरतूद करते.

संसदेत भारतीय राज्यघटना बदलण्याचे तीन मार्ग आहेत. ते खालीलप्रमाणे आहेत:

१. **साध्या बहुमताने:** संविधानाच्या काही तरतुदींची दुरुस्ती संसदेत एक 'साध्या बहुमता' द्वारे केली जाऊ शकते. अर्थात, बहुमताचे समर्थन किंवा सभागृहांच्या **५० टक्के** सदस्यांची **उपस्थिती आणि त्यांचे मतदान**. या तरतुदीची उदाहरणे आहेत: राज्यात राज्य विधान परिषद विसर्जित करणे किंवा निर्मित करणे, नवीन राज्यांची निर्मिती, नागरिकत्व, संसदेची आणि राज्य विधानमंडळ इत्यादीची निवडणूक.

२. **विशेष बहुमताद्वारे:** संविधानाच्या अनेक तरतुदी **विशेष बहुमताद्वारे** दुरुस्त केल्या जाऊ शकतात. अर्थात, सभागृहांच्या **एकूण सदस्यांपैकी ५० टक्क्यांचे** बहुमत किंवा समर्थन **आणि सभागृहात उपस्थित दोन तृतीयांश सदस्यांचे समर्थन आणि त्यांचे मतदान**. या तरतुदीची उदाहरणे आहेत: मूलभूत हक्क, मार्गदर्शक तत्त्वे आणि इतर कोणतीही बाब जी पहिल्या आणि तिसऱ्या श्रेणीत मोडत नाही.

३. **विशेष बहुमताद्वारे आणि अर्ध्या राज्य विधानसभांच्या संमतीने: भारतीय** संघराज्यात्मक रचनेशी संबंधित संविधानाच्या तरतुदींची दुरुस्ती केवळ संसदेच्या 'विशेष बहुमतानेच' करता येत नाही, तर अर्ध्या विधानसभांच्या साध्या

बहुमतानेदेखील केली जाऊ शकते. या तरतुदीची उदाहरणे आहेत: भारताचे राष्ट्रपती, सर्वोच्च न्यायालयाचे मुख्य न्यायाधीश, व उच्च न्यायालयाचे मुख्य न्यायाधीशांच्या निवडणुका; राज्ये आणि केंद्रादरम्यान वैधानिक अधिकारांचे वितरण; सातवी अनुसूची; संसदेत राज्यांचे प्रतिनिधित्व आणि खुद्द कलम ३६८ (संसदेचे घटना बदलण्याचे अधिकार).

कलम ३६८ अन्वये संविधानात बदल करण्याची कार्यपद्धती

कलम ३६८ अन्वये संविधानात बदलण्याची कार्यपद्धती खालीलप्रमाणे आहे:

१. घटनादुरुस्तीची प्रक्रिया केवळ **लोकसभेत किंवा राज्यसभेत (विधानसभेत नाही)** घटनादुरुस्ती विधेयक मांडल्यानंतर सुरू होऊ शकते.
२. घटनादुरुस्ती विधेयकाला संसदेत मांडण्यासाठी **राष्ट्रपतींच्या पूर्वपरवानगीची आवश्यकता नसते**.
३. घटनादुरुस्ती विधेयक संसदेमध्ये **एखादा मंत्री किंवा खासगी सदस्य** (असा सदस्य जो सरकारच्या वतीने किंवा पक्षाच्या आदेशावरून काम करीत नाही) मांडू शकतो.
४. घटनादुरुस्ती विधेयक संसदेच्या प्रत्येक सभागृहात **विशेष बहुमताद्वारे स्वतंत्रपणे संमत होणे** आवश्यक असते**;** दोन सभागृहांमध्ये याबाबत मतभेद झाल्यास कोंडीचे निराकरण करण्यासाठी "संयुक्त बैठकीची" **तरतूद नसते**.
५. घटनादुरुस्ती विधेयक संविधानाच्या **संघराज्यात्मक रचनेच्या कोणत्याही** दुरुस्तीशी संबंधित असेल, तर ते **एकूण अर्ध्या विधानसभांद्वारे साध्या बहुमताने** संमत होणे आवश्यक आहे.
६. जर घटनादुरुस्ती विधेयक संसदेने संमत केले आहे आणि वर नमूद केल्याप्रमाणे त्याला विधानसभांचीही (आवश्यक प्रकरणात) संमती मिळाली असेल, तर राष्ट्रपतींकडे अनुमतीसाठी पाठवले जाते.
७. राष्ट्रपती घटनादुरुस्ती विधेयकाबाबत **नकाराधिकार वापरू शकत नाहीत**. म्हणजेच ते त्या विधेयकाला मंजुरी नाकारू शकत नाहीत किंवा त्याला पुनर्विचारार्थ संसदेत परत पाठवू शकत नाहीत. उलट त्यांनी त्या विधेयकाला **आपली मंजुरी देणे अनिवार्य आहे**.
८. राष्ट्रपतींनी मान्यता दिल्यानंतर ते विधेयक घटनादुरुस्ती **बनते**. अशा प्रकारे ही घटनादुरुस्ती प्रक्रिया पूर्ण होते व कार्यकारी मंडळ नवीन कायद्याची अंमलबजावणी करू शकते.

महत्त्वाचे घटनादुरुस्ती कायदे

सन १९५० ते जून २०१५पर्यंत, भारतीय संविधानात आतापर्यंत एकूण **१०० घटनादुरुस्ती** झालेल्या आहेत. त्यांच्यातील काही महत्त्वाचे घटनादुरुस्ती कायदे खालीलप्रमाणे आहेत:

१. **४२वा घटनादुरुस्ती कायदा, १९७६**

हा घटनादुरुस्ती कायदा **'मिनी संविधान'** म्हणून ओळखला जातो, कारण राष्ट्रीय आणीबाणीच्या काळात (१९७५-१९७७) इंदिरा गांधी यांच्या अध्यक्षतेखाली काँग्रेस पक्षातर्फे जवळजवळ संविधानाच्या सर्व तरतुदींचे पुनर्लेखन झाले होते. या कायद्याच्या महत्त्वाच्या तरतुदी खालीलप्रमाणे आहेत:

(१) त्याने पुढील तीन नवीन शब्द घटनेच्या प्रस्तावनेत किंवा सरनाम्यात जोडले, ते आहेत- **समाजवादी, धर्मनिरपेक्ष आणि अखंडता**.

(२) त्याने **भाग ४-अ आणि कलम ५१-अ** अंतर्भूत करून **मूलभूत कर्तव्ये जोडली**.

(३) त्याने **अखिल भारतीय न्यायिक सेवेच्या** निर्मितीसाठी तरतूद केली.

(४) त्याने राष्ट्रपतींना **मंत्रिमंडळाचा सल्ला घेण्यास बांधील केले**.

(५) त्याने लोकसभेची आणि विधानसभेची मुदत पाच वर्षांहून वाढवून सहा वर्षे केली.

(६) त्याने घटनात्मक दुरुस्तीला न्यायालयीन आढाव्याबाहेर ठेवले.

(७) त्याने सर्वोच्च न्यायालय आणि उच्च न्यायालयाच्या न्यायालयीन आढावा आणि जनयाचिका अधिकाराला मर्यादित केले.

(८) त्याने राज्य यादीतून पाच विषय समवर्ती यादीमध्ये हस्तांतरित केले. ते आहेतः **वजन व मापे, शिक्षण, वनीकरण, निम्नस्तरीय न्यायालयांमध्ये न्यायाचे प्रशासन आणि वन्य प्राणी व पक्षी संरक्षण**.

(९) त्याने **तीन नवीन** मार्गदर्शक तत्त्वे जोडली. समान न्याय आणि मोफत कायदेशीर मदत; उद्योग व्यवस्थापनात कामगाराचा सहभाग आणि पर्यावरण, वन आणि वन्यजीव संरक्षण ही तीन मार्गदर्शक तत्त्वे होत.

(१०) त्याने **प्रशासकीय न्यायाधिकरणांच्या** स्थापनेची तरतूद केली.

(११) त्याने संसद आणि राज्य विधानसभेमध्ये कोरम पूर्ण करण्याची अट शिथिल केली.

(१२) त्याने संसदेला देशद्रोही घटकांचा सामना करण्यासाठी अधिक कायदे बनविण्याच्या अधिकार दिला, जे काही वेळा मूलभूत हक्कांना प्रभावित करतात.

(१३) त्याने देशाच्या एखाद्या भागामध्ये राष्ट्रीय आणीबाणी लागू करायची तरतूद केली.

(१४) त्याने एखाद्या राज्यात राष्ट्रपती राजवटीचा एका वेळेचा कालावधी सहा महिन्यांवरून एक वर्षापर्यंत वाढविला.

(१५) त्याने एखाद्या राज्यात बिघडलेली कायदा आणि सुव्यवस्था स्थिती सुधारण्यासाठी त्या राज्यात लष्कर पाठवण्याचा अधिकार केंद्राला प्रदान केला.

२. ४४ वा घटनादुरुस्ती कायदा, १९७६

या घटनादुरुस्ती कायद्याला १९७६मध्ये मोरारजी देसाई यांच्या नेतृत्वाखाली जनता सरकारने प्रामुख्याने ४२ व्या घटनादुरुस्ती कायद्यातील त्रुटी रद्द करण्यासाठी अधिनियमित केले होते. त्याच्या महत्त्वाच्या तरतुदी खालीलप्रमाणे आहेत:

(१) त्याने संसद आणि राज्य विधानसभेत कोरमची अनिवार्यता कायम ठेवली.

(२) त्याने लोकसभेची आणि विधानसभेची मूळ मुदत पाच वर्षे पुनर्निश्चित केली.

(३) त्याने स्पष्ट केले, की कलम २० आणि २१ (मूलभूत हक्क) राष्ट्रीय आणीबाणीच्या काळातही **निलंबित केली जाऊ शकत नाहीत**.

(४) त्याने स्पष्ट केले, की राष्ट्रपती केवळ **मंत्रिमंडळाच्या लेखी शिफारशीवरच** राष्ट्रीय आणीबाणी जाहीर करू शकतात.

(५) त्याने राष्ट्रीय आणीबाणीच्या संबंधात 'अंतर्गत असंतोष' या संज्ञेला 'सशस्त्र बंड' या संज्ञेत बदलले.

(६) त्याने राष्ट्रपतींना कॅबिनेटचा सल्ला फेरविचारार्थ **एकदा परत पाठवायाचा अधिकार दिला आणि त्या कॅबिनेटकडून दुसऱ्यांदा आलेल्या त्याच (बदललेल्या किंवा न बदललेल्या) सल्ल्याला मंजुरी देणे राष्ट्रपतींसाठी** बंधनकारक केले.

(७) त्याने **मालमत्ता अधिकाराला** मूलभूत हक्क म्हणून हटविले आणि त्याला फक्त कायदेशीर हक्काचे स्थान दिले.

(८) त्याने राष्ट्रीय आपत्कालीन आणि राष्ट्रपती राजवटीच्या संदर्भात काही खबरदारीचे उपाय जोडले.

(९) सर्वोच्च न्यायालय आणि उच्च न्यायालयांचे न्यायालयीन आढावा घेण्याचे आणि जनादेशाचे काही अधिकार पुनर्स्थापित केले.

(१०) संसद आणि राज्य विधानमंडळांचे सत्य अहवाल प्रकाशित करण्यासाठी वृत्तपत्रांना घटनात्मक संरक्षण दिले.

३. **७३ वा घटनादुरुस्ती कायदा, १९९२**

या कायद्याने **पंचायती राज्य संस्था** किंवा ग्रामीण स्थानिक स्वराज्य संस्थांना **घटनात्मक दर्जा** आणि संरक्षण प्रदान केले. त्याने संविधानात एक **नवीन भाग - नऊ आणि एक नवीन अनुसूची - ११** जोडली, ज्याने ग्रामपंचायतींना **२९ कार्यात्मक घटक प्रदान केले**.

४. **७४ वा घटनादुरुस्ती कायदा, १९९२**

या कायद्याने **शहरी स्थानिक स्वराज्य संस्थांना घटनात्मक दर्जा** आणि संरक्षण प्रदान केले. त्याने संविधानात एक नवीन **भाग - नऊ-अ आणि एक नवीन अनुसूची - १२** जोडली, ज्यामुळे नगरपालिकांना **१८ कार्यात्मक घटक मिळाले**.

५. **७६ वा घटनादुरुस्ती कायदा, १९९४**

या कायद्याने तामिळनाडू आरक्षण कायदा (शिक्षण संस्था आणि राज्य सरकारच्या रोजगारांत एकूण ६९ टक्के आरक्षण प्रदान केले) समावेशित करून संविधानाच्या ९व्या अनुसूचीमध्ये दुरुस्ती केली. हे **न्यायालयीन आढाव्यापासून आरक्षणाच्या तरतुदीला संरक्षण** देण्यासाठी केले गेले. पण सर्वोच्च न्यायालयाने एकूण आरक्षण **५० टक्क्यांपेक्षा अधिक असू नये, असे स्पष्ट केले आहे**.

६. **८६ वा घटनादुरुस्ती कायदा, २००२**

हा कायदा भारतीय शिक्षणप्रणालीमध्ये **एक महत्त्वाचा टप्पा आहे**. हा कायदा अटलबिहारी वाजपेयी यांच्या नेतृत्वाखाली राष्ट्रीय लोकशाही आघाडी (एनडीए) सरकारने वर्ष २००२ मध्ये अधिनियमित केला होता. त्याच्या महत्त्वाच्या तरतुदी खालीलप्रमाणे आहेत:

(१) त्याने राज्यघटनेत **नवीन कलम २१-अ** जोडले, ज्याने मुलांना **'शिक्षणाचा अधिकार'** दिला. त्याने **६-१४ वर्षे वयोगटातील सर्व मुलांना अनिवार्य प्राथमिक शिक्षण मिळण्यास मूलभूत हक्क म्हणून जाहीर केले**.

(२) त्याने राज्यांना ६-१४ वर्षे वयोगटातील सर्व मुलांना **'मोफत व अनिवार्य' शिक्षण** प्रदान करण्यासाठी निर्देश केले.

(३) त्याने एक **नवीन मूलभूत कर्तव्य जोडले. याद्वारे**, त्याने सर्व भारतीय पालक किंवा अभिभावकांना त्यांच्या ६ ते १४ वर्षे वयोगटातील मुलांना प्राथमिक शिक्षणाची संधी प्रदान करणे हे मूलभूत कर्तव्य ठरवले.

७. **९१वा घटनादुरुस्ती कायदा, २००३**

या कायद्याच्या महत्त्वाच्या काही तरतुदी खालीलप्रमाणे आहेत:

(१) त्याने पंतप्रधानांसमवेत केंद्रीय मंत्री परिषदेच्या एकूण सदस्य संख्येला **लोकसभेच्या एकूण सदस्य संख्येच्या १५ टक्क्यांपर्यंत** मर्यादित केले.

(२) त्याने मुख्यमंत्र्यांसमवेत राज्य मंत्री परिषदेच्या एकूण सदस्य संख्येला **विधानभेच्या एकूण संख्येच्या १५ टक्क्यांपर्यंत** मर्यादित केले.

(३) त्याने हे स्पष्ट केले की कोणत्याही राजकीय पक्षाच्या खासदाराला **पक्ष सोडून जाण्याच्या कृतीच्या आधारावर** संसदेत अपात्र ठरविले गेले, **तर** तो खासदार मंत्री होण्यास आणि कोणत्याही लाभदायी राजकीय पदावर नेमणूक होण्यास अपात्र आहे.

(४) त्याने हे स्पष्ट केले आहे की, जर कोणत्याही राजकीय पक्षाच्या आमदाराला (विधानसभा किंवा विधान परिषद) **पक्ष सोडून जाण्याच्या कृतीच्या आधारावर** राज्य विधानसभेत अपात्र ठरविले गेले, **तर** तो आमदार मंत्री होण्यास आणि कोणत्याही लाभदायी राजकीय पदावर नेमणूक होण्यास अपात्र आहे.

२४

प्रकरण

आणीबाणीच्या तरतुदी

आणीबाणीच्या तरतुदी विशेष तरतुदी असून, कोणत्याही असामान्य परिस्थितीला प्रभावीपणे हाताळण्यासाठी सरकारला सक्षम करण्यासाठी भारतीय संविधानाने त्या प्रदान केल्या आहेत. ज्यामुळे भारताची लोकशाही, ऐक्य, अखंडता, सार्वभौमत्व, सुरक्षा आणि संविधानाला धोका होऊ शकतो, अशी परिस्थिती आणीबाणीची मानली जाते. संविधानाचा **भाग १८ आणि कलम ३५२ ते ३६०** आणीबाणीच्या तरतुदीच्या विविध पैलूंविषयी विवेचन करतात.

भारतीय राज्यघटनेचे वैशिष्ट्य म्हणजे, आणीबाणीच्या काळात ती स्वतःला आपोआपच सरकारच्या संघराज्यात्मक प्रणालीकडून **एकात्मक प्रणालीच्या सरकारमध्ये बदलून टाकते**. दुसऱ्या शब्दांत, आणीबाणीच्या काळात केंद्र सरकार **अधिक शक्तिशाली होते** आणि राज्य सरकारांवर आपले नियंत्रण ठेवते.

संविधानाने **आणीबाणीचे तीन प्रकार** प्रदान केले आहेत. **ते** खालीलप्रमाणे आहेत:

१. राष्ट्रीय आणीबाणी (कलम ३५२)
२. राष्ट्रपती राजवट (कलम ३५६)
३. आर्थिक आणीबाणी (कलम ३६०)

राष्ट्रीय आणीबाणी

कलम ३५२ राष्ट्रीय आणीबाणीबद्दल आहे. इथे राष्ट्रीय आणीबाणीचे दोन प्रकार आहेत. जर राष्ट्रीय आणीबाणी **'युद्ध' किंवा 'परकीय आक्रमण'** या कारणास्तव जारी झाली, तर तिला **'बाह्य आणीबाणी'** म्हटले जाते. **जर ही** राष्ट्रीय आणीबाणी **'सशस्त्र बंडा'**च्या कारणास्तव लागू झाली, तर तिला **'अंतर्गत आणीबाणी'** म्हटले जाते. 'सशस्त्र बंडाची' संज्ञा **४४व्या** घटनादुरुस्ती अधिनियम,१९७६ द्वारे मांडली गेली होती. मूळ संज्ञा **'अंतर्गत असंतोष'** अशी होती.

भारताचे राष्ट्रपती संपूर्ण देशात किंवा कोणत्याही भागात युद्ध, परकीय आक्रमण आणि सशस्त्र बंडाच्या कारणास्तव राष्ट्रीय आणीबाणी जाहीर करू शकतात. या शक्यतांचा धोका आहे याची खात्री वाटल्यानंतरही ते आणीबाणी जाहीर करू शकतात.

मात्र, राष्ट्रपती केवळ **केंद्रीय मंत्रिमंडळाच्या लेखी शिफारशीच्या आधारेच** राष्ट्रीय आणीबाणी जाहीर करू शकतात. यासाठी अगदी पंतप्रधानांचा सल्लादेखील पुरेसा नसतो, राष्ट्रीय आणीबाणी तिच्या घोषणेच्या तारखेपासून **एक महिन्याच्या आत संसदेच्या दोन्ही सदनांत विशेष बहुमताने** मंजूर होणे आवश्यक असते.

संसदेने मान्यता दिल्यानंतर, राष्ट्रीय आणीबाणी **पुढील सहा महिने सुरू राहते** आणि दर सहा महिन्यांनी संसदेच्या मान्यतेच्या आधारावर तिला **कितीही वेळा** वाढविता येऊ शकते.

राष्ट्रपती संसदेच्या मान्यतेशिवाय **कोणत्याही वेळी** राष्ट्रीय आणीबाणी मागे घेऊ शकतात. जर **लोकसभा** (राज्यसभा नव्हे) साध्या बहुमताने ठराव संमत करून राष्ट्रीय आणीबाणी मागे घेत असेल, तर राष्ट्रपतींना राष्ट्रीय आणीबाणी मागे घ्यावी लागते.

आतापर्यंत, भारतात **तीन वेळा** आणीबाणी लागू करण्यात आली:

१. प्रथम, १९६२ मध्ये चिनी आक्रमणानंतर. ती बाह्य आणीबाणी होती. तिला १९६८ मध्ये मागे घेण्यात आले.
२. दुसरी, १९७१ मध्ये भारतावर पाकिस्तानच्या हल्ल्यानंतर. तीदेखील एक बाह्य आणीबाणी होती. तिला १९७७ मध्ये मागे घेण्यात आले.
३. तिसरी, १९७५ मध्ये, 'अंतर्गत असंतोषा'बद्दल. ती एक अंतर्गत आणीबाणी होती. तिलादेखील दुसऱ्या आणीबाणीसह १९७७ मध्ये मागे घेण्यात आले होते. ही सर्वांत वादग्रस्त राष्ट्रीय आणीबाणी ठरली. तत्कालीन पंतप्रधान इंदिरा गांधी यांनी कॅबिनेटच्या सल्ल्याशिवाय तत्कालीन राष्ट्रपती फक्रुद्दीन अली अहमदना राष्ट्रीय आणीबाणीची घोषणा करण्यासाठी शिफारस केली होती. अनेक राजकारणी असे मानतात की त्यांनी पदावर टिकून राहण्यासाठी असे केले, कारण अलाहाबाद उच्च न्यायालयाने त्यांना निवडणुकीतील गैरप्रकारांबद्दल दोषी ठरवले होते.

राष्ट्रीय आणीबाणीचे परिणाम

राष्ट्रीय आणीबाणी लागू असेल, तर तिचा राजकीय प्रणालीवर लक्षणीय परिणाम होतो. राष्ट्रीय आणीबाणीचे महत्त्वाचे परिणाम खालीलप्रमाणे आहेत:

१. लोकसभा व विधानसभांच्या पाच वर्षांच्या मुदतीत संसदेद्वारे एका वेळी **एका वर्षासाठी, आणि** अशी कितीही वेळा **वाढ केली जाऊ शकते**.
२. **कलम १९** (सहा मूलभूत हक्क) बाह्य आणीबाणीच्या काळात (पण अंतर्गत आणीबाणीच्या काळात नव्हे) **आपोआप निलंबित होते**.
३. राष्ट्रपती कलम **२० आणि २१ अंतर्गत मूलभूत हक्क वगळता, इतर** कोणत्याही मूलभूत हक्काची अंमलबजावणी करण्याकरिता विशिष्ट कालावधीसाठी **कोणत्याही न्यायालयात जाण्याच्या हक्काला** निलंबित करू शकतात.
४. केंद्र सरकार कोणत्याही बाबतीत **कोणत्याही राज्य सरकारला दिशा-निर्देश देऊ शकते**. अशा प्रकारे, राज्य सरकारे केंद्र सरकारच्या नियंत्रणाखाली येतात.
५. **संसद राज्याच्या यादीत उल्लेख केलेल्या कोणत्याही विषयावर कायदे अधिनियमित करू शकते**. तथापि, राज्य विधानसभा या वेळी निलंबित केल्या जात नाहीत.
६. जेव्हा संसदेचे अधिवेशन चालू नसते, **तेव्हा राष्ट्रपती राज्य सरकारांकरिता वटहुकूम जारी करू शकतात**.
७. राष्ट्रपती केंद्र आणि राज्य सरकारांमध्ये महसूल वितरण सुधारित (कमी, वाढ किंवा रद्द) करू शकतात.

राष्ट्रपती राजवट

भारतात केंद्र आणि राज्यांचे संबंध आई आणि एक लहान मुलासारखे आहे. सर्व राज्यांमध्ये घटनात्मक तरतुदीनुसार काम चालू आहे हे सुनिश्चित करण्याची जबाबदारी केंद्र सरकारची असते. राज्यांमध्ये घटनात्मक यंत्रणा अपयशी होण्याच्या बाबतीत केंद्र कलम ३५६ अंतर्गत राज्य सरकाराला आपल्या अधिकारांखाली आणते. यालाच **'राष्ट्रपती राजवट**, किंवा **'घटनात्मक आणीबाणी'** किंवा **'राज्य आणीबाणी' म्हणून ओळखले जाते**.

राष्ट्रपती राजवट **त्रिशंकू विधानसभेच्या** बाबतीतदेखील लागू आहे, ज्यावेळी विधानसभेतील एक राजकीय पक्ष किंवा आघाडी पूर्ण बहुमत मिळवत नाही आणि विधानसभेतील कोणताच राजकीय पक्ष सरकार स्थापन करण्यासाठी स्वारस्य दाखवत नाही किंवा सक्षम नसतो आणि राज्यात कायदा व सुव्यवस्थेची स्थिती गंभीर बनते किंवा काही इतर घटनांमध्ये जेव्हा राज्यातली घटनात्मक यंत्रणा अपयशी ठरल्याचे मानले जाते.

राष्ट्रपती एखाद्या राज्यामध्ये **दोन कारणांस्तव राष्ट्रपती राजवट लागू करू शकतात, ती** खालीलप्रमाणे आहेत:

१. जर त्यांची खात्री पटली, की राज्य सरकारचा कारभार **एखाद्या परिस्थितीत राज्यघटनेनुसार** (कलम ३५६) **चालू शकत नाही**. राष्ट्रपती अशा वेळी संबंधित राज्यातील **राज्यपालांच्या** शिफारशीवरून किंवा शिफारशीशिवाय त्या राज्यात राष्ट्रपती राजवट लागू करू शकतात. या संदर्भात, राष्ट्रपती राज्यपालांच्या शिफारशीला (म्हणजे, ती स्वीकारणे किंवा नाकारणे) बांधील नसतात.
२. जर राज्य सरकार केंद्र सरकारच्या निर्देशांचे **पालन करण्यात किंवा त्यांना लागू देण्यात अपयशी ठरले, तर** राष्ट्रपती राज्यात राष्ट्रपती राजवट (कलम ३६५) लागू करू शकतात.

राज्यात राष्ट्रपती राजवट जाहीर झाल्याच्या तारखेपासून **दोन महिन्यांच्या आत तिला संसदेच्या दोन्ही सभागृहांत साध्या बहुमताद्वारे** मंजुरी मिळणे आवश्यक असते. संसदेत मान्यता मिळाल्यानंतर राज्यातील राष्ट्रपती राजवट **पुढील सहा महिने** चालू असते, आणि **दर सहा महिन्यांनी संसदेत मान्यता मिळवून तिला जास्तीत जास्त तीन वर्षांच्या कालावधीपर्यंत विस्तारित केले जाऊ शकते**. दुसऱ्या शब्दांत, एखाद्या राज्यात राष्ट्रपती राजवटीचा जास्तीत जास्त कालावधी **तीन वर्षे आहे**. राष्ट्रपती संसदेच्या मान्यतेशिवाय राज्यातील राष्ट्रपती राजवट **कोणत्याही वेळी मागे घेऊ शकतात**. सर्वोच्च न्यायालयाने आपल्या ऐतिहासिक बोम्मई,१९९४ खटल्यामध्ये स्पष्ट केले, की एखाद्या राज्यात राष्ट्रपती राजवट लागू करण्याच्या संबंधात राष्ट्रपतींचा निष्कर्ष **न्यायालयीन आढाव्याच्या कक्षेत येतो.**

राष्ट्रपती राजवटीचे परिणाम

एखाद्या राज्यात राष्ट्रपती राजवट लागू असेल तर ती राष्ट्रपतींना अतिविशिष्ट अधिकार देते. **राज्याचे कार्यकारी अधिकार राज्यपालांकडे (राष्ट्रपतींच्या वतीने) हस्तांतरित केले जातात** आणि **विधानसभेचे अधिकार संसदेकडे येतात. जेव्हा** एखाद्या राज्यात राष्ट्रपती राजवट लागू केली जाते तेव्हा त्याचे खालील परिणाम होतात:

१. राष्ट्रपती मुख्यमंत्र्यां**समवेत राज्य मंत्री परिषदेला बडतर्फ करतात**.
२. **राष्ट्रपतींच्या** वतीने **राज्यपाल** राष्ट्रपतींद्वारे नियुक्त सल्लागार आणि राज्याच्या मुख्य सचिवांच्या मदतीने **राज्याचे प्रशासन सांभाळतात**.
३. वैधानिक **विधेयके आणि राज्य अर्थसंकल्प संसद संमत करते**.
४. राष्ट्रपती राज्य विधानसभेला **निलंबित किंवा विसर्जित करू शकतात**. दोन्ही बाबतीत, **संसद** राष्ट्रपतींना राज्य शासनासाठी कायदे अधिनियमित करायचा किंवा वटहुकूम लागू करायचा अधिकार देते. असे कायदे **'राष्ट्रपतींचे कायदे'** म्हणून ओळखले जातात.
५. राष्ट्रपती राजवटीचे राज्यातील उच्च न्यायालयांवर कोणतेच परिणाम होत नाहीत.

आर्थिक आणीबाणी

कलम ३६० अंतर्गत, **राष्ट्रपतींची अशी खात्री पटली, की** काही परिस्थितीत भारताच्या किंवा त्याच्या काही भागांतील **आर्थिक स्थैर्याला किंवा पत व्यवस्थेला धोका आहे, तर ते** आर्थिक आणीबाणी जाहीर करू शकतात. या बाबतीतही राष्ट्रपतींचे निष्कर्ष **न्यायालयीन पुनरावलोकनाच्या** कक्षेत येतात.

आर्थिक आणीबाणीची घोषणा केल्याच्या तारखेपासून **दोन महिन्यांच्या आत तिला संसदेच्या दोन्ही सभागृहांत साध्या बहुमताद्वारे** मंजुरी मिळणे आवश्यक असते. संसदेत मान्यता मिळाल्यानंतर राष्ट्रपतींनी मागे घेईपर्यंत ती **बेमुदत** सुरू राहते. दुसऱ्या शब्दांत, संसदेला तिला वेळोवेळी संमत करून चालू ठेवण्याची आवश्यकता नसते **आणि तिच्या संचालनासाठी वेळेची कमाल मर्यादा नसते**. राष्ट्रपती संसदेच्या मंजुरीशिवाय **कोणत्याही वेळी** आर्थिक आणीबाणी **मागे घेऊ शकतात**.

आर्थिक आणीबाणीचे परिणाम

आर्थिक आणीबाणीच्या काळात केंद्र राज्याच्या आर्थिक बाबींवर पूर्ण नियंत्रण ठेवते. आर्थिक आणीबाणीचे महत्त्वाचे परिणाम खालीलप्रमाणे आहेत:

१. **राष्ट्रपती राज्यांना** आर्थिक औचित्य दाखवण्याचे **निर्देश देऊ शकतात**.
२. राष्ट्रपती सांगू शकतात की, राज्य विधानमंडळाद्वारे संमत झालेली सर्व आर्थिक विधेयके आणि इतर वित्तीय बिले त्यांच्या **विचारार्थ राखून ठेवली जावीत**.
३. राष्ट्रपती सर्वोच्च न्यायालय व उच्च न्यायालयांच्या न्यायाधीशांसमवेत केंद्र व राज्य सरकारमध्ये कार्य करणाऱ्या सर्व किंवा कोणत्याही व्यक्तीच्या पगारात **व भत्त्यात घट करायचे निर्देश देऊ शकतात**.

आतापर्यंत, आर्थिक आणीबाणी भारतात लागू झालेली नाही. भारतात १९९१मध्ये बिकट आर्थिक परिस्थिती ओढवली होती. पण त्याही वेळी राष्ट्रपतींनी आर्थिक आणीबाणी जारी केली नव्हती.

विभाग आठ

समाजातील दुर्बल घटकांसाठी घटनात्मक तरतुदी

२५

प्रकरण

अनुसूचित जाती, अनुसूचित जमाती, इतर मागासवर्गीय, महिला व बालके यांच्यासाठी विशेष तरतूद

भारतीय समाजात आज जी विषमता पसरलेली आहे, ज्याचे कारण प्रामुख्याने ऐतिहासिक चुका आहेत. समाजातील दुर्बल घटक म्हणजे स्त्रिया, मुले, अनुसूचित जाती, अनुसूचित जमाती, इतर मागासवर्गीय अन्याय, शोषण, आणि विषमतेचे बळी ठरले आहेत. विशेषतः मागासवर्गीय आणि स्त्रिया प्रदीर्घ काळापासून सन्मानाने जीवन जगले नाहीत. भारताच्या संविधानाचा मुख्य हेतू समाजातील या दुर्बल घटकांच्या हितांचे रक्षण करून त्यांचे दु:ख, शोषण समाप्त करणे आणि सरकारला सकारात्मक भेदभाव (positive discrimination) करण्यास परवानगी देऊन दुर्बल घटकांना संधी प्रदान करणे हा आहे.

अनुसूचित जाती आणि अनुसूचित जमातींसाठी संवैधानिक तरतूद

प्राचीन भारतीय समाज "वर्ण व्यवस्थे"वर आधारित होता. जी लोकांना चार वर्णांमध्ये विभागत होती: ब्राह्मण, क्षत्रिय, वैश्य आणि शूद्र, जे त्यांच्या व्यवसायावर (कर्म) आधारित होते. पण नंतर उच्चवर्णीय लोकांनी कर्माच्या ऐवजी जन्माच्या आधारे वर्ण व्यवस्था लादण्यास सुरुवात केली. त्यामुळे, शूद्र केवळ निम्नस्तरीयच राहिले नाहीत, तर हजारो वर्षे ते सामाजिक शोषण आणि आर्थिक अन्यायाचेदेखील बळी ठरत गेले.

भारतीय राज्यघटना शूद्रांना **अनुसूचित जाती म्हणून** संदर्भित करते**; गांधीजींनी त्यांना 'हरिजन' म्हणून संबोधले** आणि साहित्यात त्यांना दलित म्हणून संबोधतात. तसेच, भारतात काही समुदाय असे आहेत ज्यांची **स्वत:ची विशिष्ट संस्कृती आणि धर्म आहे** आणि ते आपल्या स्वत:च्या **पारंपरिक सामाजिक संरचनेत राहतात**. या समुदायांना घटनेत अनुसूचित जमाती असे म्हटले जाते. अनुसूचित जातींप्रमाणेच अनुसूचित जमातींनादेखील हजारो वर्षे वाळीत टाकले गेले आणि ते अजूनही अविकसित आहेत. सन २०११च्या जनगणनेनुसार भारताच्या लोकसंख्येपैकी **१६.६ टक्के** अनुसूचित जाती आणि ८.६ **टक्के अनुसूचित जमातींचे लोक आहेत**.

घटनेने अनुसूचित जाती आणि अनुसूचित जमातींना शोषणापासून संरक्षण देण्यासाठी काही विशिष्ट तरतुदी निश्चित केल्या आणि त्यांना विकासासाठी समान संधी दिली. त्या तरतुदी खालीलप्रमाणे आहेत:

१. कलम ३४१ आणि ३४२ अंतर्गत, भारतीय राज्यघटना **राष्ट्रपतींना** राज्यपालांच्या सल्ल्याने संपूर्ण भारतातील अनुसूचित जाती आणि अनुसूचित जमातीच्या पहिल्या याद्या तयार करण्यासाठी अधिकार देते. फक्त **संसदेलाच या यादीमध्ये नावे जोडण्याचा किंवा नावे काढण्याचा किंवा बदल करण्याचा अधिकार आहे**.
२. अनुसूचित जाती आणि अनुसूचित जमातींच्या विकासासाठी **कलम १५ला काही अपवाद** प्रदान केले. या कलमाअंतर्गत राज्यांना जात, धर्म, पंथ, लिंग, जन्मस्थान आणि इतर गोष्टींच्या आधारावर जनतेत भेदभाव करायला प्रतिबंधित केले जाते.

३. **सरकारी नोकऱ्यांत अनुसूचित जाती आणि जमातींसाठी आरक्षण** प्रदान करून **कलम १६मध्ये काही अपवाद** केले (सार्वजनिक रोजगाराच्या बाबतीत समता).

४. २००१च्या ८५व्या घटनादुरुस्ती कायद्याअंतर्गत सरकारी नोकऱ्यांमध्ये अनुसूचित जाती आणि अनुसूचित जमातींसाठी पदोन्नतीसाठी **आरक्षणाची** तरतूद केली गेली.

५. घटनेने **अस्पृश्यतेच्या** (कलम १७) प्रथेला प्रतिबंधित केले आणि या कृत्याला शिक्षाप्राप्त गुन्हा बनविले.

६. घटनेने **कलम १९ला काही मर्यादा प्रदान केल्या, अर्थात तिने अनुसूचित जमातींची** वैशिष्ट्यपूर्ण संस्कृती आणि परंपरांचे संरक्षण करण्यासाठी **अनुसूचित क्षेत्रात संचार हक्क** आणि **निवासाच्या हक्का**ला प्रतिबंधित केले.

७. कलम ४६अन्वये घटनेने समाजातील इतर दुर्बल घटकांसोबत अनुसूचित जाती आणि जमातींच्या **शैक्षणिक हिताचे** संरक्षण करण्यासाठी राज्याला आदेश दिले.

८. कलम १६४ अन्वये बिहार, मध्य प्रदेश, झारखंड, ओडिशा आणि इतर राज्यांत **आदिवासी विकास मंत्र्यांमार्फत** मागासवर्गीयांचे कल्याण बघण्यासाठी तरतूद करण्यात आली.

९. घटनेने **५ आणि ६ अनुसूची** (भाग २४४) अन्वये अनुसूचित क्षेत्र आणि जमातींचे कल्याण व **प्रशासनासाठी विशेष तरतुदी केल्या**.

१०. कलम २७५ (१) अंतर्गत घटनेने भारत सरकारला अनुसूचित क्षेत्र आणि अनुसूचित जमातींसाठी कल्याण योजना राबविण्यासाठी **राज्य सरकारला अनुदान प्रदान करण्यासाठी** अधिकृत केले.

११. कलम ३३०, ३३२ आणि ३३४ अंतर्गत घटनेने **संसद आणि राज्य विधानसभांमध्ये अनुसूचित जाती आणि अनुसूचित जमातीं**साठी त्यांच्या लोकसंख्येच्या प्रमाणात **राखीव जागांचे आरक्षण** प्रदान केले.

१२. कलम ३३५ अन्वये, घटनेने प्रशासनाच्या कार्यक्षमतेला लक्षात ठेवून नोकरीमध्ये आरक्षण करण्यासाठी **अनुसूचित जाती/ जमातींच्या दाव्याचा** विचार करण्यासाठी राज्यांना भाग पाडले.

१३. कलम ३३९ अंतर्गत, राष्ट्रपतींना एक **आयोग नियुक्त करायला अधिकार मिळाला**, जो अनुसूचित क्षेत्र आणि अनुसूचित जातींच्या कल्याणयोजनांविषयी, त्यांच्या स्थापनेनंतर दहा वर्षांनी राष्ट्रपतींकडे अहवाल सादर करेल. तसेच घटनेने भारत सरकारला अनुसूचित जाती आणि अनुसूचित जमातींच्या कल्याणासाठी राज्य सरकारांना **दिशानिर्देश देण्यासाठी** अधिकार दिला.

१४. कलम ३३८ आणि ३३८-अ अन्वये घटनेने अनुक्रमे **अनुसूचित जातींसाठी राष्ट्रीय आयोग आणि अनुसूचित जमातींसाठी राष्ट्रीय आयोगा**ची स्थापना करण्याची तरतूद केली.

याशिवाय, संसदेने **'नागरी हक्क' संरक्षण कायदा १९५५'** आणि **'अनुसूचित जाती आणि अनुसूचित जमाती (अत्याचार प्रतिबंध) अधिनियम १९८९' अधिनियमित केले, ज्याचा** उद्देश अनुसूचित जाती आणि अनुसूचित जमाती संरक्षण सेलला अधिकार देणे आणि अत्याचाराला बळी पडलेल्यांना त्वरित न्याय देण्यासाठी आणि त्यांना मदत आणि पुनर्वसन प्रदान करण्यासाठी विशेष पोलिस ठाणी आणि विशेष न्यायालये स्थापन करणे हा आहे. तसेच, लोकांमध्ये जागरूकता निर्माण करण्यासाठी आणि आंतरजातीय विवाहाला प्रोत्साहन देण्यासाठी विशेष प्रयत्न केले गेले.

अनुसूचित जातींसाठी राष्ट्रीय आयोग आणि अनुसूचित जमातींसाठी राष्ट्रीय आयोग

८९ वा घटनादुरुस्ती कायदा, २००३ अंतर्गत तत्कालीन अनुसूचित जाती आणि अनुसूचित जमातींसाठीच्या राष्ट्रीय आयोगाला दोन स्वतंत्र आयोगांमध्ये विभाजित केले. ते आहेत, **राष्ट्रीय अनुसूचित जाती आयोग (कलम ३३८)** आणि **राष्ट्रीय अनुसूचित जमाती आयोग (कलम ३३८-अ).** दोन्ही आयोग **घटनात्मक संस्था आहेत** (संविधानाद्वारे थेट निर्मित).

प्रत्येक आयोगात **एक अध्यक्ष, एक उपाध्यक्ष आणि तीन सदस्य असतात**. ते सर्व **भारताच्या राष्ट्रपतींतर्फे त्यांच्या विशेष अधिकार आणि मुद्रेअंतर्गत नियुक्त केले जातात**. त्यांच्या सेवेच्या अटी आणि कालावधीदेखील राष्ट्रपतींनी ठरविला असतो.[१]

दोन्ही आयोगाचे काम अनुसूचित जाती आणि अनुसूचित जमातींना पुरवलेल्या घटनात्मक आणि कायदेशीर संरक्षण उपायांशी संबंधित बाबींचा तपास, निरीक्षण आणि मूल्यमापन करणे; अनुसूचित जाती आणि जमातींचे संरक्षण आणि अधिकारांसंबंधी तक्रारींसाठी चौकशीची कार्यवाही करणे; अनुसूचित जाती आणि अनुसूचित जमातींच्या विकासाच्या (सामाजिक-आर्थिक) नियोजन प्रक्रियेमध्ये सहभागी होणे आणि सल्ला देणे; आणि अनुसूचित जाती व अनुसूचित जमातींच्या संरक्षण उपायांची प्रभावी अंमलबजावणी, तसेच त्यांचे कल्याण आणि प्रगतीसाठी वेळोवेळी योग्य शिफारस करणे हे आहे. दोन्ही आयोग आपला **वार्षिक अहवाल राष्ट्रपतींना** सादर करतात, जे त्यांना संसदेसमोर मांडतात.

तक्रारींचा तपास करण्यासाठी दोन्ही आयोगांना **दिवाणी न्यायालयाचे अधिकार प्राप्त आहेत**. केंद्र आणि राज्ये या दोहोंनी अनुसूचित जाती आणि अनुसूचित जमातींसाठी धोरणे बनवताना या आयोगांचा सल्ला घेणे आवश्यक असते. अनुसूचित जातींच्या राष्ट्रीय आयोगाला **इतर मागासवर्गीय आणि अँग्लो-इंडियन समुदायाच्या बाबतीत** समान अधिकार आहेत आणि जबाबदाऱ्या आहेत.

इतर मागासवर्गीयांसाठी (ओबीसी) राज्यघटनेची तरतूद

'इतर मागासवर्गीय (ओबीसी)' ही भारताच्या राज्यघटनेने वापरलेली सामूहिक संज्ञा आहे, जी **सामाजिक आणि आर्थिकदृष्ट्या वंचित किंवा मागे राहिलेल्या जातींसाठी** (अनुसूचित जाती आणि अनुसूचित जमाती सोडून) वापरली जाते. २००१च्या जनगणनेनुसार, **इतर मागासवर्गीय वर्ग भारताच्या लोकसंख्येच्या ५२ टक्के आहेत**. ते समाजातील दुर्लक्षित स्तरात येतात म्हणून संविधानाने त्यांच्या उद्धारासाठी काही विशेष तरतुदी प्रदान केल्या **(उच्च उत्पन्न वर्ग किंवा क्रीमी लेयर वगळून).**

त्या खालीलप्रमाणे आहेत:

१. संविधानाच्या प्रस्तावनेत भारताच्या नागरिकांना न्याय (सामाजिक, आर्थिक आणि राजकीय) आणि प्रतिष्ठा आणि संधीची समानता सुनिश्चित केली गेली आहे.
२. ते इतर मागासवर्गीयांचे संरक्षण आणि विकासासाठी **काही मूलभूत हक्कांच्या बाबतीत** विशिष्ट अपवादाची तरतूद करते. **उदा**. कलम १४, १५ व १९.
३. त्याने कलम १६साठी अपवादाची तरतूद केली, ज्याअन्वये सरकार **इतर मागासवर्गीयांसाठी शैक्षणिक संस्था आणि सार्वजनिक रोजगारात २७ टक्के आरक्षण प्रदान करते; हा निर्णय १९७९मध्ये मंडल आयोगाने केलेल्या शिफारशींवर आधारित आहे**. पण सार्वजनिक रोजगारामध्ये या **इतर मागासवर्गीयांना पदोन्नतीमध्ये आरक्षण नाही**.
४. कलम ३४० अंतर्गत, ते राष्ट्रपतींना इतर मागासवर्गीयांच्या स्थितीचा तपास करण्यासाठी **आयोग नियुक्त** करण्याचे अधिकार देते आणि राष्ट्रपती संसदेसमोर आयोगाचा अहवाल मांडतात.
५. कलम ३३८ अन्वये त्याने **अनुसूचित जातींच्या राष्ट्रीय आयोगाला** इतर मागासवर्गीयांच्या हिताकडे पाहण्यसाठीदेखील नेमले आहे.

याशिवाय, सरकारने **१९९३मध्ये 'मागासवर्गांसाठी राष्ट्रीय आयोग'** स्थापन केला आहे, जे एक कायम **वैधानिक मंडळ** (संसदेच्या नियम किंवा कायद्याने बनवलेले एक मंडळ) आहे आणि जे सामाजिक न्याय आणि सबलीकरण मंत्रालयाअंतर्गत येते. म्हणून ही एक गैर-**घटनात्मक संस्था आहे**. यात **अध्यक्षां**समवेत (सहसा सर्वोच्च न्यायालय किंवा उच्च न्यायालयांचे विद्यमान

[१] सहसा, ते नियमांतर्गत तीन वर्षे पदावर राहतात.

किंवा निवृत्त न्यायाधीश) **पाच सदस्यांचा** समावेश आहे. ते सर्व **केंद्र सरकारद्वारे नामनिर्देशित असतात** आणि त्यांचा कालावधी **तीन वर्षांचा** असतो. ते इतर मागासवर्गीयांच्या याद्यांमध्ये इतर कोणत्याही जातीचा **समावेश किंवा वगळण्याबद्दल विचार करतात आणि** त्या मुद्द्यांवर सरकारला सल्ला देतात.

उच्च उत्पन्न वर्ग (क्रीमी लेयर)

'उच्च उत्पन्न वर्ग' ही संज्ञा **इतर मागासवर्गीय समूहांतील** उच्चशिक्षित श्रीमंत आणि विकसित लोकांबद्दल वापरली जाते. उच्च उत्पन्न वर्गाला **शिक्षण आणि सरकारी नोकरीत आरक्षणाचा लाभ मिळण्यापासून वगळण्यात आले आहे**, आणि त्यांना इतर मागासवर्गीयांसाठी असलेल्या इतर काही सुविधादेखील मिळत नाहीत. दुसऱ्या शब्दांत, उच्च उत्पन्न वर्गाच्या लोकांना सर्वसामान्य वर्गाचे लोक मानले जाते आणि त्यांना **२७ टक्के कोट्याचा फायदा मिळत नाही, जो** इतर मागासवर्गीयांसाठी अभिप्रेत आहे.

खालील व्यक्तींची 'मुले' उच्च उत्पन्न वर्गात मोडतात:

१. ज्या व्यक्तीचे एक ढोबळ **वार्षिक उत्पन्न ६ लाखांहून अधिक आहे** किंवा तिच्याजवळ सूट मिळालेल्या मर्यादेपेक्षा अधिक संपत्ती आहे.
२. अशा व्यक्ती जिने घटनात्मक पद ग्रहण केले आहे. उदा. राष्ट्रपती, उपराष्ट्रपती, राज्यपाल आणि इतर.
३. ज्या व्यक्ती अखिल भारतीय, केंद्रीय व राज्य सेवांमध्ये, सार्वजनिक क्षेत्रातील उपक्रम, बँका आणि इतर क्षेत्रांत गट 'अ' किंवा वर्ग १ आणि गट 'ब' किंवा वर्ग २ पदांवर कार्यरत आहेत आणि ज्या व्यक्ती खासगी नोकरीत आहेत.
४. वकील, अभियंते, डॉक्टर, लेखक आणि इतर व्यवसाय करणाऱ्या व्यक्ती.
५. व्यापार, व्यवसाय आणि उद्योगात सहभागी असणाऱ्या व्यक्ती.
६. मर्यादेपेक्षा अधिक शेतजमीन, रिक्त जमीन, शहरी ठिकाणी इमारती असलेल्या व्यक्ती.
७. सैन्य आणि समकक्ष इतर सशस्त्र सेनांमध्ये कर्नल व त्यापेक्षा अधिक हुद्दा धारण करणाऱ्या व्यक्ती.

महिला आणि मुलांसाठी घटनात्मक तरतूद

भारतात महिलांची स्थिती कालानुरूप बदलत गेली. प्राचीन काळात महिला आणि पुरुषांना समान दर्जा होता, पण मध्ययुगीन काळातील महिलांचा सामाजिक दर्जा फारच खालावलेला होता. त्या सामाजिक, राजकीय, शैक्षणिक आणि आर्थिक स्वातंत्र्यापासून वंचित होत्या. आधुनिक भारतातील महिला मात्र पुरुषांसारखा समान दर्जा मिळविण्याच्या मार्गावर आहेत. यामागे मुख्य प्रेरक शक्ती भारतीय संविधान आहे. स्त्रियांप्रमाणेच मुलेदेखील समाजाचा एक दुर्बल घटक मानली जातात, कारण आपल्या हितांचे संरक्षण करण्यासाठी ती पुरेशी सक्षम (मानसिक आणि शारीरिक) नसतात आणि त्यांचे शोषण केले जाते. समाजात महिलांचे स्थान आजही पुरुषांच्या बरोबरीचे नसले तरी संविधानाने **पुरुष आणि महिलांना समान दर्जा दिला** आणि त्याने **स्त्री-पुरुष समानतेच्या तत्त्वाला मान्य केले**.

संविधान केवळ स्त्रिया आणि मुलांना शोषण आणि अन्यायापासून संरक्षण देऊन थांबत नाही, तर त्यांच्या विकासासाठी पुरेशी तरतूददेखील करते. स्त्रिया आणि मुलांसंबंधी महत्त्वाच्या घटनात्मक तरतुदी खालीलप्रमाणे आहेत:

१. कलम १४ अंतर्गत, स्त्रिया आणि मुलांसमवेत सर्वांना कायद्यासमोर **समता मिळते**.
२. कलम १५ अंतर्गत, घटनेने **याच कलमाकरिता काही अपवाद प्रदान केले आहेत**. स्त्रिया आणि मुले यांचा विकास साधण्यासाठी ही विशेष तरतूद आहे.

३. कलम १५ अन्वये घटनेने **सार्वजनिक रोजगारामध्ये महिलांना समान संधी उपलब्ध केली.** [२]
४. **कलम २१A**अन्वये घटनेने ६-१४ वर्षे वयोगटातील सर्व मुलांना **प्राथमिक शिक्षण म्हणजे एक मूलभूत अधिकार** (शिक्षणाचा अधिकार) बनविला आणि राज्यांना या वयोगटात बसणाऱ्या मुलांना मोफत आणि सक्तीचे प्राथमिक शिक्षण देण्यासाठी बंधनकारक केले.
५. कलम २३A अन्वये, **मानवी तस्करी** आणि भीक मागणे, वेठबिगारीसारख्या प्रकारांना **प्रतिबंधित केले गेले.**
६. कलम २३A अंतर्गत घटनेने कोणत्याही कारखान्यात किंवा खाणीत किंवा इतर कोणत्याही घातक ठिकाणी १४ वर्षांखालील वयाच्या **मुलांना काम करायला प्रतिबंधित** केले.
७. कलम ३९A अंतर्गत घटनेने मुलांच्या **निरोगी विकासासाठी** संधी देण्यास राज्यांना आदेश दिले.
८. कलम ३९ (अ) आणि ३९ (ड) अंतर्गत घटनेने **महिला आणि पुरुष दोन्हींसाठी** पुरेशी **उदरनिर्वाहाची** साधने उपलब्ध करून देण्याचे आदेश राज्यांना दिले आणि महिला आणि पुरुष दोघांना **समान काम समान मोबदला देण्यास सांगितले.**
९. कलम ३९Aअन्वये घटनेने समानतेच्या आधारावर न्याय प्रसारित करण्याचे राज्यांना आदेश दिले आणि कोणत्याही नागरिकाला आर्थिक कारणे आणि इतर अपंगत्वामुळे न्याय मिळण्यासाठी संधी नाकारली जाणार नाही हे सुनिश्चित करण्यासाठी मोफत कायदेशीर मदतीची तरतूद केली.
१०. कलम ४२ अंतर्गत घटनेने महिलांना कामाच्या ठिकाणी न्याय्य आणि पोषक वातावरण मिळावे आणि **मातृत्वसमयी आराम मिळावा यासाठी** राज्यांना निर्देश दिला.
११. कलम ४५ अंतर्गत मुलांच्या प्रारंभिक **संगोपनसाठी** आणि ती ६ वर्षांची होईपर्यंत सर्व मुलांना मोफत शिक्षण प्रदान करण्यासंबंधी राज्यांना निर्देश दिले गेले आहेत.
१२. कलम ४६ अंतर्गत, घटनेने राज्यांना कमकुवत वर्गातील नागरिकांच्या **शैक्षणिक व आर्थिक** हितांचा प्रसार करण्यासाठी निर्देशित केले. त्यांची विशेष काळजी घेऊन त्यांचे सर्व प्रकारच्या सामाजिक अन्याय आणि शोषणापासून संरक्षण करण्याचे आदेश राज्यांना दिले गेले.
१३. कलम ४७ अंतर्गत, घटनेने राज्यांना लोकांच्या **पोषणाची पातळी आणि राहणीमान वाढवण्यासाठी** निर्देर्शित केले.
१४. कलम ५१A अंतर्गत, घटनेने अशा नागरिकांसाठी **मूलभूत कर्तव्य नियुक्त केले**, जे पालक किंवा अभिभावक आहेत, जेणेकरून **त्यांच्या** ६ ते १४ वर्षे वयोगटातील **बालकांना शिक्षण प्रदान केले जाऊ शकेल.**
१५. कलम ५१A (ई) अंतर्गत, घटनेने भारतातील सर्व लोकांमध्ये सुसंवाद आणि बंधुत्वाची भावना प्रोत्साहित करण्यासाठी नागरिकांकरिता एक मूलभूत कर्तव्य नियुक्त केले आणि **महिलांच्या प्रतिष्ठेला मानहानिकारक असलेल्या पद्धतींचा त्याग करण्याविषयी सांगितले.**
१६. कलम २३४ डी आणि २३४ टीअंतर्गत, घटनेने **पंचायती आणि नगरपालिकांच्या** प्रत्येक निवडणुकीत **महिलांसाठी एक तृतीयांश जागा आणि अध्यक्षपदासाठी एक तृतीयांश** (अनुसूचित जाती/जमाती महिलांसह) **आरक्षण ठेवले.**

या घटनात्मक तरतुदींशिवाय, संसदेने स्त्रिया आणि मुलांसाठी काही विशेष तरतुदी प्रदान केल्या आहेत. त्या खालीलप्रमाणे आहेत:

१. महिलांच्या कायद्यासाठी राष्ट्रीय आयोग १९९० अंतर्गत, जानेवारी १९९२मध्ये (१९९३मध्ये नाही) **वैधानिक मंडळ** म्हणून राष्ट्रीय महिला आयोगाची (NCW) स्थापना करण्यात आली, ज्याचे कार्य महिलांचे घटनात्मक आणि कायदेशीर संरक्षण करणे, तक्रारींचे निवारण करणे आणि महिलांना प्रभावित करणाऱ्या सर्व धोरणांच्या बाबतीत सरकारला सल्ला देणे आणि वैधानिक उपाय सुचवणे हे आहे. महिलांना आपल्या चिंता, समस्या व्यक्त करण्यासाठी आणि त्यांचे अधिकारांचे प्रतिनिधित्व करणारे हे एक राष्ट्रीय व्यासपीठ आहे.

---

[२] पण काही सशस्त्र सेनांमध्ये महिला उमेदवारांना अजूनही परवानगी नाही.

२. संसदेने २००७मध्ये 'बाल हक्क संरक्षण कायदा २००५' अंतर्गत **एक वैधानिक मंडळ** म्हणून '**बालहक्क संरक्षण राष्ट्रीय आयोग** (एनसीपीसीआर) स्थापन केला. मुलांच्या अधिकारांचे संरक्षण करतानाच हा आयोग हेही सुनिश्चित करतो, की सर्व कायदे, नियम, धोरणे, कार्यक्रम आणि योजना राज्यघटना आणि संयुक्त राष्ट्रांच्या बालहक्क तरतुदींनुसारच आहेत. **० आणि १८ वर्षे** वयोगटातील कोणाही व्यक्तीचा एक मूल म्हणून आयोगातर्फे विचार केला जातो.

विभाग नऊ

मानवी हक्क

२६

प्रकरण

मानवी हक्क: अर्थ, व्याख्या आणि विशेष बाबी

अर्थ आणि व्याख्या

होमो सेपियन्स प्रजातीचा कोणताही जिवंत किंवा नामशेष सदस्य ज्याची वैशिष्ट्ये उच्च भान, बुद्धिमत्ता, वाचा आणि बोलण्यात वाकबगारपणा अशी असतात, अशी एक व्यक्ती, एक पुरुष, एक स्त्री किंवा एक मूल म्हणजे मानव. 'हक्क' म्हणजे ज्याची हमी मिळालेली आहे किंवा ज्या गोष्टीस कोणी पात्र आहे किंवा ज्याची परवानगी मिळालेली आहे.' त्यामुळे **'मानवी हक्क'** ही संज्ञा 'केवळ एक मानव असल्याबद्दल मिळालेला अधिकार' असे सुचवते. 'मानवी हक्क' इतरांविषयी असलेल्या आदराच्या तत्त्वावर आधारित आहे.

मानवी हक्क सर्वांसाठी ते मानव असल्यामुळे अनन्यसंक्राम्य **मूलभूत हक्क ठरतात** (या विभागात मूलभूत अधिकार. तो प्रत्येक वेळी प्रकरण ५प्रमाणे अर्थवहन करेलच असे नाही.). **एका मानवाला सन्मानाने जगण्यासाठी** आवश्यक असलेल्या सर्वांत **मूळ हक्कांना मानवी अधिकार** म्हणतात. मानवी अधिकार **नैतिक नियम किंवा तत्त्वे आहेत, जे मानवी जीवनाचा दर्जा किंवा वर्तनाचे वर्णन करतात.** एक व्यक्ती केवळ एक मानव असल्यानेच त्याला मानवी अधिकार मिळतील किंवा तो त्याचा हक्क आहे; इतर गोष्टी अर्थात नागरिकत्व, पुरुष किंवा महिला किंवा लिंग, धर्म, राष्ट्रीयत्व, जात, निवास आणि इतर गोष्टी समावेशक किंवा दुय्यम आहेत. संयुक्त राष्ट्रांच्या मानवाधिकार परिषदेनुसार (UNHRC),

> सर्व मानवी हक्क **अविभाज्य** आहेत, मग ते **नागरी आणि राजकीय अधिकार असोत, जसे**, जगण्याचा अधिकार, कायद्यासमोर समता आणि अभिव्यक्ती स्वातंत्र्य; **आर्थिक, सामाजिक आणि सांस्कृतिक अधिकार असोत, जसे** काम करण्याचा हक्क, सामाजिक सुरक्षा, शिक्षण; किंवा सामूहिक अधिकार असोत, जसे, विकासाचा हक्क आणि स्वयंनिर्णय; अविभाज्य, पारस्परिक आणि स्वतंत्र असतात.

मानव एकच प्रजातीशी संबंधित आहे म्हणून मानवी हक्क कुठेही आणि कोणत्याही वेळी **सार्वत्रिकरित्या लागू होतो**. मानवी हक्क फक्त विशिष्ट परिस्थितीत काढले जातात आणि तेदेखील **कायद्याच्या योग्य प्रक्रियेनुसार;** उदाहरणार्थ,

अमलात असलेल्या कायद्यानुसार अभिव्यक्ती अधिकाराला समाजात शांतता राखण्यासाठी प्रतिबंधित केले जाऊ शकते.

WordWeb शब्दकोश मानवी हक्काची खालीलप्रमाणे व्याख्या करतो:

> **मानवी हक्क असा कोणताही मूलभूत हक्क किंवा स्वातंत्र्य आहे, ज्याला मानव प्राणी पात्र आहेत आणि ज्याच्या अंमलबजावणीत कोणतेही सरकार हस्तक्षेप करू शकत नाही** (कायद्यासमोर समता, जगण्याचा अधिकार आणि स्वातंत्र्य, तसेच विचारस्वातंत्र्य आणि अभिव्यक्ती).

UNHRCनुसार:

मानवी हक्क सर्व मानवांचा जन्मसिद्ध अधिकार आहे. आमचे राष्ट्रीयत्व, निवासस्थान, लिंग, राष्ट्रीय वा वांशिक मूळ, रंग, धर्म, भाषा, किंवा इतर कोणतीही स्थिती असो. आम्ही सर्व भेदभाव न करता आपल्या मानवी हक्काला सारखेच पात्र आहोत. हे सर्व हक्क पारस्परिक (interrelated), परस्परावलंबी आणि अविभाज्य आहेत.[१]

मानवी हक्क **अनन्यसंक्राम्य** आहेत, कारण कोणीही या हक्कांना तोपर्यंत गमावू शकत नाही, जोपर्यंत ते मानव आहेत; **अविभाज्य**, कारण कोणालाही हे अधिकार नाकारले जाऊ शकत नाही, कारण ते अधिक महत्त्वाचे किंवा अतिशय आवश्यक आहेत, आणि **परस्परावलंबी, कारण** सर्व मानवी हक्क एका पूरक चौकटीचा किंवा इतर अधिकारांचा भाग आहेत, जसे नैतिक, राजकीय,आर्थिक आणि इतर.

ॲम्नेस्टी इंटरनॅशनल (Amnesty Internatinal) या एका **स्वयंसेवी संस्थेनुसार** (एनजीओ):

मानवी हक्कांमध्ये **नागरी आणि राजकीय अधिकारांचा** समावेश आहे. **उदा**. जगण्याचा, स्वातंत्र्याचा अधिकार आणि अभिव्यक्ती स्वातंत्र्य; आणि सामाजिक, सांस्कृतिक व आर्थिक अधिकार, यात संस्कृतीमध्ये सहभागी होण्याचा अधिकार, अन्न मिळायचा अधिकार आणि काम करण्याचा अधिकार आणि शिक्षण मिळविण्याचा अधिकारदेखील समावेशित आहे.

मानवी हक्क राष्ट्रीय व आंतरराष्ट्रीय कायदे आणि करारांद्वारे कायम ठेवले जातात आणि संरक्षणप्राप्त आहेत. होलोकॉस्ट आणि द्वितीय महायुद्धाच्या भयंकर अनुभवानंतर, **संयुक्त राष्ट्रांच्या आमसभेने १० डिसेंबर १९४८ रोजी 'मानवाधिकारावर वैश्विक घोषणापत्र (UDHR)'** जाहीर **केले. मानवाधिकारावर वैश्विक घोषणापत्राने मानवी अधिकाराच्या संरक्षणाकरिता आंतरराष्ट्रीय प्रणालीचा भक्कम पाया रोवला गेला. तो दिवस**, अर्थात **१० डिसेंबर हा दरवर्षी 'आंतरराष्ट्रीय मानवी हक्क दिन'** म्हणून साजरा केला जातो.

शिक्षणाच्या माध्यमातून मानवी हक्काचा प्रसार करण्याचे तीन मार्ग आहेत. प्रथम, **ज्ञानाद्वारे**. मानवी अधिकार आणि यंत्रणेबद्दल माहिती पुरवून, जी त्या हक्कांचे संरक्षण करण्यासाठी अस्तित्वात आहे. दुसरा, **मूल्ये, आस्था आणि दृष्टिकोनाद्वारे**. या प्रक्रियेच्या विकासाच्या माध्यमातून मानवी हक्क संस्कृतीचा प्रसार करणे. तिसरा, **कृती करून**. मानवी हक्कांचे रक्षण करून आणि मानवी हक्काचा दुरुपयोग टाळण्यासाठी प्रोत्साहन देऊन.

मानवी अधिकारांच्या विशेष बाबी

मानवाधिकारावर वैश्विक घोषणापत्राच्या मते, त्यामध्ये **सहा परस्परछेदी बाबी** आहेत. त्या खालीलप्रमाणे आहेत:

१. **सन्मान आणि न्याय:** हे **मानवाधिकारावर वैश्विक घोषणापत्रा**चे मुख्य घटक आहेत. सन्मानाची संकल्पना मानवी हक्काच्या केंद्रस्थानी असते आणि त्याचा अर्थ एकमेकांना आदर, सन्मान, सहिष्णुता आणि समजून वागवणे असा आहे. सरकारने कायद्यात तसेच आचरणातदेखील व्यक्ती, समुदाय, संस्था आणि राष्ट्रांसाठी त्याच तरतुदी करणे आवश्यक आहे. पण ही संकल्पना व्यक्त करणे आणि तिला एक मूर्त स्वरूप देणे सर्वांत कठीण आहे. भेदभाव न करणे आणि समता ही मूळ मूल्ये म्हणजेच शेवटी सार्वत्रिक न्यायाशी बांधिलकी आणि मानवी प्रतिष्ठेस मान्यता देणे आहे.

---

[१] http://www.ohchr.org/en/hrbodies/hrc/pages/hrcindex.aspx

२. **विकास:** मुहम्मद युनुस यांनी म्हटले, की गरिबी म्हणजे सर्व मानवी हक्कांचा अभाव. मानव आणि समाज यांच्या पूर्ण क्षमतेला मारक ठरते गरिबी. विकास हा गरिबीवरील सर्वोत्तम उपाय आहे. मानवी हक्क 'सर्व मानवांना सर्व पैलूंमध्ये स्वातंत्र्य आणि समतेने वाढायची आणि विकसित होण्याची समान संधी देण्याचा प्रयत्न करतात'.

३. **पर्यावरण: मानवाधिकार वैश्विक घोषणापत्रा**ने पर्यावरणाचा वेगळा उल्लेख केलेला नाही, पण पर्यावरण हा मानवी हक्कांचा सर्वसमावेशक भाग आहे. एक मानव प्रदूषित वातावरणात कधीच सन्मानाने जगू शकत नाही, कारण इतरांच्या चुकांमुळे त्याचे आरोग्य, शांतता, आनंद आणि पैसा प्रभावित होतात. त्यामुळे, मानवी हक्क केवळ पर्यावरण प्रदूषित होण्यापासून प्रतिबंध आणि संरक्षण करत नाहीत, तर जनता, समुदाय आणि राष्ट्रांना पृथ्वीवर चांगले वातावरण विकसित करायला प्रोत्साहितदेखील करतात.

४. **संस्कृती: मानवाधिकार वैश्विक घोषणापत्र** सांगते, 'प्रत्येक मानवाला समाजाच्या सांस्कृतिक जीवनात मुक्तपणे सहभागी होण्याचा अधिकार आहे. याचाच दुसरा अर्थ म्हणजे, कोणालाही इतरांच्या संस्कृतीवर वरचढ होण्याचा किंवा तिला नष्ट करायचा किंवा आपली संस्कृती दुसऱ्यावर लादण्याचा अधिकार नाही.' कोणत्याही समाजाच्या संस्कृतीची संकल्पना त्या समाजाची ओळख तयार करते; तिला काढून घेण्याचा अर्थ त्याची संस्कृती काढून घेणे आहे, जिला विकसित होण्यास शेकडो वर्षे लागली आहेत. त्यामुळे, इतर संस्कृती नष्ट करण्याचा प्रयत्न करणे म्हणजे मानवी हक्काचे उल्लंघन करणे आहे.

५. **लिंग:** लिंगाधारित भेदभाव करणे म्हणजे मानवी हक्कांचे उल्लंघन करणे आहे. उदा. पुरुष आणि महिला. **मानवाधिकार वैश्विक घोषणापत्र** हे मान्य करते की, पुरुष आणि महिला समान नाहीत, पण त्यांचे अधिकार कायद्याच्या दृष्टीने समान असावेत आणि विशेषतः स्त्रियांशी भेदभाव न करता वागावे, याविषयी ते आग्रही आहे. हे स्पष्ट आहे की महिला मानवी हक्कांचे स्त्रीभ्रूण हत्या, लैंगिक गुलामगिरी, बलात्कार, हुंडा पद्धती, शिक्षण, आरोग्य आणि रोजगारापासून वंचित ठेवणे या रूपांत मोठ्या प्रमाणावर उल्लंघन झालेले आहे आणि अजूनही होत आहे. मानवी हक्कांच्या लढ्यातून महिलांना न्याय मिळण्याचे आणि '**लिंग**समते'ची हमी देण्याचे प्रयत्न प्रयत्न सुरू आहेत. ही केवळ एक 'महिला समस्या' नाही, पण महिला आणि पुरुषांचे समान अधिकार, जबाबदारी आणि समान संधींशी संबंधित आहे.

६ **सहभाग: कोणत्याही मानवाला** आपल्या समुदायामध्ये सहभागी होण्यास नाकारणे मानवी हक्कांच्या तत्त्वात बसत नाही. आपल्या समुदायाच्या जीवनात पूर्ण भाग घेणे त्याचा एक मूलभूत अधिकार आहे. एका व्यक्तीचा सक्रिय, मुक्त आणि अर्थपूर्ण **सहभाग उच्च** श्रेणीचा अनुभव आणि आनंद देतो. उदाहरणार्थ, भारतात ब्रिटिश सरकारने मानवी हक्कांचे उल्लंघन केले आणि त्यांनी भारतीय महिलांना निवडणुकीत सहभागी होण्याची परवानगी दिली नाही. पण भारतीय राज्यघटना पुरुष आणि महिला दोघांना मतदान करण्याचा अधिकार देते.

२७

प्रकरण

मानवी हक्क: कायदे आणि राष्ट्रीय मानवाधिकार आयोग

भारतात मानवी हक्कांवर कायदा

भारतात मानवी हक्क भारतीय संस्कृतीइतकेच जुने आहेत. जवाहरलाल नेहरू म्हणाले, 'हिंदू संकल्पनेत सर्वांत प्राचीन आणि सर्वांत आधुनिक टप्प्यामधील एक अखंडित सातत्य तीन हजार वर्षांमध्ये विस्तारित झाले आहे.' मानवी अधिकाराची संकल्पना भारतात प्राचीन हस्तलिखिते, दंतकथा, धर्म, संस्कृती आणि परंपरांमध्ये सांगितली गेली आहे. भारतीय विचारधारेनुसार, व्यक्ती, समाज, जग आणि विश्व हे एक संपूर्ण जैविक सत्य आहे. त्यामुळेच या विचारांनी वैश्विक मानवी हक्कांची संकल्पना मांडली. 'वसुधैव कुटुंबकम्' (संपूर्ण जग एक कुटुंब आहे) ही संज्ञा याच भूमिकेची फलनिष्पत्ती आहे.

आधुनिक भारतात **भारतीय संविधान मानवी अधिकारांच्या तत्त्वाचे समर्थन करते**. विशेषतः **प्रस्तावना, मूलभूत अधिकार, मार्गदर्शक तत्त्वे आणि मूलभूत कर्तव्यांमध्ये यावर विशेष भर आढळतो**. संविधानाचा भाग तिसरा, जो मूलभूत हक्कांबद्दल आहे, तो इतर काहीही नसून तर मानवी हक्कांचाच एक प्रकार आहे. उदाहरणार्थ, भारतीय राज्यघटनेतील मूलभूत हक्कांच्या तरतुदी आणि संयुक्त राष्ट्रांच्या मानवाधिकार घोषणापत्रातील तरतुदी समान आहेत. तसेच, मार्गदर्शक तत्त्वांच्या अनेक तरतुदी आणि घोषणापत्रांतील तरतुदींमध्येही साम्य आढळते. भारतीय संविधानात मूलभूत हक्क आणि मार्गदर्शक तत्त्वांच्या स्वरूपात मानवी हक्कांचे सविस्तर वर्णन आले आहे. संविधान मानवी हक्कांची हमी देते आणि या अधिकारांचे संरक्षण करण्यासाठी वरिष्ठ न्यायालयांना भक्कम अधिकारही पुरवते.

भारताने 'मानवी हक्क वैश्विक घोषणापत्र' 'राजकीय व नागरी अधिकारांचा आंतरराष्ट्रीय करार' आणि **'आर्थिक, सामाजिक आणि सांस्कृतिक हक्क आंतरराष्ट्रीय करार' ज्याला 'अधिकारांचे आंतरराष्ट्रीय विधेयक'** म्हणूनदेखील ओळखले जाते, **यांच्यावर स्वाक्षरी केली आहे**.

'मानवी हक्क संरक्षण कायदा' १९९३

संसदेने भारतात **मानवी हक्कांसाठी विशेष आणि प्रभावी कायदेशीर चौकट** स्थापित करण्यासाठी **१९९३मध्ये 'मानवी हक्क संरक्षण कायदा' (TPHRA)** अधिनियमित केला. त्यातील महत्त्वाच्या तरतुदी खालीलप्रमाणे आहेत:

१. तो मानवी हक्कांची सविस्तर **व्याख्या सादर करतो**.
२. तो राष्ट्रीय स्तरावर **राष्ट्रीय मानवाधिकार आयोग**, आणि राज्य पातळीवर **राज्य मानवी हक्क आयोगाची स्थापना करण्याची तरतूद करतो**. तसेच, त्याने या आयोगांची रचना, अधिकार, कार्ये, कर्तव्ये, प्रक्रिया आणि इतर बाबी तपशीलाने सांगितल्या आहेत.

३. त्याने राज्यांमध्ये मानवी हक्क उल्लंघन खटल्यांना गती प्रदान करण्यासाठी **'मानवी हक्क न्यायालयांची' स्थापना केली**.
४. त्याने केंद्र सरकार आणि राज्य सरकारांतर्फे या आयोगांना **अनुदान वाटप** करण्यासाठी आणि महालेखापरीक्षांद्वारे (कॅग) या आयोगांचे **ऑडिट करण्यासाठी तरतूद केली** आहे.

भारतात मानवी हक्क संरक्षण आणि प्रसाराशी संबंधित इतर काही कायदे खालीलप्रमाणे आहेत:

१. नागरी हक्क संरक्षण कायदा १९५५
२. महिला व मुलींच्या अनैतिक तस्करीला रोखणारा कायदा, १९५६
३. मातृत्वलाभ कायदा, १९६१
४. हुंडाविरोधी कायदा, १९६१
५. समान वेतन कायदा, १९७६
६. वेठबिगारी (बंदी) कायदा १९७६
७. मुलांचा रोजगार कायदा १९३८ (१९८५मध्ये सुधारित)
८. बाल न्याय कायदा, १९८६
९. सती (प्रतिबंध) कायदा, १९८७
१०. मानसिक आरोग्य कायदा, १९९३
११. बाल कामगार (प्रतिबंध व नियमन) अधिनियम, १९८६
१२. महिलांचे असभ्य प्रदर्शन (प्रतिबंध) अधिनियम, १९८६
१३. अनुसूचित जाती आणि अनुसूचित जमाती (अत्याचार प्रतिबंधक) कायदा, १९८९
१५. राष्ट्रीय महिला आयोग कायदा, १९९०
१६. राष्ट्रीय अल्पसंख्याक आयोग कायदा, १९९२
१७. सफाई कर्मचाऱ्यांसाठी राष्ट्रीय आयोग कायदा, १९९३
१८. राष्ट्रीय मागासवर्गीय आयोग कायदा, १९९३
१९. अपंग व्यक्ती (समान संधी, हक्कांचे संरक्षण व संपूर्ण सहभाग) कायदा, १९९५

राष्ट्रीय मानवाधिकार आयोग

राष्ट्रीय मानवाधिकार आयोगाची स्थापना सरकारच्या वतीने **'मानवी हक्क संरक्षण कायद्या'अंतर्गत १९९३मध्ये एक वैधानिक मंडळाच्या (घटनात्मक संस्था नाही) स्वरूपात** करण्यात आली. **भारतात** राष्ट्रीय मानवाधिकार आयोग **एक दक्षता संस्था म्हणून काम करते. कायद्या**नुसार राष्ट्रीय मानवाधिकार आयोगाची व्याख्या अशी आहे, 'व्यक्तीचे जीवन, स्वातंत्र्य, समता व सन्मानाच्या संबंधात अधिकारांची हमी राज्यघटनेने, किंवा आंतरराष्ट्रीय कराराद्वारे (जे फक्त भारतात मान्य आहेत) दिली जाते.' या कायद्याने राष्ट्रीय मानवाधिकार आयोगाचे कार्य सुरळीतपणे चालण्यासाठी रचना, उद्दिष्टे, कार्ये, कार्यपद्धती, अधिकार आणि इतर बाबी दिल्या.

राष्ट्रीय मानवाधिकार आयोगाची **मुख्य उद्दिष्टे** मानवी हक्कांचे रक्षण करण्यासाठी संस्थात्मक चौकट मजबूत करणे, मानवी हक्कांच्या उल्लंघनाच्या आरोपांची स्वतंत्र चौकशी करण्यासाठी आणि मानवी हक्काचे संरक्षण करण्यासाठी सरकाराची बांधिलकी अधोरेखित करणे, आणि या दिशेने आधीच झालेल्या प्रयत्नांना समर्थन आणि बळकटी प्रदान करणे आहे.

रचना

राष्ट्रीय मानवाधिकार आयोग एक बहु-**सदस्यीय संस्था आहे**. यात **एक अध्यक्ष, चार पूर्णवेळ सदस्य आणि चार पदसिद्ध सदस्य समाविष्ट असतात:**

१ **अध्यक्ष: ते भारताचे माजी सरन्यायाधीश** असावेत.

२. **चार सदस्य** (पूर्णवेळ):

(१) एक सदस्य **सर्वोच्च न्यायालयातील विद्यमान** किंवा **सेवा**निवृत्त **न्यायाधीश** असला पाहिजे.

(२) एक सदस्य **उच्च न्यायालयातील विद्यमान** किंवा **सेवा**निवृत्त मुख्य **न्यायाधीश** असला पाहिजे.

(३) **दोन सदस्य मानवी हक्कांविषयी ज्ञान आणि अनुभव असणारे हवेत.**

३. **चार पदसिद्ध सदस्य:**

(१) **अनुसूचित जातीं**साठीच्या राष्ट्रीय आयोगाचे अध्यक्ष.

(२) **अनुसूचित जमातींसाठीच्या** राष्ट्रीय आयोगाचे अध्यक्ष.

(३) राष्ट्रीय महिला आयोगाचे अध्यक्ष.

(४) राष्ट्रीय **अल्पसंख्याक** आयोग अध्यक्ष.

नियुक्ती

अध्यक्ष आणि चारही पूर्णवेळ सदस्य **राष्ट्रपतींतर्फे विशेष मुद्रांकित आदेशामार्फत** आणि **केवळ एका समितीच्या शिफारशीवर नियुक्त केले जातात, ज्यात खालील व्यक्ती असतात**:

१. **पंतप्रधान**, समितीचे अध्यक्ष या नात्याने.

२. **गृहमंत्री**, भारत सरकार.

३. **सभापती**, लोकसभा.

४. **उपाध्यक्ष**, राज्यसभा.

५. **विरोधी पक्षनेते**, राज्यसभा आणि लोकसभा या दोन्हींमधील.

एक सदस्य म्हणून सर्वोच्च न्यायालयाचे विद्यमान न्यायाधीश किंवा उच्च न्यायालयाच्या विद्यमान मुख्य न्यायाधीशांच्या नियुक्तीबाबत या समितीने भारताच्या सरन्यायाधीशांचा सल्ला घ्यावा.

नियम आणि अटी

अध्यक्ष आणि सदस्य अशा दोहोंची मुदत **पाच वर्षे किंवा ते वयाची ७० वर्षे पूर्ण करेपर्यंत असते**. त्यांची मुदत संपल्यावर ते **कोणतीही सरकारी नोकरी मिळविण्यास पात्र नसतात**. हे सदस्य पाच वर्षांच्या मुदतीसाठी **फेरनेमणुकीस पात्र असतात**. केंद्र सरकार अध्यक्ष आणि सदस्यांचे वेतन, भत्ते व अन्य अटींचे निर्णय घेते, पण ते त्यांच्या नियुक्तीनंतर त्यांची गैरसोय होईल अशा प्रकारे बदलले जाऊ शकत नाहीत. राजीनामा देण्याच्या बाबतीत, ते आपले **राजीनामे राष्ट्रपतींना सादर करतात.**

बडतर्फी

राष्ट्रपती खालीलपैकी कोणत्याही एका परिस्थितीअंतर्गत आयोगाचे अध्यक्ष आणि सदस्यांची मुदत संपण्याच्या आधी त्यांना काढू शकतात:

१. जर ते नादार म्हणून जाहीर केले आहेत.
२. जर ते **मानसिक किंवा शारीरिक दुर्बलतेमुळे** पदावर कार्यरत राहण्यास अपात्र आहेत.
३. जर एक सक्षम न्यायालयाने असे जाहीर केले, की त्यांचे मनःस्वास्थ्य ठीक नाही.
४. त्यांच्या मुदती दरम्यान, ते कार्यकक्षेबाहेर रोजगार मिळवत आहेत.
५. जर त्यांना न्यायालयाने एखाद्या गुन्ह्यासाठी **दोषी ठरविले आहे आणि** कारावासाची शिक्षा दिली आहे.
६. जर त्यांचे **दुर्वर्तन किंवा असमर्थता सिद्ध झाली आहे**. पण या प्रकरणात, राष्ट्रपतींनी अशी कोणतीही बाब चौकशीसाठी सर्वोच्च न्यायालयाकडे पाठवायला हवी आणि मग सर्वोच्च न्यायालयाच्या चौकशी अहवालाच्या आधारे ते पुढील निर्णय घेऊ शकतात.

कार्ये

राष्ट्रीय मानवाधिकार आयोगाची कार्ये खालीलप्रमाणे आहेत:

१. पीडिताच्या **याचिकेवर** किंवा ***'सुओ मोटो'*** (तक्रार किंवा विनंती नसतानाही स्वत: दखल घेऊन) किंवा न्यायालयाच्या **एक आदेशावर, एका लोकसेवकाद्वारे** मानवी हक्कांचे उल्लंघन किंवा अशा उल्लंघनाच्या प्रतिबंधात झालेल्या निष्काळजीपणाची **चौकशी करणे**.
२. मानवी हक्कांच्या उल्लंघनाच्या आरोपासंबंधी **चाललेल्या न्यायालयाच्या कार्यवाहीमध्ये हस्तक्षेप करणे**.
३. कैद्यांच्या राहण्याच्या परिस्थितीचा अभ्यास करण्यासाठी आणि आवश्यक शिफारशी करण्यासाठी **कारागृह, ताबागृह किंवा इतर संस्थांना भेट देणे**.
४. मानवी हक्कांसाठी संविधान किंवा कोणत्याही नियमांद्वारे प्रदान केलेल्या **संरक्षण हमीची समीक्षा करणे आणि** प्रभावी उपाययोजना लागू करण्यासाठी शिफारस करणे.
५. मानवी हक्कांची गळचेपी करणाऱ्या कृत्यांची (उदा. दहशतवाद) समीक्षा करणे आणि योग्य उपाययोजनांची शिफारस करणे.
६. मानवी हक्का**संबंधी करार आणि इतर आंतरराष्ट्रीय मसुद्यांचा अभ्यास करणे** आणि त्यांच्या प्रभावी अंमलबजावणीची शिफारस करणे.
७. मानवी हक्कांचे **संशोधन** आणि त्याचा प्र**सार** करणे.
८. लोकांमध्ये **मानवी हक्कांचे शिक्षण किंवा साक्षरता प्रसारित** करण्यासाठी सक्रिय होणे आणि या हक्कांच्या संरक्षणासाठी उपलब्ध उपायांच्या माहितीचा प्रचार करणे.
९. मानवी हक्कांच्या क्षेत्रात काम करणाऱ्या **स्वयंसेवी संस्थांच्या प्रयत्नांना** प्रोत्साहन देणे.
१०. मानवी हक्कांच्या संरक्षण आणि प्रसारासाठी आवश्यक इतर कोणतेही कार्य हाती घेणे.

राष्ट्रीय मानवाधिकार आयोगाची कार्यप्रणाली

राष्ट्रीय मानवाधिकार आयोगाचे मुख्यालय **नवी दिल्ली येथे आहे**. राष्ट्रीय मानवाधिकार आयोग एक **दिवाणी न्यायालयाच्या** समकक्ष आहे, कारण त्याला एका दिवाणी न्यायालयाचे सर्व अधिकार प्राप्त आहेत. त्याला केंद्र व राज्य सरकारे किंवा त्यांच्या

हाताखालील प्राधिकरणांकडून किंवा मंडळांकडून **माहिती किंवा अहवाल मिळविण्याचा अधिकार आहे**. त्याला स्वत:च्या प्रक्रियेचे **नियमन करायचा अधिकार** आहे आणि त्याचे कामकाज **न्यायालयीन स्वरूपाचे आहे**. राष्ट्रीय मानवाधिकार आयोगाचा स्वयंसेवी संस्थांसोबत चांगला समन्वय व सहकार्य असते आणि तो मानवी हक्कांच्या उल्लंघनाबद्दल थेट माहिती मिळवतो.

मानवी हक्कांच्या उल्लंघनाच्या तक्रारीबद्दल चौकशी करण्यासाठी, राष्ट्रीय मानवाधिकार आयोगाकडे **स्वत:चे तपास अधिकारी असतात**. याशिवाय, त्याला केंद्र सरकार आणि राज्य सरकारच्या कोणत्याही तपास यंत्रणेचा किंवा अधिकाऱ्यांचा वापर करायचा अधिकार आहे. तथापि, आयोग या मानवी हक्कांच्या उल्लंघनाच्या आरोपाची चौकशी **फक्त ती घटना घडण्याच्या एक वर्षाच्या आतच करू शकतो;** एक वर्ष संपल्यानंतर त्याला अशा चौकश्यांचा आरंभ करण्याचा अधिकार नाही.

राष्ट्रीय मानवाधिकार आयोग एका चौकशीदरम्यान किंवा ती चौकशी पूर्ण झाल्यानंतर, खालील कोणतीही कृती करू शकतो:

१ तो कदाचित संबंधित सरकारांना किंवा अधिकाऱ्याला खालील **शिफारस करू शकतो-**

(१) पीडित व्यक्तीला नुकसान**भरपाई किंवा मोबदला देणे**.

(२) लोकसेवकाच्या **दोषाविरुद्ध कारवाई करणे**.

(३) पीडित व्यक्तीला **तात्काळ अंतरिम मदत करण्यासाठी अनुदान देणे**.

२. आयोग आवश्यक आदेश, दिशा आणि जनहित आदेश मिळविण्यासाठी **सर्वोच्च न्यायालय किंवा संबंधित उच्च न्यायालयात जाऊ शकतो**.

येथे हे स्पष्ट केले पाहिजे, की राष्ट्रीय मानवाधिकार आयोगाच्या शिफारशी संबंधित सरकार किंवा अधिकाऱ्यांवर **बंधनकारक नसतात**; ते त्याबाबतीत एका महिन्याच्या आत माहिती देऊन **ती शिफारस स्वीकारू किंवा नाकारू शकतात**. त्यामुळे राष्ट्रीय मानवाधिकार आयोगाची कार्ये प्रामुख्याने **शिफारशी किंवा सल्ला स्वरूपाची** आहेत. त्याला दोषी व्यक्तीला **शिक्षा करण्याचादेखील अधिकार नाही** किंवा पीडिताला आर्थिक मदतीसमवेत कोणतीही सवलत देण्याचाही अधिकार नाही. सशस्त्र सेनेद्वारे मानवी अधिकारांच्या उल्लंघनासंदर्भात त्याची भूमिका मर्यादित आहे.

राष्ट्रीय मानवाधिकार आयोग त्याचा **वार्षिक अहवाल** केंद्र सरकारला किंवा संबंधित राज्य सरकारला सादर करतो; ते आयोगाच्या शिफारशींवर केलेल्या कार्यवाहीवर संबंधित विधानमंडळात आपले निवेदन सादर करतात. यात एखादी शिफारस स्वीकारत नसल्याचाही स्पष्टीकरणासह उल्लेख असू शकतो.

मानवी हक्कांचे वैशिष्ट्य

भारतात मानवी हक्क हा एक किचकट आणि संवेदनशील मुद्दा आहे, कारण भारत एक लोकशाही, धर्मनिरपेक्ष आणि प्रजासत्ताक देश आहे. तसेच, तो खूप मोठा आणि वैविध्यपूर्ण आहे आणि जगातील सर्वांत वेगवान विकसनशील देशांपैकी एक आहे. तसेच, मानवी हक्कांचा अर्थ वेगवेगळ्या लोकांकरिता वेगवेगळा असू असतो; ते कालानुरूप बदलत जातात म्हणून त्यांच्या व्याख्या स्थिर नाहीत. पण मानवी कल्याणाच्या दृष्टिकोनातून त्यांचे महत्त्व अनन्यसाधारण आहे. खालील अनुच्छेद/वाक्ये हे स्पष्ट करतात:

'लोकांना त्यांचे मानवी हक्क नाकारणे म्हणजे त्यांच्या माणुसकीलाच आव्हान देणे आहे.' - नेल्सन मंडेला

'स्वातंत्र्य असण्याचे काहीच महत्त्व नाही, जर त्यात चूक करण्याचे स्वातंत्र्य समाविष्ट नसेल. खूप अनुभवी आणि सक्षम मानवदेखील इतर माणसांना त्यांच्या मूलभूत अधिकारांपासून कसे वंचित ठेवू शकतात, हे मला उमगलेले नाही.' - महात्मा गांधी

'मानवी हक्कात सार्वत्रिक स्वारस्य असते, कारण स्वातंत्र्य, समता आणि सन्मान प्राप्त करणे हा माणसांचा मूळ स्वभाव आहे आणि ते साध्य करण्याचा माणसांना हक्क आहे.' - चौदावे दलाई लामा

'सर्व माणसं जन्मतःच मुक्त असतात आणि प्रतिष्ठा व अधिकाराच्या बाबतीत एकसमान असतात.' – संयुक्त राष्ट्रांच्या मानवाधिकार घोषणापत्रातले कलम १

'मी पशु अधिकार तसेच मानवी हक्कांचा पक्षपाती आहे. हा संपूर्ण मानव प्रजातीचा मार्ग आहे.' - अब्राहम लिंकन

'महिला हक्क मानवी हक्क आहेत आणि मानवी हक्क महिला हक्क आहेत.' – हिलरी क्लिंटन

'प्रत्येक मानवाला तो प्रत्येक अधिकार द्या, जो आपण स्वत:साठी मिळवत असता.' – रॉबर्ट इंगरसोल

'मानवी हक्क सार्वत्रिक मानके आहेत. तो प्रत्येक धर्म आणि प्रत्येक संस्कृतीचा एक घटक आहे.' - शिरीन इबादी

विभाग दहा

अभियांत्रिकी नीतिमूल्ये

२८

प्रकरण

अभियांत्रिकी नीतिमूल्यांची व्याप्ती आणि उद्दिष्टे

पार्श्वभूमी

आधुनिक जगात, तंत्रज्ञान माणुसकीचा अविभाज्य भाग बनले आहे. हा मानवी संस्कृतीच्या विकासामध्ये मुख्य घटक आहे. या सर्व तंत्रज्ञानाचा वापर मानव, वातावरण आणि वन्यजीवांच्या कल्याणासाठी केला जात आहे, हे सुनिश्चित करणे गरजेचे असते. तंत्रज्ञानाच्या क्षेत्रात काम करणाऱ्या लोकांमध्ये नीतिमूल्ये आणि नैतिकतेची उच्च मानके बिंबवल्याशिवाय हे साध्य करणे अगदी अशक्य आहे.

अल्बर्ट केमस यथायोग्य म्हणाले, 'नीतिमूल्ये नसलेला एक मनुष्य या जगात सोडलेला एक रानटी पशू आहे.' मानवी वंशाला तंत्रज्ञानाचा अनैतिक वापर होण्याचा मोठा धोका आहे; उदाहरणार्थ, भारतात गर्भाचे लिंग निश्चित करण्यासाठी अल्ट्रासाऊंड तंत्रज्ञानाचा अनैतिक वापर मोठ्या प्रमाणात स्त्रीभ्रूण हत्येकडे घेऊन जातो; आण्विक तंत्रज्ञान, जैविक शस्त्रे आणि त्यांसंबंधी तत्रज्ञान दहशतवादी लोकांच्या हाती लागले, तर त्या अपरिमित नुकसानाची कल्पनादेखील कोणी करू शकत नाही. या संकटाला संतुलित करण्याचा उत्तम मार्ग तरुण तंत्रज्ञांना नैतिक ज्ञान उपलब्ध करून देणे.

परिचय

नीतिमूल्ये ही **तत्त्वज्ञानाची एक शाखा** आहे आणि त्याला नैतिक तत्त्वज्ञान म्हणूनदेखील ओळखले जाते, ज्यात **योग्य आणि अयोग्य आचाराच्या** संकल्पनेचे सुसूत्रीकरण, समर्थन आणि शिफारस यांचा समावेश आहे.[१] 'नीतिमूल्ये' (Ethics) ही संज्ञा प्राचीन **ग्रीक शब्द 'इथॉज (ethos)पासून आली'**, याचा अर्थ आहे **'चारित्र्य'**. ग्रीक या संज्ञेचा उपयोग एखादा समाज किंवा देशासाठी मार्गदर्शक तत्त्वे, विश्वास आणि संकल्पनांचा संच म्हणून करत. वर्डवेब (WordWeb) शब्दकोश 'नीतिमूल्यां'ना 'सदाचरण आणि सर्वमान्य आचाराला संचालित करणाऱ्या तत्त्वांची एक प्रणाली' म्हणून निश्चित करते.

अशा प्रकारे, नीतिमूल्ये म्हणजे **समजुती, कल्पना, नैतिक तत्त्वे आणि मूल्यांचा एक संच आहे, ज्याला एक समाजाद्वारे योग्य आणि अयोग्य किंवा चांगले आणि वाईट म्हणून स्वीकारले जाते, जो मानवी कृती किंवा वर्तनाला नियंत्रित करतो**. उदाहरणार्थ, भारतीय समाजात चोरी करायला चुकीचे किंवा वाईट म्हणून स्वीकारले आहे आणि त्याला कायदेशीर किंवा सामाजिक रीतीने नियंत्रित केले जाते. नीतिमूल्ये मानवी संस्कृतीइतकीच जुनी आहेत आणि ती स्थळ आणि काळानुसार बदलतात. नीतिमूल्ये व्यावसायिक आणि कायदेशीर चौकटीच्या अंतर्गत कार्यरत असतात.

दोन्ही समान रीतीने वापरले जात असले तरी 'नैतिक' या शब्दाची, 'नीतिमूल्ये' या शब्दाशी गल्लत करू नये. **'नैतिकता' किंवा 'सदाचरण' म्हणजे** समजुती, कल्पना, तत्त्वे आणि मूल्ये यांचा संच, ज्याला **एका व्यक्तीद्वारे** योग्य आणि अयोग्य किंवा चांगले

[१] Internet Encyclopaedia of Philosophy: Ethics, available at http://www.iep.utm.edu/ethics वर उपलब्ध आहे.

आणि वाईट म्हणून स्वीकारले जाते. नैतिकता वैयक्तिकरित्या किंवा एखाद्या व्यक्तीच्या अंतर्गत मूल्यांशी संबंधित आहे, तर **नीतिमूल्ये समाजाशी संबंधित आहे**. त्यामुळे, **सर्व नैतिक मूल्ये नीतिमूल्ये नाहीत**, कारण **प्रत्येक व्यक्तीचे चांगले**/वाईट हे समाजाचे योग्य/वाईट असू शकत नाही. उदाहरणार्थ, निष्पाप लोकांना ठार करणे दहशतवाद्यांकरिता नैतिकदृष्ट्या योग्य असू शकेल, पण, हे समाजाच्या दृष्टीने अनैतिक आहे, कारण कोणताही समाज निष्पाप लोकांच्या हत्येला योग्य म्हणून स्वीकारीत नाही.

नैतिक सिद्धांत तीन भागांत विभागले आहेत: **स्थूलनीतिमूल्ये, नमुना घालून देणारी नीतिमूल्ये आणि उपयोजित नीतिमूल्ये** (तळटीप १ पहा). स्थूलनीतिमूल्ये नैतिक मूल्यांची मूळ, संकल्पना, उद्देश आणि परिणामांच्या अभ्यासाशी संबंधित आहेत. नमुना घालून देणारी नीतिमूल्ये अधिक व्यावहारिक आहेत, जी लोकांच्या आचाराचे नियमन करण्यासाठी मानक नैतिक मूल्यांशी संबंधित आहे. उपयोजित **नीतिमूल्ये** नैतिक सिद्धांताला विविध क्षेत्रांत लागू करण्याशी संबंधित आहेत, जसे व्यवसायासंबंधी नीतिमूल्ये, वैद्यकीय नीतिमूल्ये आणि अभियांत्रिकी नीतिमूल्ये आणि इतर. त्यामुळे काही विशिष्ट नैतिक बाबींचा अभ्यास करता येतो.

व्यवसाय आणि व्यावसायिक नीतिमूल्ये

ऑक्सफर्ड शब्दकोश 'व्यवसाय'ला 'व्यवसाय करायची क्रिया किंवा वास्तव' असे सांगतो. व्यवसाय म्हणजे एका विशिष्ट शैक्षणिक प्रशिक्षणावर आधारित 'पेशा किंवा 'उद्योग' आहे. WordWeb शब्दकोशानुसार, 'व्यावसायिक' चा अर्थ 'व्यवसायात गुंतलेला किंवा एक व्यवसाय किंवा उपजीविकेचे साधन' किंवा 'व्यवसायाचे वैशिष्ट्य असा आहे.'

व्यवसायाची महत्त्वाची **वैशिष्ट्ये** खालीलप्रमाणे आहेत:

१. याकरिता **विशेष ज्ञान आणि प्रशिक्षण** आवश्यक आहे. उदाहरणार्थ, अभियांत्रिकी व्यवसायासाठी एक शैक्षणिक पदवी, जी अभियांत्रिकी ज्ञान आणि एक औपचारिक प्रशिक्षण पुरवते.
२. बहुधा व्यावसायिक सेवा प्रदान करण्याच्या संबंधात व्यवसायाची **'मक्तेदारी' असते**. ज्या लोकांजवळ वैद्यकीय ज्ञान आणि प्रशिक्षण असते तेच फक्त लोकांना वैद्यकीय सेवा देऊ शकतात; अभियंते अशा सेवा देऊ शकत नाहीत.
३. एक व्यावसायिक आपल्या कामाचा क्षेत्रात व्यापक **स्वायत्तता उपभोगतो**. व्यावसायिकांना निर्णय घेण्याचे आणि त्यानुसार आपले कर्तव्य अमलात आणण्याचे स्वातंत्र्य असते. त्यांना आपले ग्राहक निवडायचे स्वातंत्र्य आहे. उदाहरणार्थ, एक डॉक्टर आपल्या ग्राहकांना निवडण्याच्या आणि त्यांना उपचार देण्याच्या संदर्भात पुरेशी स्वायत्तता घेतो.
४. सर्व व्यावसायिकांची आपल्या कामाच्या संदर्भात काही महत्त्वाची **'जबाबदारी' असते**, व ते त्यांच्या व्यावसायिक कृत्यांसाठी **उत्तरदायी** असतात.
५. सर्व व्यवसाय **'नैतिक मानकां'ना बांधील** आहेत, ज्याला **'व्यावसायिक नीतिमूल्ये** म्हणून ओळखले जाते. प्रत्येक व्यवसाय **स्वत:ची 'नीतिमूल्ये' निर्धारित करतो** आणि ती त्या क्षेत्रात सर्व संबंधित व्यावसायिकांना एकसमान स्वरूपात लागू असतात. आचारसंहितेमध्ये एखाद्या व्यावसायिक व्यक्तीद्वारे होणाऱ्या नैतिक मानकांच्या उल्लंघनासाठी शिक्षा करायच्या तरतुदीचादेखील समावेश आहे.

व्यावसायिक नीतिमूल्ये म्हणजे ' समजुती, नैतिक तत्त्वे आणि नियमांचा एक संच आहे, जो त्या व्यवसायाला नियंत्रित करतो.' व्यावसायिक आचारसंहितेमध्ये समजुती, नैतिक तत्त्वे आणि नियमांचे काही संच हे ठरवतात की त्या व्यवसायामध्ये काय योग्य आहे आणि काय चूक आहे किंवा काय चांगले आहे आणि काय वाईट आहे आणि हे त्या क्षेत्रातील सर्व व्यावसायिकांना समान रूपाने लागू आहेत. व्यावसायिक नीतिमूल्ये काही **वैयक्तिक, संस्थात्मक आणि कॉर्पोरेट मानके ठरवून देते, ज्यांचे अनुसरण करणे** सर्व व्यावसायिक सहभागींना आवश्यक आहे, उदाहरणार्थ, अभियांत्रिकी नीतिमूल्ये, वैद्यकीय नीतिमूल्ये, व्यवसायसंबंधी नीतिमूल्ये आणि इतर.

व्यावसायिक नीतिमूल्यांचे महत्त्वाचे घटक खालीलप्रमाणे आहेत:

१. प्रामाणिकपणा
२. दायित्व
३. निष्ठा
४. विश्वसनीयता
५. जबाबदारी
६. पारदर्शीता
७. उत्तरदायित्व
८. सुरक्षितता
९. गोपनीयता
१०. वस्तुनिष्ठता
११. आदरभाव
१२. नियमांचे पालन
१३. इमानदारी

मूलभूत कर्तव्ये: आचारसंहितेच्या व्यावसायिक संहितेचा **'मूलभूत कर्तव्ये' म्हणून उल्लेख केला आहे**, कारण ती काही **मूलभूत कर्तव्ये व जबाबदाऱ्या ठरवून देते; त्यांचे पालन करण्यात** अपयशी झाल्यास दूषणे किंवा बहिष्कार म्हणून शिक्षा मिळते.[२]

अभियांत्रिकी नीतिमूल्ये

अभियांत्रिकी नीतिमूल्ये उपयोजित **आचारसंहितेच्या प्रकाराची आहे** आणि त्यात काही नैतिक तत्त्वे समाविष्ट आहेत, जी अभियांत्रिकी व्यवसायाला लागू होतात. हा **नैतिक मुद्द्यांचा** आणि अभियांत्रिकीमध्ये सहभागी व्यक्ती व संस्थांद्वारे घेतलेल्या निर्णयांचा अभ्यास आहे. अभियांत्रिकी नीतिमूल्ये **समजुती, नैतिक तत्त्वे आणि नियमांच्या काही संचांद्वारे** बनलेली आहेत **आणि ती हे निर्धारित करतात की अभियांत्रिकी व्यवसायामध्ये बरोबर काय आणि चूक काय किंवा चांगले काय, आणि वाईट काय आहे, जे सर्व अभियंत्यांना सामान्यतः लागू होते**. अभियांत्रिकी नीतिमूल्ये **काही वैयक्तिक, संस्थात्मक आणि कॉर्पोरेट मानके ठरवून देतात, ज्यांचे पालन करणे** सर्व अभियंत्यांना आवश्यक आहे. अभियांत्रिकी नीतिमूल्ये **समाज आणि व्यवसायाच्या प्रति अभियंत्यांनी पूर्ण करावयाच्या जबाबदाऱ्यांचे** काही संच ठरवून देतात. सहसा, अभियांत्रिकी नीतिमूल्ये **व्यावसायिक आणि कायदेशीर चौकटीद्वारे अमलात आणली जातात**.

उदाहरणार्थ, हे एक नैतिक तत्त्व किंवा नियम आहे, ज्यानुसार एखाद्या अभियंत्याने संवेदनशील संरक्षण तंत्रज्ञान दहशतवाद्यांच्या ताब्यात देऊ नये. कारण ते मानवजातीच्या अस्तित्वाकरिता हानिकारक ठरू शकते; म्हणून, ते चुकीचे किंवा वाईट मानले जाते. एखादा अभियंता त्यांचे उल्लंघन करून या मानक आचरणाचे अनुकरण करीत नसेल, तर तो कायदेशीर किंवा संस्थात्मक शिक्षेस पात्र होतो.

---

[२] Charles E. Harris, M. S. Pritchard and M. J. Rabins. २००५, *Engineering Ethics: Concept and Cases*, pp. १९-२०.

अभियांत्रिकी नीतिमूल्ये एक व्यक्तिशः अभियंता किंवा अभियंत्यांच्या गटाची नैतिक मानके हाताळतात. धोरणकर्ते, निर्णयकर्ते, व्यवस्थापक, शास्त्रज्ञ आणि इतर लोकांच्या नैतिक मानकांची चिकित्सा या नीतिमूल्यांतर्गत होते. ही मूल्ये संस्था किंवा संघटनेच्या उच्चपदस्थांशी अधिक संबंधित असतात.

अभियांत्रिकी नीतिमूल्ये अभियांत्रिकी व्यवसायात अभियंत्याचा प्रामाणिकपणा, दायित्व, सचोटी, विश्वसनीयता, जबाबदारी, पारदर्शकता, सुरक्षा, गोपनीयता, वस्तुनिष्ठता, विनम्रता, निष्ठा आणि कायद्याचे पालन अशा मानकांविषयी सविस्तर विवेचन करतात. भारतात, **इन्स्टिट्यूशन ऑफ इंजिनिअर्स (भारत)** आणि **नॅशनल सोसायटी ऑफ प्रोफेशनल इंजिनिअर्स (NSPE) या संघटनांनी अभियंत्यांसाठीची 'नीतिमूल्ये' तयार केली आहेत**.

अभियांत्रिकी नीतिमूल्यांची उद्दिष्टे

अभियांत्रिकी नीतिमूल्यांची महत्त्वाची ध्येये खालीलप्रमाणे आहेत (तळटीप २ पहा):

१. **नैतिक कल्पनाशक्तीला उत्तेजन देणे:** एक अभियंत्याला प्रभावीपणे आणि कार्यक्षमतेने विशिष्ट समस्या हाताळण्यासाठी सर्वोत्तम पर्याय देण्याकरिता नैतिक मानकांवर आधारित एक काम किंवा समस्या आणि तिच्या परिणामांविषयी कल्पना देणे.

२. **नैतिक बाबी लक्षात घेणे:** सहसा अभियांत्रिकी कामे जटिल आणि क्लिष्ट असतात, कारण एक अभियंत्याद्वारे अनेक गोष्टींचा विचार होणे आवश्यक आहे. या जटिल आणि क्लिष्ट प्रकारच्या कामांत नीतिमूल्यांचे ज्ञान, **काय बरोबर आहे किंवा काय चुकीचे आहे आणि काय चांगले आहे किंवा काय वाईट आहे हे ओळखण्यासाठी** उपयोगी ठरते. अभियांत्रिकी नीतिमूल्यांच्या ज्ञानाशिवाय कामात समाविष्ट असलेल्या नैतिक बाबी ओळखणे कठीण असते आणि त्याने समाजाच्या हितसंबंधांवर प्रभाव पडू शकतो.

३. **विश्लेषणात्मक कौशल्य विकसित करणे:** एका अभियंत्याजवळ तांत्रिक क्षमता, कौशल्य आणि संबंधित विश्लेषणात्मक कौशल्य असते हे स्पष्टच आहे. पण या कौशल्यांना अधिक विस्तारण्यासाठी, अभियांत्रिकी नीतिमूल्ये न्याय, अधिकार, समाजकल्याण, सुरक्षा, कायद्याचे शिक्षण, जबाबदारी आणि इतर बाबतींत ज्ञान प्रदान करून मदतच करतात. ही नीतिमूल्ये **अभियंत्यांच्या तांत्रिक ज्ञानाला सामाजिक भानाची जोड देतात**.

४. **जबाबदारीची जाणीव उत्पन्न करणे:** अभियांत्रिकी एक असा विषय आहे जो फक्त तांत्रिक ज्ञान उपलब्ध करतो. पण तो अभियंत्याला त्याच्या सामाजिक आणि कायदेशीर जबाबदारीची जाणीव करून देत नाही. म्हणून अभियांत्रिकी नीतिमूल्ये केवळ या समस्येचेच निराकरण करत नाहीत, तर एका अभियंत्याला त्याच्या औपचारिक कर्तव्यांच्या आणि दायित्वाच्या पलीकडेदेखील घेऊन जातात.

५. **मतभेद आणि संदिग्धतेप्रति सहिष्णुता:** अभियांत्रिकीसारख्या गुंतागुंतीच्या कामात सहभागी लोकांमध्ये एकमत किंवा एकवाक्यता नसेल, तर असे मतभेद संदिग्धतेकडे घेऊन जातात. अभियांत्रिकी नीतिमूल्ये अशा समस्यांना **तोंड देण्यात आणि त्या सोडविण्यात** मदत करतात.

६. **नैतिक कोंडी सोडवणे: नैतिक कोंडी** म्हणजे **एक किंवा अधिक नैतिक मूल्ये परस्परविरोधी असतात, ज्यातून मानसिक गोंधळ उत्पन्न होतो;** एक नैतिक मूल्य निवडणे कठीण असते, कारण ते दुसऱ्याच्या अस्तित्वावर गदा आणते. अशा वेळी अभियांत्रिकी नीतिमूल्ये कोंडी फोडण्यासाठी उपयुक्त ठरतात.

७. अभियंत्यांमध्ये **नैतिक प्रामाणिकपणा आणि व्यावसायिक प्रामाणिकपणाचा प्रसार करणे**.

८. **नैतिक स्वायत्तता आणि नैतिक सातत्याला संरक्षण देणे:** नैतिक स्वायत्तता म्हणजे कामावर नकारात्मक बाह्य दबाव असूनही स्वत:च्या आतील आवाजाला ऐकणे. नैतिक सातत्य म्हणजे कोणत्याही गोष्टीसाठी कोणतीही तडजोड न करता दीर्घकाळापर्यंत नैतिक मूल्ये टिकवून ठेवणे.

अभियांत्रिकी आचारसंहितेची व्याप्ती

माईक डब्ल्यू मार्टिन आणि रोनाल्ड शिंजींगर[३] यांनी अभियांत्रिकी आचारसंहितेची व्याप्ती खालीलप्रमाणे सूचिबद्ध केली आहे:

१. **अभियांत्रिकी नीतिमूल्ये सामाजिक प्रयोग आहेत:** सामाजिक प्रयोग म्हणजे असा संशोधन प्रकल्प जो जगात किंवा समाजात मानवी बाबींशी संबंधित आहे. अभियांत्रिकी क्षेत्रात सर्व प्रकल्प लोकांना सोयी देण्याबरोबच काही वेळा हानी पोहोचवण्यासही सक्षम असतात. पण तो एक सामाजिक प्रयोग म्हणून मानला जातो. म्हणून अभियांत्रिकी नीतिमूल्ये फायदे, हानी आणि धोक्यांचा फेरविचार करायला लावतात.

२. **नैतिक मूल्ये:** सर्व अभियांत्रिकी प्रकल्प नैतिक मूल्यांमध्ये अंतर्भूत आहेत. सर्व तांत्रिक विकास पैलूंमध्ये नैतिक मूल्यांचा समावेश आहे. त्यामुळे, इतर व्यवसायांसारखे नीतिमूल्ये आणि अभियांत्रिकीदेखील हातात हात घालून चालतात.

३. **वैयक्तिक अर्थ आणि बांधिलकी:** एका अभियंत्याचा वैयक्तिक अर्थ आणि जबाबदाऱ्या अभियांत्रिकी नीतिमूल्यांमध्ये खूप महत्त्वाच्या आहेत. एक अभियंता, ज्याला व्यावसायिक जबाबदारी आहे तो इतरांची काळजी घेतो, आपला स्वाभिमान कायम राखतो आणि सामान्यतः अभियांत्रिकीमध्ये सर्वोत्कृष्ट कामगिरी करण्यासाठी प्रेरणा देतो.

४. **जबाबदारीपूर्ण आचाराला प्रोत्साहन देणे व चुकीच्या गोष्टीला प्रतिबंधित करणे:** अभियांत्रिकी नीतिमूल्ये अभियंत्यांमध्ये एक जबाबदार आचाराचा प्रचार आणि गैरप्रकारांना प्रतिबंधित करू इच्छितात आणि चुकीच्या माणसांना शिक्षा करतात. तथापि, **त्यांचे प्राधान्य 'चुकीच्या गोष्टी टाळण्याला आहे, ज्याला 'निवारक नीतिमत्ता' म्हणून ओळखले जाते'**.

५. **नैतिक कोंडी:** अभियांत्रिकी नीतिमूल्ये नैतिक कोंडी उत्पन्न करू शकतात, कारण नैतिक मूल्ये जटिल आहेत आणि काही वेळा परस्परविरोधी ठरू शकतात.

६. **सूक्ष्म आणि स्थूल समस्या:** सूक्ष्म मुद्दे **वैयक्तिक किंवा कंपनीच्या निर्णयाशी संबंधित आहेत, तर स्थूल** मुद्दे **राष्ट्रीय किंवा जागतिक समस्यांशी संबंधित आहेत**. अभियांत्रिकी नीतिमूल्यांमध्ये हे दोन्ही महत्त्वाचे असतात आणि अनेकदा आपसांत गुंफलेले असतात. उदाहरणार्थ, सायबर सुरक्षा समस्या एका व्यक्तीची गोपनीयता, कंपनी, राष्ट्रीय सुरक्षा आणि जागतिक चर्चेशी संबंधित आहे.

७. **तंत्रज्ञानाबद्दल सावध आशावाद:** निराशावादी लोक तांत्रिक विकासाचे नकारात्मक पैलू दाखवितात, जसे प्रदूषण, युद्ध आणि इतर. आशावादी लोक तांत्रिक विकासाचे सकारात्मक पैलू दाखवितात, जसे, कनेक्टिव्हिटी, वैद्यकीय सेवा, रेडिओ, टीव्ही, शेती आणि इतर. अभियांत्रिकी आचारसंहितेने **तंत्रज्ञानाबद्दल सावध आशावादी असणे** आवश्यक आहे.

चौकश्यांचे तीन प्रकार

अभियांत्रिकीमध्ये तीन प्रकारच्या चौकश्या आहेत, ज्या नीतिमूल्ये शोधण्यासाठी मदत करतात (तळटीप ३ पहा). त्या सर्व एकमेकींशी निगडित आणि पूरक आहेत. त्या खालीलप्रमाणे आहेत:

१. **नमुना घालून देणारी चौकशी:** यामध्ये, एखादा मूल्यांच्या आधारे नीतिमूल्ये शोधण्याचा प्रयत्न करतो, जी त्याला आणि गटाला त्यांच्या कामात मार्गदर्शन करतात. अभियंत्यांना पूर्वस्थापित नियम किंवा मूल्यांचा एक निश्चित संच नीतिमूल्ये ओळखण्यास उपयुक्त ठरतो. उदाहरणार्थ, धरण निर्मितीसारख्या सार्वजनिक प्रकल्पांत, एका अभियंत्याला अनेक प्रभावित

---

[३] Mike W. Martin and R. Schinzinger. २००५, *Ethics in Engineering*. Wordsworth Publishing, Independence, KY, pp. २–७.

किंवा भागधारकांच्या मूल्यांचा विचार करणे आवश्यक आहे. उदा. शेतकरी, व्यावसायिक, राजकारणी, सर्वसामान्य लोक आणि इतर. त्या अभियंत्याला सर्वांच्या कल्याणाच्या आधारे या मूल्यांना प्राधान्य देणे आवश्यक आहे.

२. **संकल्पनात्मक चौकशी:** यात एखादा अभियंता संकल्पनेच्या आधारे नीतिमूल्ये शोधण्याचा प्रयत्न करतो, जी त्या व्यक्तीला आणि गटाला त्यांच्या कामात मार्गदर्शन करतात. उदाहरणार्थ, नदीवरील पुलाची निर्मिती करताना सार्वजनिक सुरक्षिततेची संकल्पना मांडणे.

३. **तथ्यात्मक चौकशी:** यात एखादा अभियंता केवळ तथ्यांच्या आधारे नीतिमूल्ये शोधण्यासाठी प्रयत्न करतो, जी त्या व्यक्तीला आणि गटाला त्यांच्या कामात मार्गदर्शन करतात. ही **'वर्णनात्मक चौकशी'** म्हणूनदेखील ओळखली जाते. उदाहरणार्थ, एक अभियंता धरण निर्मिती करण्यापूर्वी आधी उपलब्ध असलेला भौगोलिक डेटा सत्यापित करू शकतो आणि सार्वजनिक मालमत्तेच्या संभाव्य नुकसानाचा अंदाज घेऊ शकतो आणि एक नैतिक निर्णय घेऊ शकतो.

भूमिकेची नैतिकता

भूमिकेच्या नैतिकतेची **व्याख्या अशा प्रकारे** केली जाऊ शकते, "**अशा प्रकारे इतरांना इजा करण्याची नैतिक परवानगी मागणे, जी कृती त्या भूमिकेच्या चौकटीबाहेर इतर परिस्थितीत पूर्ण चुकीची ठरेल.**"[४] प्रत्येक व्यक्तीला आपल्या जीवनात विविध भूमिका पार पाडायच्या असतात. उदा. विद्यार्थी, वडील, व्यापारी, सामाजिक सेवक आणि इतर. भूमिकेची नैतिकता **एका वेळी विविध भूमिका करत असताना एखाद्या व्यक्तीचे सदाचरण स्पष्ट करते**. प्रत्येक भूमिकेमध्ये **एक व्यक्ती काही जबाबदाऱ्या आणि विशेष हक्कांशी संबद्ध असते**. एखाद्या व्यक्तीच्या प्रत्येक भूमिकेमध्ये जबाबदाऱ्यांच्या निकषावर तिची नैतिकता वेगवेगळी असू शकते. यालाच 'भूमिकेची नैतिकता' म्हटले जाते.

उदाहरणार्थ, एक पोलिस निरीक्षक कदाचित एक निष्पाप व्यक्तीसोबत काहीशा अरेरावीने व्यवहार करेल. त्याला वाटते की तो पोलिस विभागाच्या वतीने काम करीत आहे आणि त्यामुळे ती योग्य गोष्ट आहे. पण तो त्याच परिस्थितीत आपल्या स्वत:च्या कुटुंबातील सदस्याशी चांगुलपणे वागेल. पोलिस नामक व्यक्ती येथे दुहेरी भूमिका बजावत असते. तिची संबंधित कर्तव्ये आणि अधिकाराची भूमिका निरनिराळी आणि परस्परविरोधी आहेत.

समजा त्याची स्वत:ची मुलगी कोणताही गुन्हा करेल तर तो पोलिस निरीक्षक त्या वेळी कोणती कारवाई करेल ? एक पिता म्हणून कोणतीही कायदेशीर कारवाई न करता तिला संरक्षण देण्यासाठी प्रयत्न करेल? किंवा, एक पोलिस निरीक्षक म्हणून तिच्याविरुद्ध पोलिस चौकशी करायची मंजुरी देईल? अशा परिस्थितीत कोणाही व्यक्तीने **व्यावसायिक आचारसंहितेचे पालन करणे** आवश्यक आहे. **नॅशनल सोसायटी ऑफ प्रोफेशनल इंजिनिअर्स**ने अशा परिस्थितीला तोंड देण्यासाठी अभियंत्यांना आचारसंहिता आखून दिली आहे.

नॅशनल सोसायटी ऑफ प्रोफेशनल इंजिनिअर्सची अभियंता आचारसंहिता

प्रस्तावना

अभियांत्रिकी हा एक महत्त्वाचा आणि उच्च शिक्षणाधारित व्यवसाय आहे. या क्षेत्रातील सदस्य म्हणून अभियंत्यांकडून सर्वोच्च प्रामाणिकपणा आणि सच्चेपणाची अपेक्षा असते. अभियांत्रिकी लोकांच्या राहणीमानावर थेट आणि महत्त्वपूर्ण परिणाम करते.

[४] A. Applbaum. १९९९. *Ethics for Adversaries: The Morality of Roles in Public and Professional Life*. Princeton University Press, Princeton, NJ, p. ३.

त्यानुसार, अभियंत्यांद्वारे देण्यात येणाऱ्या सेवांमध्ये प्रामाणिकपणा, निःपक्षपातीपणा, आणि समानता असणे आवश्यक आहे. अभियंते सार्वजनिक आरोग्य, सुरक्षा व कल्याणाप्रति समर्पित असणे आवश्यक आहे. अभियंत्यांनी दर्जेदार व्यावसायिक व्यवहार करणे आवश्यक आहे, ज्याच्याकरिता नैतिक आचाराच्या सर्वोच्च तत्त्वांशी निष्ठा ठेवणे आवश्यक आहे.

१. **मूलभूत निकष**

अभियंते आपली व्यावसायिक कर्तव्ये पूर्ण करण्यासाठी खालील गोष्टी करतील:

१. जनतेची सुरक्षा, आरोग्य आणि कल्याणाला सर्वोच्च स्थानावर ठेवतील.
२. केवळ आपल्याच प्रावीण्याच्या क्षेत्रात कार्य करतील.
३. फक्त वस्तुनिष्ठ आणि खात्रीलायक पद्धतीने सार्वजनिक निवेदन करतील.
४. एक विश्वासू एजंट किंवा विश्वस्त म्हणून प्रत्येक नियोक्ता किंवा क्लाएंटसोबत व्यवहार करतील.
५. फसवी कृत्ये टाळतील.
६. स्वतः सन्मानाने, जबाबदारीने, नैतिकदृष्ट्या आणि कायद्याने वागतील, जेणेकरून व्यवसायाचा सन्मान, प्रतिष्ठा आणि उपयुक्तता वाढेल.

२. **व्यवसायाचे नियम**

अभियंत्यांनी खालील गोष्टी कराव्यात:

१. लोकांची सुरक्षा, आरोग्य आणि कल्याणाला सर्वोच्च प्राधान्य द्यावे.
२. केवळ आपल्याच प्रावीण्याच्या क्षेत्रात कार्य करावे.
३. फक्त वस्तुनिष्ठ आणि खात्रीलायक पद्धतीने सार्वजनिक निवेदन देणे.
४. एक विश्वासू एजंट किंवा विश्वस्त म्हणून प्रत्येक नियोक्ता किंवा क्लाएंट सोबत व्यवहार करावे.
५. फसवी कृत्ये टाळणे.

३. **व्यावसायिक दायित्वे**

अभियंत्यांनी खालील गोष्टी कराव्या:

१. सर्व संबंधांमध्ये सर्वोच्च दर्जाचा प्रामाणिकपणा आणि सचोटी राखावी.
२. प्रत्येक वेळी जनहित हेच केंद्रस्थानी असावे.
३. जनतेला हानिकारक ठरतील असे आचरण किंवा व्यवहार टाळावेत.
४. कोणताही विद्यमान किंवा माजी क्लाएंट, नियोक्ता किंवा सार्वजनिक संस्था, ज्यांच्याकरिता ते कार्य करीत आहेत, अशांच्या व्यावसायिक बाबी किंवा तांत्रिक प्रक्रियेसंबंधी गोपनीय माहिती संमती असल्याशिवाय उघड करणार नाही.
५. परस्परविरोधी हितसंबंधांचा परिणाम आपल्या व्यावसायिक कर्तव्यांवर होऊ देणार नाही.
६. इतर अभियंत्यांवर खोटी टीका करून किंवा इतर अयोग्य किंवा शंकास्पद पद्धतीने रोजगार किंवा प्रगती करायचा किंवा व्यावसायिक गुंतवणूक प्राप्त करायचा प्रयत्न करणार नाही.
७. इतर अभियंत्यांची व्यावसायिक प्रतिष्ठा, संधी, व व्यवसाय किंवा नोकरीला द्वेषाने किंवा खोटे सांगत, प्रत्यक्ष किंवा अप्रत्यक्षपणे बाधा पोहोचवण्याचा प्रयत्न करणार नाही. जे अभियंते असे मानतात की इतर व्यक्ती अनैतिक किंवा बेकायदेशीर काम करत आहेत, तर त्यासंबंधी योग्य कारवाईसाठी ते योग्य अधिकाऱ्याला अशी माहिती सादर करतील.

८. आपल्या व्यावसायिक उपक्रमांसाठी वैयक्तिक जबाबदारी स्वीकारतील. तथापि, निष्काळजीपणा वगळता इतर प्रसंगांमध्ये अशा अभियंत्यांना नुकसानभरपाई मागण्याचा हक्क राहील, जेथे अभियंत्यांचे हित अन्यथा संरक्षित केले जाऊ शकत नाही.
९. अभियांत्रिकी कामासाठी आवश्यक तेथे आणि त्यांना श्रेय द्या.

(संपूर्ण माहिती साठी, कृपया http://www.nspe.org/resources/ethics/code-ethicsला भेट द्या)

इंडियन इन्स्टिट्यूट ऑफ इंजिनियर्सतर्फे अभियंत्यांसाठीची आचारसंहिता

कॉर्पोरेट सदस्यांकरिता आचारसंहिता, १ मार्च २००४पासून लागू:

१. **प्रस्तावना**

इन्स्टिट्यूटचे कॉर्पोरेट सदस्य खालील बाबी लक्षात ठेवून समुदायाच्या हितासाठी अभियांत्रिकी व्यवसायाचा प्रचार आणि आचरण करायला बांधील आहेत:

१. नैतिक दर्जाबद्दल काळजी
२. सामाजिक न्याय, सामाजिक व्यवस्था आणि मानवी हक्कांबद्दल काळजी
३. पर्यावरणाच्या संरक्षणाची काळजी
४. शाश्वत विकासाची काळजी
५. सार्वजनिक सुरक्षा आणि शांततेची काळजी.

२. **आचारसंहितेचे नियम**

१. कॉर्पोरेट सदस्य आपल्या ज्ञान आणि कौशल्याचा वापर विभागीय किंवा खासगी हितसंबंधांचा विचार न करता समाजाचे कल्याण, आरोग्य आणि सुरक्षिततेसाठी करेल.
२. कॉर्पोरेट सदस्य आपला समुदाय आणि व्यवसायाच्या विश्वासाला पात्र ठरण्यासाठी आपल्या सर्व व्यावसायिक व्यवहारांमध्ये सन्मान, सचोटी आणि प्रतिष्ठा कायम राखेल.
३. कॉर्पोरेट सदस्य केवळ आपल्या प्रावीण्याच्या क्षेत्रात काम करेल आणि तो व्यासंगीपणाने, काळजीपूर्वक, प्रामाणिकपणे आणि सचोटीने काम करेल.
४. कॉर्पोरेट सदस्य आपले ज्ञान आणि कौशल्याचा वापर आपल्या नियोक्त्याच्या किंवा ग्राहकाच्या हितासाठी करेल, ज्यांच्याकरिता तो काम करीत आहे आणि या तत्त्वांशी इतर जबाबदाऱ्यांबाबत कुठलीच तडजोड करणार नाही.
५. कॉर्पोरेट सदस्य त्याच्या स्वत:ची किंवा त्याच्या सहकाऱ्याची पात्रता, अनुभव आणि इतर बाबतींत खोटी माहिती देणार नाही किंवा दिशाभूल करणार नाही.
६. कॉर्पोरेट सदस्य आवश्यक आणि संबंधित असेल तेथे सर्व पर्यावरण, आर्थिक, सामाजिक आणि इतर शक्य परिणामांबद्दल आपल्या नियोक्त्या किंवा क्लायंटला योग्य ती माहिती देईल, जे त्याच्या कार्यामुळे उद्भवू शकतात.
७. कॉर्पोरेट सदस्य विधाने किंवा साक्ष देताना जास्तीत जास्त प्रामाणिकपणा आणि निष्पक्षता राखेल आणि तो हे पुरेशा ज्ञानाच्या आधारावर करेल.
८. कॉर्पोरेट सदस्य प्रत्यक्ष किंवा अप्रत्यक्ष रीतीने इतर सदस्याच्या व्यावसायिक प्रतिष्ठेला बाधा पोहोचवणार नाही.

९. कॉर्पोरेट सदस्य अशा कोणत्याही प्रकारच्या प्रस्तावाला नकार देईल ज्यात अयोग्य व्यवहाराचा समावेश असेल किंवा पर्यावरणाचे टाळण्याजोगे नुकसान होऊ शकेल.

१०. एक कॉर्पोरेट सदस्य विकासाच्या प्रक्रियेत सातत्य राखण्यासाठी काळजी घेईल आणि त्या दिशेने आपल्या पूर्ण क्षमतेसह उत्तम काम करेल.

११. एक कॉर्पोरेट सदस्य अशा कोणत्याही प्रकारे काम करणार नाही जे संस्थेच्या प्रतिष्ठेला घातक ठरेल किंवा संस्थेचे कोणतेही आर्थिक, मालमत्ताविषयक किंवा अन्य नुकसान करू शकेल.

३. **सामान्य मार्गदर्शन**

आचारसंहितेचे नियम या मान्यतेवर आधारित आहे की,

१. माणुसकी आणि इन्स्टिट्युट ऑफ इंजिनिअर्समध्ये एक बंधन अस्तित्वात आहे. इन्स्टिट्युट लोकांपासून आपले मूल्य प्राप्त करते, जेणेकरून त्याच्या कॉर्पोरेट सदस्यांच्या कृत्यांनी संधीची समानता, सामाजिक न्याय आणि निष्पक्षतेप्रति परमोच्च सन्मान दाखविला पाहिजे.

२. संस्थेच्या कॉर्पोरेट सदस्याचे समाजात एक विशिष्ट स्थान असते, त्यामुळे हे सुनिश्चित करायला हवे, की ते आपल्या स्थितीचा वैयक्तिक आणि सामूहित हितासाठी वापर करणार नाहीत.

४. **आणि म्हणून, असा कॉर्पोरेट सदस्य**

१. त्याने आपला नियोक्ता किंवा क्लाएंटला सर्व बाबतींत पूर्ण माहिती द्यावी, ज्यामुळे किंवा ज्याच्या बाबतीत विरोध होण्याची शक्यता आहे, किंवा, जेव्हा त्याच्या मते व्यावसायिक, तांत्रिक, पर्यावरण किंवा इतर कोणत्याही जोखिमेच्या आधारावर एखादा प्रकल्प व्यवहार्य नसेल.

२. कोणतीही माहिती अतिशय निष्ठेने गुप्त ठेवणे, जोपर्यंत तिला उघड करण्याची परवानगी नसेल, किंवा जर अशी परवानगी असतानाही ती माहिती राखून ठेवणे ज्यामुळे सामाजिक सुरक्षा, कल्याण, आरोग्यावर विपरीत परिणाम होऊ शकतो.

३. एक प्रकल्प/नेमून दिलेल्या कामासंबंधी कोणाही व्यक्तीकडून कोणतीही आर्थिक किंवा इतर बाबींसाठी मागणी करू नये किंवा ती स्वीकारू नये.

४. काम मिळविण्यासाठी कोणतीही प्रत्यक्ष किंवा अप्रत्यक्ष प्रलोभने देऊ नये.

५. फक्त गुणवत्तेच्या आधारावर स्पर्धा करणे आवश्यक आहे.

६. आपल्या ग्राहकाला एक करार मोडण्यासाठी प्रवृत्त करून आणि इतर करारात प्रवेश करण्याच्या वृत्तीला परावृत्त केले पाहिजे.

७. जर नियोक्ता किंवा क्लाएंटने दुसरी व्यक्ती किंवा संस्थेच्या कामाची समीक्षा करायला सांगितले, तर एका संतुलित निष्कर्षाप्रत येण्यासाठी ती व्यक्ती किंवा संस्थेसोबत त्या समीक्षेवर चर्चा करावी.

८. त्याने प्रामाणिक आणि अचूक पद्धतीने विधाने करावी किंवा पुरेसे ज्ञान आणि गुणवत्तेच्या आधारे कोणतेही न्यायाधिकरण किंवा कोर्टात पुरावा द्यावा आणि कोणतेही मत व्यक्त करायला हवे.

९. कोणतेही स्वारस्य असल्याचे प्रकट केले पाहिजे -आर्थिक किंवा इतर-ज्याच्यामुळे पुरावा देताना किंवा विधान करताना निकालावर परिणाम होऊ शकतो.

१०. संस्थेच्या उपविधिसंबंधी तरतुदीनुसार परिषदेचा कोणताही निर्णय अंतिम असेल आणि तो सर्व कॉर्पोरेट सदस्यांना बंधनकारक असेल.

(स्रोत: https://www.ieindia.org/readmrCodeofethic.aspx)

२१

प्रकरण

अभियंत्यांची जबाबदारी व जबाबदारीतील अडथळे

परिचय

इमारत पडल्यावर झालेल्या निष्पाप लोकांच्या मृत्यूनंतर प्रत्येक जण विचारतो: 'याला जबाबदार कोण?' २०११मध्ये जपानमध्ये फुकुशिमा दायची आण्विक आपत्ती घडल्यानंतर प्रत्येकाने विचारले: 'याला कोण जबाबदार आहे?' तर ही जबाबदारी काय आहे?

साधारणपणे, ही जबाबदारी तीन गोष्टी सूचित करते:

१. काम वेळेत **यशस्वीरित्या पूर्ण करायचे** स्वीकारणे
२. त्या कामाचा होणारा कोणताही **परिणाम किंवा निष्पन्न** (सकारात्मक किंवा नकारात्मक) स्वीकारणे
३. वरील (१) आणि/किंवा (२) पूर्ण करण्यास अपयशी ठरल्यास (सकारात्मक परिणाम वगळता), शिक्षेस **पात्र होणे**.

या जबाबदारीमध्ये एखादी व्यक्ती किंवा गटाने आपले कर्तव्ये करण्यासाठी उचललेल्या **दायित्वाचा** समावेश असतो; स्वीकारलेले काम करताना स्वतःच्या कार्य किंवा चुकांच्या जबाबदारीसाठी **उत्तरदायित्व**; यात काम यशस्वीरित्या पूर्ण केल्यावर **पुरस्कार** मिळणे आणि चुका किंवा अपयश आल्यास **शिक्षा मिळणे** समाविष्ट आहे.

समजा एक अभियंत्याने वीजनिर्मितीसाठी आण्विक वीज प्रकल्प उभारण्याची जबाबदारी घेतली आहे. म्हणजेच, त्याने सर्व पैलूंचा विचार करून दिलेल्या वेळेच्या आत काम यशस्वीरित्या पूर्ण करायचे स्वीकारले आहे. उदा. तांत्रिक गरजा, भौगोलिक क्षेत्र, पर्यावरणावर परिणाम आणि इतर बाबी. त्याला आपले कर्तव्ये पार पाडणे अनिवार्य आहे; तो त्या कामाच्या संदर्भात आपली सर्व कार्ये किंवा चुकांसाठी जबाबदार किंवा उत्तरदायी असतो. कोणत्याही चुका झाल्यास तो शिक्षेस पात्र आहे, उदाहरणार्थ, किरणोत्सर्ग, इमारत कोसळणे, सुरक्षा नियम न पाळणे आणि इतर बाबी. जर त्याने यशस्वीरित्या वेळेत हे काम पूर्ण केले तर तो बक्षीस मिळण्यास पात्र आहे.

आधुनिक जगात अभियंत्यांची जबाबदारी अद्वितीय आणि विलक्षण आहे, कारण त्याचा माणुसकीच्या कल्याणावर किंवा त्याच्या विलोपनावर थेट परिणाम होतो. एखादा अभियंता आपली जबाबदारी पार पाडण्यात अपयशी ठरला, तर तो समाजासाठी विध्वंसक ठरेल. उदाहरणार्थ, फुकुशिमा दायची आण्विक आपत्ती, स्पेस शटल कोलंबियाला झालेला अपघात, भारतात वारंवार होणारे रेल्वे अपघात, एका अणुऊर्जा प्रकल्पापासून होणारा किरणोत्सर्ग आणि इतर.

अभियंत्यांच्या जबाबदाऱ्या दोन प्रकारच्या आहेत:

१. **कायदेशीर जबाबदारी:** अशी जबाबदारी जी **कायद्याद्वारे सोपवली गेली आहे**. तो एका इंजिनियरच्या कामाचे कायदा किंवा कायदेशीर करारामध्ये लेखी दिलेले बंधन, जबाबदारी, शिक्षा आणि बक्षिसांचा तपशील आहे.
२. **नैतिक जबाबदारी:** अशी जबाबदारी जिला कायदेशीरपणे चौकटबद्ध केले जाऊ शकत नाही, पण जी **नैतिक मूल्यांवर** आधारित असते. उदाहरणार्थ, आपण बांधलेली इमारत कोसळल्यावर अभियंता नैतिक आधारावर आपल्या नोकरीचा

राजीनामा देऊ शकतो. येथे त्याने प्रामाणिकपणे आपल्या कामाचा नकारात्मक परिणाम स्वीकारला आहे आणि आपल्या पदाचा राजीनामा दिला आहे, जरी कायदेशीररित्या त्याचा दोष अद्याप सिद्ध झालेला नाही. कारण त्याला भविष्यात पुन्हा ही चूक करायची नाही. याला नैतिक जबाबदारी असे म्हणतात. नैतिक जबाबदारी असलेल्या एका व्यक्तीचा **'नैतिक एजंट'** म्हणून उल्लेख केला जातो.

हानी झाल्यास घेतली जाणारी जबाबदारी

एक अभियंता काम चालू असताना इतरांना झालेल्या हानीकरिता जबाबदार (कायदेशीर किंवा नैतिक) असतो. ही हानी होण्याचे तीन मार्ग आहेत:

१. **मुद्दाम केलेली हानी:** एखादा अभियंता जाणीवपूर्वक आणि हेतुपूर्वक इतरांना हानी पोहोचवू शकतो. असा अभियंता आपल्या कृत्याला कायदेशीर आणि नैतिक अशा दोन्ही प्रकारे जबाबदार असतो. उदाहरणार्थ, एक अभियंता हेतुपुरस्सर कमी दर्जाचे रेल्वे रूळ तयार करू शकतो, त्यामुळे गाडी रुळांवरून घसरू शकते आणि शेकडो निष्पाप लोक मृत्युमुखी पडू शकतात.
२. **निष्काळजीपणामुळे होणारी हानी:** एखादा अभियंता योग्य खबरदारी न घेतल्याने अजाणतेपणे आणि गैर-हेतुपूर्वक इतरांना हानी पोहोचवू शकतो. असा अभियंता नैतिकरित्या जबाबदार आहे परंतु कायदेशीर जबाबदार नाही. उदाहरणार्थ, रेल्वेतील एक यांत्रिकी अभियंता गंभीरपणे रेल्वे इंजिनमधल्या त्रुटीबद्दल विचार करीत नाही आणि त्यामुळे गाडीला अपघात होतो. पण त्याचा हेतू वाईट नसतो.
३. **बेपर्वाईने होणारी हानी:** एखाद्या अभियंत्याचा इतरांना इजा करण्याचा कोणताही उद्देश नसेल, पण आपली कृती इतरांना हानी पोहोचवू शकते हे त्याला माहीत असते. असा अभियंता नैतिकरित्या जबाबदार असतो. उदाहरणार्थ, हेलिकॉप्टरच्या एका चाचणीदरम्यान एक एरॉनॉटिकल अभियंता उड्डाणाला परवानगी नसलेल्या क्षेत्रात हेलिकॉप्टर घेऊन जातो. जरी त्याचा कोणालाही हानी पोहोचवण्याचा उद्देश नसतो, पण तो हे चांगले जाणून असतो, की हेलिकॉप्टर चुकून कोसळले, तर मोठी हानी होऊ शकते.

जबाबदारीचे दृष्टिकोन

सर्व बोटे आकाराने सारखी नसतात. त्याच प्रकारे प्रत्येक अभियंत्याचा जबाबदारीबाबत दृष्टिकोन भिन्न-भिन्न असतो. **अभियंत्यांच्या वृत्ती**नुसार, जबाबदारीच्या दृष्टिकोनाचे तीन श्रेणींत वर्गीकरण करण्यात आले आहे:

१. **कमीत कमी जबाबदारीचा दृष्टिकोन:** जेव्हा एक अभियंता जबाबदारीबद्दल हा दृष्टिकोन बाळगतो तेव्हा त्याची जबाबदारी **फक्त त्याच्या स्वत:च्या कामाच्या आणि संबंधित अटी व नियमांशी संबंधित असते**. तो स्वत:वर कमीत कमी जबाबदारी घेतो, कारण तो कायदेशीररित्या आणि वैयक्तिक चुकांबद्दल स्पष्टीकरण देण्यास बांधील असतो. हा एक **नकारात्मक दृष्टिकोन** आहे. अशी वृत्ती ठेवणारा एक अभियंता कष्ट करीत नाही, इतरांना त्रास देतो आणि समस्यांसाठी दुसऱ्यांवर दोषारोप करतो. सहसा, असे अभियंते हे सांगत राहतात: **'मला माहीत नाही'; 'मला तुझ्या कामाशी देणेघेणे नाही'; 'हे माझे काम आहे, तुमचे नाही'; 'हे तुमचे काम आहे, त्यात माझा दोष नाही'; 'ती माझी समस्या नाही'** आणि इतर.
२. **वाजवी काळजी:** योग्य ती काळजी घेण्याची वृत्ती असणारा अभियंता **केवळ स्वत:च्या कामाचीच नव्हे तर त्या लोकांचीही काळजी करतो, ज्यांना त्याच्या कामामुळे किंवा चुकीमुळे इजा होऊ शकते**. ही पहिल्या

जबाबदारीपेक्षा एक उच्च पातळीची जबाबदारी आहे. मुख्यतः, **मित्र, नातेवाईक आणि तसेच हितचिंतक** अशी वृत्ती दाखवतात. उदाहरणार्थ,एक अभियंता त्याच्या प्रकल्पाच्या कामाने होणारा व्युत्पन्न कचरा नदीत विसर्जित करण्यापूर्वी तिचे प्रदूषण आणि जनता व पर्यावरणावर होणाऱ्या परिणामांचा विचार करतो.

३. **चांगले काम:** ही **जबाबदारीच्या दृष्टिकोनातली सर्वांत वरची पातळी आहे. चांगल्या कामाची** वृत्ती असलेला एक अभियंता **त्याची जबाबदारी पार पाडताना फक्त स्वतःच्या कामाच्या संबंधातच नाही तर त्याच्याही पलीकडे जाऊन काम करतो**. कर्तव्य किंवा नियमानुसार त्याला त्या प्रमाणात जाण्याची गरज नाही, पण तरीही तो एक अत्यंत सकारात्मक वृत्तीने असे कार्य करतो. असे अभियंते कोणताही स्वार्थ न ठेवता सर्वांच्या कल्याणाचा विचार करतात. असे लोक मिळणे फार दुर्मिळ आहे. सहसा, संत, शुद्ध आचरणाच्या व्यक्ती आणि पालक अशी वृत्ती दाखवतात. ही जबाबदारीची सर्वांत उच्च पातळी आहे. याचे उत्तम उदाहरण म्हणजे भारताचे प्रसिद्ध अभियंते **सर एम. विश्वेश्वरैय्या**. आपल्या कामात ते केवळ आपले कर्तव्य आणि अटी आणि नियमांचा विचार करीत नसत, तर त्यांच्याजवळ आपल्या देशाचा औद्योगिक विकास आणि लोकांच्या कल्याणाची एक व्यापक दृष्टी होती. म्हणूनच भारतात आम्ही **१५ सप्टेंबरला** त्यांचा जन्मदिन **'अभियंता दिन' म्हणून** साजरा करतो.

जबाबदारी पूर्ण करण्यात येणाऱ्या अडचणी

यशस्वीरित्या जबाबदारी पूर्ण करण्यात येणारे सर्वांत सामान्य अडथळे खालीलप्रमाणे आहेत:

१. **स्वतःचे हित व स्वार्थी वृत्ती:** स्वतःचाच विचार करणे ही एक मानवी प्रवृत्ती आहे आणि अभियंतेदेखील त्याला अपवाद नाहीत. जो स्वार्थासाठी व्यावसायिक जबाबदारी किंवा संस्थात्मक हिताशी तडजोड करतो तो आपली जबाबदारी यशस्वीरित्या पूर्ण करू शकत नाही. असा अभियंता केवळ आपल्या कारकिर्दीलाच जोखिमेत टाकतो असे नाही, तर स्वतःची संघटना आणि मोठ्या प्रमाणात आपल्या समाजालादेखील हानी पोहचवतो. हाव, मत्सर, बॉसचा सूड घेण्याचा उद्देश, अहंता आणि इतर गोष्टी स्वार्थी वृत्तीकडे घेऊन जातात. उदाहरणार्थ, एक अभियंता, आपल्या जबाबदारीशी तडजोड करून, कंत्राटदाराकडून वैयक्तिक लाभ प्राप्त करण्यासाठी कमी दर्जाचे रस्ते तयार करू शकतो, ज्याने लोकांना त्रास होऊ शकतो; ही एक अनैतिक कृती आहे.

२. **भावनिक बुद्धिमत्तेची कमतरता:** भावनिक बुद्धिमत्ता म्हणजे स्वतःच्या आणि इतर लोकांच्या भावना किंवा मनोभाव ओळखण्याची क्षमता आणि तिचा सर्वांना जास्तीत जास्त लाभ मिळण्यासाठी वापर करणे. भावनिक बुद्धिमत्तेचा अभाव असलेली व्यक्ती स्वतःच्या आणि इतरांच्या भावना समजत नाही. त्यांच्यामध्ये एक विरोधाभास निर्माण होऊ शकतो आणि जबाबदारीसंबंधी तडजोड होऊ शकते.

३. **संभाषण कौशल्याचा अभाव:** आपले विचार किंवा मत प्रभावीपणे व्यक्त करण्याच्या क्षमतेचा अभाव आणि इतरांना काळजीपूर्वक न ऐकण्याने आपसांत गैरसमज होऊ शकतात आणि जबाबदारीवर प्रभाव पडू शकतो. उदाहरणार्थ, ऐकण्याच्या क्षमतेचा अभाव असल्याने कामाचा दर्जा खालावेल, जे तडजोड केल्यासारखेच असेल.

४. **दुहेरी व्यक्तिमत्त्व:** एखादा अभियंता दुटप्पीपणा करू शकतो: एक नियम स्वतःसाठी आणि त्याच समस्यांसाठी इतरांना दुसरे नियम. उदाहरणार्थ, एका प्रकल्पामध्ये जेवणाची सुटी फक्त ३० मिनिटांसाठी आहे. एक वरिष्ठ अभियंता आपल्या कनिष्ठ अभियंत्याला ३० मिनिटांत जेवण पूर्ण करण्यासाठी सांगतो. पण तो स्वतः १ तासापेक्षा जास्त वेळ घेतो आणि या संदर्भात त्या कनिष्ठाकडून जाब न विचारला जाण्याची अपेक्षादेखील करतो. अशी व्यक्ती आदर आणि नैतिक प्रामाणिकपणा कमावू शकत नाही.

५. **भीती, धमक्या, घाबरणे आणि अविश्वास:** जर एक अभियंता भय, धमक्या, अवास्तव अविश्वास आणि भित्रेपणापुढे शरणागत होत असेल तर तो यशस्वीरित्या आपली जबाबदारी पूर्ण करू शकत नाही, कारण हे त्याचे मानसिक संतुलन

आणि एकाग्रतेला विचलित करणारे आहे आणि आपल्या जबाबदारीशी तडजोड करून या नकारात्मक गोष्टीपासून स्वत:चे संरक्षण करण्यासाठी आपले लक्ष दुसरीकडे वेधणारे आहे. उदाहरणार्थ, एक अभियंता एक मोठ्या निवासी इमारतीला तिच्या मालकाच्या धमक्यांमुळे खोटे सुरक्षा प्रमाणपत्र देऊ शकतो.

स्वामी विवेकानंद म्हणाले, *'भीती अनीती, पाप, मृत्यू आणि नरक आहे. जगातील सर्व नकारात्मक विचार आणि कल्पना भीतीमुळे पुढे आले आहेत.'* पक्का आत्मविश्वास, बुद्धिमत्ता आणि उच्च नैतिकता या नकारात्मक गोष्टींवर मात करण्यास मदत करतात.

६. **गटाचे वर्तन:** बरेच लोक स्वतंत्र व्यक्ती किंवा एक गट सदस्य म्हणून विविध प्रकारच्या जबाबदाऱ्या (त्या सकारात्मक किंवा नकारात्मक असू शकतात) घेतात. गट वर्तनावर परिणाम करणारे महत्त्वाचे मुद्दे खालीलप्रमाणे आहेत:

(१) एखाद्या समूहात व्यवस्थापन आपल्या नफ्याबद्दल आणि कामगारवर्ग आपल्या मूलभूत गरजांबद्दल विचार करीत असतो. त्यामुळे गटांत दोघांमध्ये एक अंतर असते, जे गटाच्या जबाबदारीवर परिणाम करू शकते.

(२) गटात, मजुरवर्ग व्यवस्थापनाकडे आपली मागणी कायम राखण्यासाठी मुद्दाम आपल्या क्षमतेपेक्षा कमी काम करतो. याला **'नैसर्गिक सोल्डरींग** म्हणतात.

(३) एखाद्या गटामध्ये स्वतःचा कार्यभार कमी करण्यासाठी आणि विशेषतः अपयशाच्या बाबतीत त्रास टाळण्यासाठी व्यक्तींची प्रवृत्ती या तर्काच्या आधारे **जबाबदारी हस्तांतरित** करण्याची असते. इंग्रजीत एक म्हण आहे, *'सगळ्यांची जबाबदारी म्हणजे कोणाचीही जबाबदारी नाही.'*

(४) नैतिकतेचा भ्रम, ज्यात गट सदस्य गटाच्या एकूण नैतिक तत्त्वांसाठी आपली वैयक्तिक नैतिक तत्त्वे विसरतात आणि वैयक्तिक योग्य आणि अयोग्य यांच्यातील भेदाभेदही विसरतात.

(५) **'मी किंवा आम्ही'ची** तीव्र भावना बाहेरच्यांना शत्रू समजते आणि त्याने त्यांच्या स्वत:च्या हितावर प्रभाव पडू शकतो.

(६) समूहाच्या बाबतीत जबाबदारी पार पाडण्यामध्ये औपचारिक संबंधांपेक्षा अनौपचारिक संबंध अधिक परिणामकारक ठरतात.

(७) एखादी व्यक्ती सोपवलेले कार्य अपयशी ठरल्याने हे गृहीत धरू शकते की 'तिला एकट्याला यासाठी जबाबदार धरले जाणार नाही, उलट सर्व सदस्य जबाबदार धरले जातील'. हा सुरक्षिततेचा भ्रम असतो.

(८) गटात एका सदस्याचे त्याने दाखवलेल्या असहमतीबद्दल त्याच्या सहकाऱ्यांकडून किंवा वरिष्ठ अधिकाऱ्याकडून शोषण होऊ शकते.

(९) गट सदस्यांना आपली सद्यस्थिती आवडते आणि ते कुठल्याही बदलाला विरोध करतात.

(१०) गटामध्ये एका सदस्याची नैतिकतेची पातळी दुसऱ्या सदस्यापासून भिन्न असते. उच्च नैतिकता असलेल्या व्यक्तीचे अपयशाच्या बाबतीत खच्चीकरण होण्याची जास्त शक्यता असते.

(११) **एकमताचा भ्रम**, जो एखाद्या सदस्याच्या मूकपणाला त्याची संमती म्हणून गृहीत धरतो किंवा गट सदस्यांत आपापसांत पूर्ण एकमत असल्याची अपेक्षा करतो.

(१२) **स्वत:ची सेन्सॉरशिप** लावायची एक प्रवृत्ती गटाच्या सदस्यांना मूक करते किंवा सामूहिक अनिश्चितता दर्शविते.

(१३) अंतर्गत संरक्षण (**Mindguarding), ज्यात** एक व्यक्ती आपल्या गटाची कल्पना किंवा तत्त्वे जपते आणि त्यांचे अंतर्गत आणि बाह्य परिणामांपासून संरक्षण करते.

७. फाजील आत्मविश्वास (**Overconfidence): फाजील आत्मविश्वास असलेली** व्यक्ती सहसा सर्व निर्णय घेते आणि या तर्काने जबाबदारी शिरावर घेते की **'त्याला सर्व माहीत आहे', 'फक्त तोच योग्य काम करतो', 'तो चुकीचा असूच शकत नाही'**, वगैरे. **असा अभियंता** आपल्या निर्णयाविषयी मतभेदांचा आणि व्यवहार्यतेचा विचार करीत नाही. हे थोड्या काळासाठी बरोबर असू शकते, पण दीर्घकाळ उपयोगी ठरत नाही.

८. **स्वत:ची फसवणूक:** स्वत:बद्दल भ्रम असलेली व्यक्ती आपल्या 'आतील आवाजा'कडे लक्ष देत नाही आणि असे समजून चालते, की तिची कृत्ये तिला अनुकूल आहेत, ज्यामुळे ती स्वत:चीच दिशाभूल करते. स्वत:ची फसवणूक सत्य टाळण्यासाठी एक जाणूनबुजून केलेली कृती असते. उदाहरणार्थ, एक व्यक्ती अशा भ्रमात सिगारेट ओढते, की त्यातून तिला सुख किंवा आराम मिळतो. पण तिच्या अंतर्गत आवाजाला माहीत असते की सिगारेट आरोग्यासाठी हानिकारक आहे.

९. **अज्ञान:** याचा अर्थ माहिती, ज्ञान किंवा शिक्षणाचा अभाव. कोणताही अभियंता आपल्या कामाबाबत योग्य माहिती, ज्ञान आणि शिक्षण असल्याशिवाय यशस्वीरित्या आपली जबाबदारी पूर्ण करू शकत नाही. अज्ञानी होण्याची कारणे खालीलप्रमाणे आहेत:

(१) संसाधनांचा अभाव किंवा वेळेच्या कमतरतेमुळे अपुरी माहिती मिळणे

(२) कामाबद्दल ज्ञानाचा अभाव

(३) आळस आणि आराम करण्याची सवय

(४) जबाबदारी पूर्ण करण्यासाठी लागणाऱ्या चिकाटीचा अभाव

(५) दिलेल्या मुदतीच्या आत एक काम पूर्ण करण्याचा दबाव.

१०. अहंवादी **प्रवृत्ती:** माणसांत अहंकार असणे नैसर्गिक आहे. अहंकारी व्यक्ती 'संकीर्ण मनाची' किंवा 'अपरिष्कृत मनाची'(parochial mind) असते. अशा व्यक्तीला असा गैरसमज असतो की ती इतरांपेक्षा श्रेष्ठ आहे **(अहंगंड)** आणि इतर तिच्यापुढे निकृष्ट आहेत. एक अहंकारी व्यक्ती आपले दोष स्वीकारत नाही आणि दोष दाखविल्यास तिला राग येतो; ती अतार्किक किंवा असत्य तर्कांच्या आधारे आपल्या दोषांचे समर्थन करते आणि ती चांगल्या कामाबद्दल सहजपणे इतरांची स्तुती करीत नाही आणि इतरांचा हेवा करते. असे लोक अनेकदा आपल्या जबाबदाऱ्या यशस्वीरित्या पूर्ण करण्यात अपयशी ठरतात.

११. **सूक्ष्म दृष्टी:** सूक्ष्म दृष्टी असलेली व्यक्ती लहान-सहान तपशिलांकडे लक्ष देते, जे एकूण जबाबदारीचा विचार करता इतके महत्त्वाचे नसतात. एक अभियंत्याला 'सूक्ष्म दृष्टी' असणे आवश्यक आहे, ज्याद्वारे तो अतिशय व्यापक विचार करू शकतो, ज्यात वैज्ञानिक, तांत्रिक, सामाजिक, आर्थिक, सांस्कृतिक व राजकीय पैलू समाविष्ट असतात. सर एम. विश्वेश्वरैय्या, मनमोहन शर्मा सारखे सर्वांत यशस्वी अभियंते यांची आपल्या कामात 'सूक्ष्म दृष्टी' होती.

१२. **बॉसपुढे शरणागती:** जो आपल्या कामाला किंवा जबाबदारीला नाही तर आपल्या बॉसला समर्पित असतो, तो आपल्या बॉसला नेहमी एक 'योग्य व्यक्ती' म्हणून स्वीकारतो आणि आपली बुद्धी किंवा निर्णयाचा वापर करीत नाही. आपल्या चुकांकरिता आपल्या बॉसच्या आश्रयाखाली जात राहतो. त्याच्याकडून यशस्वीरित्या आपली जबाबदारी पूर्ण होणे अगदी अशक्य आहे.

१३. **बाह्य दबाव: एक** अभियंता आपल्या जबाबदारीशी तडजोड करण्यासाठी बाह्य दबावापुढे नमू शकतो. उदाहरणार्थ, एक बिल्डर अभियंत्यावर इमारत बांधकामासाठी कमी किमतीची साधनसामग्री वापरण्यास दबाव आणू शकतो, ज्यामुळे लोकांच्या सुरक्षिततेसोबत तडजोड केली जाऊ शकते.

३०

प्रकरण

अभियंत्यांना असलेले धोके, सुरक्षा व दायित्व

अभियंत्यांची जोखीम

कधी-कधी एका व्यावसायिकाद्वारे चांगल्या उद्देशाने केलेल्या एखाद्या कार्याचे परिणाम नकारात्मक होऊ शकतात. उदाहरणार्थ, एक अभियंता चांगल्या उद्देशाने एक विमान बनवतो, पण त्याला अपघात होऊ शकतो आणि उड्डाण करताना प्रवासी ठार होऊ शकतात. याचे कारण **एखाद्या क्रियेचे सर्व परिणाम अनिश्चित असतात; अनिश्चिततेचा अंदाज करता येत नाही, ती संभाव्य आहे, ती मोजली जाऊ शकत नाही आणि तिच्यावर ताबा ठेवता येत नाही. अनिश्चिततेमध्ये धोका अंतर्भूत असतो. धोका हा अनिश्चितता असूनही केलेल्या एखाद्या कृतीचा एक संभाव्य नकारात्मक परिणाम आहे.**

WordWeb शब्दकोशानुसार, जोखीम म्हणजे ‘धोक्याचा स्रोत, एक नुकसान होण्याची शक्यता किंवा दुर्दैव’ किंवा ‘तोटा किंवा नुकसानाला तोंड देण्याची वेळ.’ **धोका हा एखाद्या मौल्यवान बाबीचे संभाव्य नुकसान असतो**, जसे जीवनाचे नुकसान; शारीरिक आरोग्याचे नुकसान आणि शारीरिक हानी; वातावरणाचे प्रदूषण; आर्थिक नुकसान; नोकरी जाणे; सामाजिक प्रतिष्ठेचे नुकसान; वेळ आणि मेहनतीचे (शारीरिक किंवा मानसिक) नुकसान; भावनिक हिताचे नुकसान, जसे आनंद, शांतता गमावणे वगैरे.

अभियांत्रिकीमध्येदेखील जोखीम असते- इथे दोहोंसाठी जोखीम असते: जे अभियांत्रिकी कार्यामध्ये समाविष्ट आहेत आहेत, असे (व्यावसायिक) आणि जे अभियांत्रिकी कामांचा लाभ घेतात, असे (जनता किंवा ग्राहक). सर्व अभियांत्रिकी कामांमध्ये जोखिमेचा समावेश असतो, पण काही **क्षेत्रांत तो जास्त असतो. उदा**. आण्विक क्षेत्र, खाणी, नैसर्गिक वायूचा शोध, अंतराळाचे तंत्रज्ञान, शिपिंग उद्योग, रासायनिक उत्पादन, सिमेंट उद्योग, मोठ्या प्रमाणात बांधकाम, जसे इमारत, मेट्रो आणि इतर. सर्व व्यावसायिकांप्रमाणेच, अभियंतेदेखील प्रत्येक अभियांत्रिकी क्षेत्रात असलेल्या विविध जोखिमांचा प्रचंड अभ्यास करतात आणि शक्यतो त्यांना कमी करण्याचा प्रयत्न करतात. पण मानवाने अजूनही अनिश्चिततेवर स्वामित्व मिळवलेले नाही!

जोखिमांचे वर्गीकरण

जोखिमांचे खालीलप्रमाणे वर्गीकरण केले जाते:

१. **स्वैच्छिक जोखीम आणि अनैच्छिक जोखीम**

स्वैच्छिक जोखीम म्हणजे तिच्याबद्दल आणि तिच्या परिणामांबद्दल माहिती असूनही ती जोखीम घेणे. उदाहरणार्थ, अंतराळवीराला एका अंतराळ मोहिमेतला धोका आणि नकारात्मक परिणामांबद्दल माहीत असते, पण तो तरीही धोका

पत्करतो. **अनैच्छिक धोका** म्हणजे त्याच्या परिणामाला **जाणून घेतल्याशिवाय** एक जोखीम घेणे. उदाहरणार्थ, एक व्यक्ती कमी किमतीला एक रेफ्रिजरेटर खरेदी करते, ज्याला त्याच्या कमी गुणवत्तेची माहिती नाही. स्वैच्छिक जोखिमांचे परिणाम कमी करण्यासाठी खबरदारी घेणे शक्य आहे, पण अनैच्छिक जोखिमांबाबत ते शक्य नाही.

२. **अपेक्षित जोखीम आणि अनपेक्षित जोखीम**

अपेक्षित जोखीम एक **ज्ञात किंवा संभाव्य जोखीम असते**, जिचे मूल्यमापन केले जाऊ शकते आणि धोक्याच्या संबंधात होणाऱ्या तोट्याच्या संभाव्यतेचा अंदाज लावला जाऊ शकतो. उदाहरणार्थ, एक टायर-उत्पादन कंपनी आपल्या ग्राहकाला हमी देते की तिच्या टायरचा स्फोट होण्याची शक्यता लाखातून एक आहे. **अनपेक्षित धोका** हा **अज्ञात धोका असतो, ज्याचे आपण** मूल्यमापन करू शकत नाही किंवा त्याचा अंदाज लावता येत नाही. उदाहरणार्थ, जपानमध्ये २०११मध्ये एकाच वेळी अनपेक्षितपणे आलेल्या भूकंप व त्सुनामीमुळे फुकुशिमा दायाची आण्विक आपत्ती ओढवली. अपेक्षित जोखिमांचे परिणाम कमी करण्यासाठी खबरदारी घेणे शक्य आहे, पण अनपेक्षित जोखिमांबाबत ते शक्य नसते.

३. **तात्काळ जोखीम आणि विलंबाची जोखीम**

तात्काळ धोका म्हणजे **ज्याने नजीकच्या भविष्यात किंवा अल्प कालावधीत** किंवा तात्काळ हानी होण्याची शक्यता असते; उदाहरणार्थ, सुसाट दुचाकी चालवणारा वाहनचालक. अपघातात झाल्यास त्या दुचाकीस्वाराचा मृत्यू होऊ शकतो. **विलंबाने होणारा धोका** म्हणजे ज्यात हानी होण्याची किंवा मौल्यवान गोष्टीला नुकसान होण्याची शक्यता **दीर्घ कालावधीसाठी किंवा दूरच्या भविष्यात असते;** उदाहरणार्थ, धूम्रपान, ते दीर्घ कालावधीत शरीराला हानी करते, लगेच नाही.

४. **अल्पकालीन परिणाम आणि दीर्घकालीन परिणाम**

अल्पकालीन परिणामाचा धोका, इजा किंवा मौल्यवान गोष्टीचे नुकसान अल्प कालावधीसाठीच असते आणि नंतर परिस्थिती सामान्य होऊ शकते. उदाहरणार्थ, भाज्या चिरताना चाकूमुळे बोट कापले जाणे. **दीर्घकालीन परिणामाच्या** धोक्यामध्ये हानी किंवा मौल्यवान गोष्टीच्या नुकसानाचा परिणाम दीर्घ कालावधीसाठी राहतो, आणि नंतरदेखील परिस्थिती सामान्य होत नाही. उदाहरणार्थ, कार अपघातात पाय गमावणे.

५. **पालटणारे प्रभाव आणि न पालटणारे प्रभाव**

कधीकधी एखाद्या धोक्यामुळे झालेली इजा किंवा नुकसान पूर्ववत करता येते- ती बरी केली जाऊ शकते किंवा मूळ स्थितीत आणणे शक्य असते. उदाहरणार्थ, भाज्या चिरताना बोट कापल्यास त्वचेला झालेली हानी अल्प कालावधीमध्ये बरी होऊ शकते. कधीकधी, एखाद्या जोखमीत झालेली इजा किंवा नुकसान बरे केले जाऊ शकत नाही. उदाहरणार्थ, कार अपघातात पाय गमावणे.

६. **जोखीम घेण्याची पातळी**

काही प्रकारच्या कार्यांमध्ये विविध पातळ्यांवर जोखीम घेतली जाण्याची शक्यता असते, जी हानी किंवा तोट्यावर अवलंबून असते. धोक्याची मर्यादा पातळी म्हणजे आपल्या क्षमतेच्या पलीकडे जोखीम घेणे, जेथे इजा किंवा नुकसान होण्याची शक्यता खूप जास्ती आणि गंभीर असते. उदाहरणार्थ, मलिकचा मासिक पगार २०,००० रु. आहे आणि त्याला घोड्यांच्या शर्यतींचे व्यसन आहे. तो सहसा या खेळात दरमहा ५,०००-१०,००० रु. खर्च करतो. परंतु एके दिवशी त्याने आपले २०,००० रु. खर्च केले; हा त्याचा मर्यादेच्या पातळीवरील धोका आहे.

जोखिमांचा अंदाज घेण्यात येणाऱ्या अडचणी

व्यावसायिक अभियंते आपले काम, उत्पादन किंवा सेवेशी निगडित जोखिमेचा अंदाज घेण्याचा प्रयत्न करतात, जेणेकरून ते धोका टाळू शकतील किंवा शक्यतो नकारात्मक परिणाम कमीत कमी होऊ देतील. हे करणे सोपे नाही, उलट अतिशय जटिल आणि

कठीण आहे. अभियांत्रिकी कामामध्ये धोक्याचा अंदाज घेण्याच्या दोन सुप्रसिद्ध पद्धती आहेत: **'दोष वृक्ष विश्लेषण' (fault tree analysis) आणि 'घटना वृक्ष विश्लेषण (event tree analysis)**.

१. **दोष वृक्ष विश्लेषण**
'दोष वृक्ष विश्लेषण' एक वैज्ञानिक साधन आहे, **ज्याचा उपयोग अभियांत्रिकीमध्ये संभाव्य जोखिमांना किंवा अपघाताला ओळखणे, त्याचा अंदाज घेणे, मूल्यांकन करणे, विश्लेषण करणे आणि त्याला टाळणे या कामांसाठी केला जातो**. मूलत: दोष **वृक्ष एक आकृती आहे;** तो एखादा अपेक्षित अपघात किंवा बिघाड होण्याच्या संभाव्य पद्धतीचा **अंदाज लावतो**. त्याच्या नावाप्रमाणेच, तो ते संभाव्य दोष दाखवतो, जे त्या पद्धतीने घडू शकतात. ही **एक वरून खाली येणारी पद्धत आहे**. ती सहसा एका धोक्यामुळे होणारी इजा किंवा धोक्याचा अंदाज घेण्यासाठी वापरली जाते. अशा धोक्याबद्दल थोडासाही किंवा अजिबातच प्रत्यक्ष किंवा प्रथम अनुभव उपलब्ध नसतो, जसे आण्विक प्रकल्पाचे विघटन. (आकृती ३०.१ पहा).

२. **घटना वृक्ष विश्लेषण**
दोष वृक्ष विश्लेषण अपयश शोधण्यासाठी वरून खाली येण्याची पद्धत आहे, पण घटना वृक्ष विश्लेषण **खालून वर जायची पद्धत आहे**. एक घटना वृक्ष **एखाद्या घटनेपासून सुरू होतो, जसे अपयशाचे घटक, आणि त्या प्रणालीचे कारण शोधण्यासाठी प्रयत्न करतो, ज्याच्यामुळे ती घटना घडली आहे**.

धोक्याचा अंदाज घेण्यासाठी काही वैज्ञानिक साधने उपलब्ध असतानाही जोखिमेचा अंदाज घेण्यासाठी अजूनही **काही अडचणी** येतात. त्या खालीलप्रमाणे आहेत:

१. सर्व शास्त्रीय कारणे **भाकित करणे किंवा शोधणे फार कठीण आहे**, जसे शारीरिक, जैविक, रासायनिक, यांत्रिक, पर्यावरणीय आणि नैतिक कारणे, ज्यांच्यामुळे अडचणी येऊ शकतात.
२. **मानवी त्रुटी भाकित न करता येणाऱ्या असतात;** प्रशिक्षित असूनदेखील एक पायलट विमान उडवताना किंवा लँडिंग करताना चुका करू शकतो.
३. **सर्व संभाव्य सुरू होणाऱ्या घटनांबद्दल खात्री देणे फार क**ठीण आहे, ज्यांना अपयशाच्या पद्धतीबद्दल विश्लेषण करण्यासाठी 'घटना वृक्ष आकृती'मध्ये समाविष्ट केले आहे.
४. इंजिनियर्स आपल्या कामांमध्ये अनेक वेळा सुरक्षिततेच्या आणि स्वीकारार्ह सुरक्षा **मानकांपासून ढळू शकतात**,ज्याने जनतेला धोका वाढतो. ही एक सामान्य बाब आहे. याचा "सामान्य विचलन" (**Normalizing deviance**) म्हणून उल्लेख केला जातो.[१]
५. धोक्याची एक स्थापित शक्यता तज्ज्ञांच्या विश्लेषणावर आधारित आहे. कधी कधी ती **प्रयोगांनी सिद्ध करणे कठीण असते.** तरीही ती प्रत्यक्ष व्यवहारात अनुभवली जाते, ज्याचे परिणाम वास्तविक अपयशापासून खूपच वेगळे असू शकतात. उदाहरणार्थ, जरी शास्त्रज्ञ कदाचित एका पाणबुडीमध्ये अणुभट्टीच्या संभाव्य बिघाडाचे मूल्यांकन करू शकतात, तरी प्रायोगिकरित्या हे सिद्ध करणे कठीण आहे. जर ते सिद्ध झाले, तरी या प्रयोगाचे निष्कर्ष त्या पाणबुडीमध्ये अणुभट्टीत होणाऱ्या वास्तविक बिघाडाशी जुळत नाहीत.
६. काही उत्पादनांत अनेक घटकांचा समावेश असतो, विशेषत: अवकाश यान, जहाजे, लढाऊ विमाने आणि अशा इतर गोष्टी. आणि त्यांच्या सर्व लहान-सहान घटकांबाबत जोखिमेचे भाकित करणे कठीण असते. उदाहरणार्थ, १९८०मध्ये एक विमान

[१] Diane Vaugh. १९९६, *The Challenger Launch Decision*, pp. ४०९–४२२.

आकृती ३०.१

दुचाकी वाहन सुरू होण्याच्या समस्येचे 'दोष वृक्ष विश्लेषण'

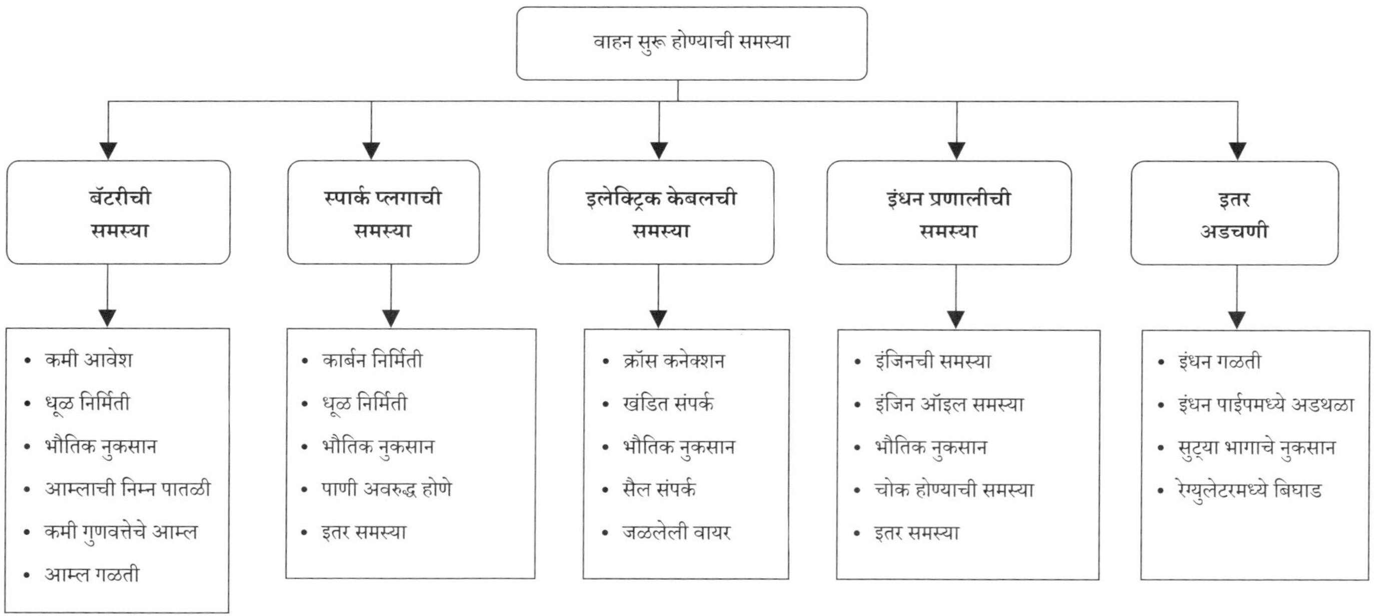

अपघात या कारणास्तव झाला, की त्याच्या वरच्या भागावर एक लहान खिळा अयोग्य रीतीने लावला गेला होता. विमान अभियंत्याला अशा धोक्याचा अंदाज येणे खूप अवघड आहे.

तंत्रज्ञानाचा धोका आणि अपघात

चार्ल्स पेरो[२] यांच्या (Charles Perrow) मते, उच्च धोका असलेल्या तंत्रज्ञानात दोन प्रमुख वैशिष्ट्ये असतात, जी अपघात होण्याची शक्यता वाढवतात आणि ती अशा अपघातांबद्दल भाकित करायला आणि त्यांना नियंत्रित करायला कठीण ठरवतात. ती वैशिष्ट्ये खालीलप्रमाणे आहेत:

१. **घट्ट आणि सैल कपलिंग**

एका घट्ट **सांध्यामध्ये**, एका प्रणालीचे विविध भाग किंवा घटक अशा प्रकारे बसवलेले असतात की ज्यामुळे एका घटकाची प्रक्रिया किंवा कार्य **इतर घटक किंवा कार्य प्रक्रियेला प्रभावित करतात व त्यामुळे संपूर्ण प्रणालीवर अल्प कालावधीत विपरीत परिणाम होतो**. जेथे प्रणालीमध्ये भाग घट्ट बसवलेले असतात तिथे त्यांच्या पूर्व-व्यवस्थेमुळे फक्त एका घटकाची दुरुस्ती करून हे नुकसान **टाळणे कठीण असते**. उदाहरणार्थ, फुकुशिमा दायाची आण्विक आपत्तीमध्ये, बॉयलर नादुरुस्त झाल्याने संपूर्ण अणुभट्टीचे नुकसान झाले.

दुसरीकडे, एक **'सैल सांध्या**मध्ये', एका घटकाच्या कार्यात किंवा प्रक्रियेत येणाऱ्या अपयशामुळे **इतर घटकांवर किंवा संपूर्ण प्रणालीवर कोणताही परिणाम होत नाही**, आणि संपूर्ण प्रणालीवर प्रतिकूल परिणाम होणे टाळण्यासाठी पुरेसा वेळ असतो. उदाहरणार्थ, एका महाविद्यालयामध्ये एका विभागात झालेले अपयश इतर विभागावर परिणाम करू शकत नाही.

२. **जटिल आंतरक्रिया**

एका 'जटिल आंतरक्रिये'त विविध प्रणाली किंवा कार्ये अशा गुंतागुंतीच्या पद्धतीने आंतरक्रिया करतात ज्याविषयी भाकित केले जाऊ शकत नाही. **म्हणून** अशा प्रणालीत **कोणीही** हे **भाकित करू नाही शकत की 'अ'च्या** अपयशामुळे **'ब'**वरदेखील परिणाम होईल. उदाहरणार्थ, रासायनिक संयंत्रे, अणुभट्टी, आणि इतर.

धोक्याचा दृष्टिकोन

एखाद्या धोक्याबद्दल प्रत्येक व्यक्तीची समज त्याचे शिक्षण, सामाजिक-आर्थिक पार्श्वभूमी, अनुभव आणि कौशल्यानुसार बदलू शकते. त्यानुसार, एक धोक्याबद्दल इतरांचे दृष्टिकोन वेगवेगळे असू शकतात. धोक्याबद्दल काही विविध दृष्टिकोन खालील प्रमाणे आहेत:

१. **सामान्य माणसाचा दृष्टिकोन:** सहसा, धोक्याबद्दल सामान्य माणसाचा दृष्टिकोन अनियोजित, **भावनिक, अविवेकी आणि अस्पष्ट असतो**. एक सामान्य माणूस

   (१) धोक्याचा अंदाज लावण्यात अति-आत्मविश्वासासमवेत पक्षपाती होण्याच्या प्रवृत्तीचा असू शकतो; असे अंदाज मूळ अंदाजाहून वेगळे ठरण्याची शक्यता असते.

   (२) प्रामुख्याने **आर्थिक लाभ किंवा नफ्याद्वारे**, आणि धर्म, जाती, सामाजिक रूढी आणि अविवेकी विचाराने **प्रभावित असतो**.

---

[२] Charles Perrow. १९८४, *Normal Accidents: Living with High Risk Technologies*, Princeton Press, New Jersey, University of Chicago, pp. ३–४.

(३) आपल्या **सुरक्षिततेला** प्राधान्य देतो आणि धोक्यापासून स्वत:चे **संरक्षण** करण्याचा प्रयत्न करतो.
(४) **जोखिमेच्या संकल्पनांना एकत्र करतो** आणि आपल्या दक्षतेच्या आधारावर त्यांच्यात फरक करत नाही.
(५) अनैच्छिक जोखिमेपेक्षा स्वैच्छिक जोखीम अधिक पसंत करतो किंवा स्वीकारतो.

२. **सरकारचा दृष्टिकोन:** सरकार समाजातील सर्व घटकांचे प्रतिनिधित्व करते, त्यामुळे ते **धोका टाळण्यास किंवा त्यापासून बचाव करण्यास प्राधान्य देते. जरी त्या धोक्याने कमी लोकांना** हानी होत असेल आणि जास्त लोकांना लाभ होत असेल, मात्र हे नेहमी होत नाही. सरकार सर्व लोकांच्या आणि देशाच्या हिताचा विचार करते आणि काळजीपूर्वक हानी आणि फायद्यांचा हिशोब करते (दीर्घकालीन आणि अल्पकालीन, अशा दोन्ही), आणि नंतर मोजूनमापून धोका पत्करून पुढे जाते.

३. **तज्ज्ञांचा दृष्टिकोन:** धोक्याबद्दल एक तज्ज्ञाचा दृष्टिकोन **योग्य समज, तर्कशक्ती, नियोजन आणि तंतोतंतपणावर** आधारित असतो. **एक** तज्ज्ञ

(१) धोक्याचा शास्त्रीय पद्धतीने व्यवस्थित **अंदाज** घेतो आणि ते बऱ्यापैकी खरे असू शकते.
(२) संबंधित जोखिमेच्या इतिहासाचा खोल अभ्यास करतो.
(३) **जोखिमांच्या संकल्पना एकत्र करीत नाही** आणि त्यांच्या वैशिष्ट्यांच्या आधारे त्यांना वेगळे करण्याचा प्रयत्न करतो, जसे खरे धोके, मानलेले धोके, तात्काळ धोके आणि प्रलंबित धोके आणि इतर.
(४) डेटा वापरून आणि पूर्वानुभवावर किंवा आपल्या अंतरात्म्याचा आवाजावर धोक्याचे **मूल्यमापन करतो** आणि योग्य निर्णय घेतो.
(५) एक जोखीम घेण्याच्या आधी **व्यावसायिक प्रेरणा आणि सार्वजनिक हिताचा विचार करतो.**
(६) अचूक **'जोखीम स्वीकारार्हता'** शोधण्यासाठी प्रयत्न करतो. धोक्याची स्वीकारार्हता **त्याचे विविध फायदे नष्ट न करता एका व्यक्तीची किंवा एका संघटनेची जोखीम कमी करण्याच्या क्षमतेने मोजली जाते, जसे** आर्थिक, सामाजिक, आणि पर्यावरणीय.
(७) सहसा **'उपयोगप्रधान' दृष्टिकोनाचे अनुसरण करतो. उपयुक्ततावादानुसार** कोणत्याही नैतिक प्रश्नाला कार्यवाहीची पद्धत ठरवून उत्तर दिले जाते, ज्याने जास्तीत जास्त लोकांचे अधिकाधिक कल्याण होईल. दुसऱ्या शब्दांत, एक तज्ज्ञ त्या धोक्याच्या **'किंमतलाभाचे किंवा जोखीमलाभाचे'** विश्लेषण करून धोक्याकरिता असा उपाय शोधण्याचा प्रयत्न करतो, जो जास्तीत जास्त फायदा देईल.

धोक्याच्या संबंधात अभियंत्यांची जबाबदारी

तंत्रज्ञान आणि विकासाशी धोका निगडित असतो. पण असा धोका किंवा जोखीम कमी करणे ही अभियंत्याची एक नैतिक जबाबदारी आहे. या संबंधात एका अभियंत्याने

१. धोक्याबद्दल जाणीव असू द्यावी आणि त्या दिशेने आपली नैतिक जबाबदारी समजावी आणि त्या धोक्याबद्दल अभियांत्रिकी व्यवसायाची नीतिमूल्ये लक्षात ठेवावी.
२. त्याला जोखिमेचा अंदाज घेताना येणाऱ्या अडचणी माहीत असणे आवश्यक आहे. ती जोखीम सूक्ष्म, चुकीची आणि फसवी असू शकते.
३. धोक्याचा अंदाज घेताना फक्त मापनयोग्य समस्यांचाच नाही तर मानवी चुका आणि न मापण्यायोग्य समस्यांचाही विचार करणे आवश्यक आहे.

४. कायदेशीर दायित्वाची जाणीव असणे आवश्यक आहे, जसे एक धोक्याबद्दल कायदे, नियम, सरकारी विनियम, न्यायालयीन अर्थ, वगैरे.
५. स्थितीच्या वैशिष्ट्यांच्या आधारे यथायोग्य धोक्याची स्वीकारार्हता आणि एक योग्य दृष्टिकोन निश्चित करणे आवश्यक आहे.
६. धोक्याची हानी आणि लाभामध्ये समतोल ठेवण्याचा प्रयत्न करणे आवश्यक आहे.
७. स्वीकार्य धोक्याची व्याख्या करताना आणि नंतर निर्णय घेताना जनता, समाज, कामगार, व्यवस्थापन, अर्थव्यवस्था, पर्यावरण आणि इतर बाबींचा विचार करणे आवश्यक आहे.
८. वेळोवेळी स्वीकार्य धोक्याचे पुनर्मूल्यांकन करणे आवश्यक आहे, कारण त्याचे घटक वेळेनुसार बदलत असतात.

अभियंत्यांची सुरक्षा

कोणत्याही व्यवसायात, अत्यंत महत्त्वाची गोष्ट जीवनाची सुरक्षा आहे. तथापि, पर्यावरण व संपत्तीच्या किंवा मालमत्तेच्या सुरक्षेकडेदेखील दुर्लक्ष करता कामा नये. सुरक्षा ही संज्ञा खात्री असल्याची अशी अवस्था सूचित करते, की ज्या परिस्थितीत काही घटकही प्रतिकूल परिणामास कारणीभूत ठरणार नाहीत. अभियांत्रिकी व्यवसायात धोका आणि संबंधित जोखीम आणि हानी यांचा समावेश असल्याने अभियंत्यांची ही एक नैतिक जबाबदारी आहे की ते एक असे सुरक्षित व हितावह तांत्रिक वातावरण तयार करतील, ज्याने माणुसकीची भरभराट होण्यास मदत होईल.

तंत्रज्ञानामध्ये, 'सुरक्षा' म्हणजे अभियंत्याने **याची खात्री करायला हवी** की विशिष्ट **परिस्थितीमध्ये काही घटक प्रतिकूल प्रभावास कारणीभूत ठरणार नाहीत (अंतर्गत किंवा बाह्य).** उदाहरणार्थ, जुनी इस्त्री (घरगुती साधन) वापरताना जादा विद्युतपुरवठा झाल्यास कपडे जाळायची. परंतु आधुनिक इस्त्री जादा विद्युत पुरवठा झाल्यास कपडे जाळत नाही, कारण तापमानाची एक विशिष्ट सीमा ओलांडल्यानंतर तिला विद्युतपुरवठा आपोआप बंद होतो. येथे, आधुनिक इस्त्रीचे उत्पादक खात्री देतात की इस्त्री जास्ती गरम झाल्याने कपड्यांवर विपरीत परिणाम होणार नाहीत. पण एखादी इमारत हादऱ्यामुळे गडगडू शकते आणि त्यावेळी गरम इस्त्री वापरणाऱ्या व्यक्तीची त्वचा भाजू शकते. याचा अर्थ असा, की एका व्यावसायिकाला विशिष्ट परिस्थितीमध्ये ग्राहकाचे संरक्षण करण्यासाठी पर्यावरण व मालमत्तेसंबंधी सुरक्षाहमी प्रदान करणे फार कठीण आहे.

२०११मध्ये फुकुशिमा दायची आण्विक आपत्तीच्या आधी, आण्विक शक्ती असलेल्या सर्वाधिक देशांनी आण्विक तंत्रज्ञानाला सुरक्षित तंत्रज्ञान म्हणून मानले होते. पण दुर्घटनेनंतर जर्मनी, जपान, फ्रान्स आणि अशा अनेक देशांना हे लक्षात आले की आण्विक तंत्रज्ञान वीजनिर्मितीसाठी सुरक्षित नाही; याउलट, तो मानवजातीला एक मोठा धोका आहे. म्हणून त्यांनी हे तंत्रज्ञान सोडून दिले किंवा सोडण्याच्या प्रक्रियेत आहेत. तरीही, भारत, चीन, रशिया, व काही इतर देशांमध्ये ऊर्जानिर्मितीसाठी आण्विक तंत्रज्ञानाचा वापर करणे सुरू आहे. त्यामुळे सुरक्षिततेची ही संकल्पना एक सापेक्ष बाब आहे. सुरक्षा वेळ, ठिकाण, समज आणि परिस्थितीवर अवलंबून असते; ती या गोष्टींमुळे बदलू शकते. सर्व व्यक्तींसाठी एकसमान आणि सर्वमान्य सुरक्षा संकल्पना अस्तित्वात नाही.

सुरक्षिततेसंबंधी अभियंत्यांची जबाबदारी

एका अभियंत्याने एखाद्या उत्पादनाच्या आणि सेवेच्या रचना, उत्पादन व वापराच्या संदर्भात पर्यावरण आणि मालमत्तेसमवेत जीवनाच्या सुरक्षिततेला सर्वांत अधिक महत्त्व द्यायला हवे. यासंदर्भात, पुढील गोष्टीचा विचार करणे आवश्यक आहे:

१. एखाद्या उत्पादनाची रचना आणि उत्पादन हे अमलात असलेला कायदा, अभियांत्रिकी **आचारसंहिता** आणि आंतरराष्ट्रीय मानकांच्या मार्गदर्शक तत्त्वांनुसार असले पाहिजे. सहसा, या संदर्भात अभियांत्रिकी आचारसंहिता उत्पादन सुरक्षिततेच्या मानकांचे नियमन करण्यासाठी कायदे निर्धारित करते. त्यांच्यासोबत कोणतीही तडजोड केल्यास कायदेशीर समस्या निर्माण

होऊ शकते. उदाहरणार्थ, कायदा तसेच आचारसंहिता सांगते की, मोबाइल फोनचे रेडिएशन एका विशिष्ट पातळीपेक्षा जास्त असू नये, कारण तो विशिष्ट फोन वापरल्याने व्यक्तीच्या आरोग्यावर परिणाम होऊ शकतो. अभियंत्याने एक मोबाइल फोनची रचना किंवा उत्पादन करताना या गोष्टीचा विचार करणे आवश्यक आहे, अन्यथा ते एक कायदेशीर समस्येकडे घेऊन जाईल आणि जनतेच्या विश्वासाला तडा पोहचेल.

२. इंजिनियर्सनी **अनेक डिझाइन्स** तयार करणे आवश्यक आहे आणि सर्व डिझाइनचे काळजीपूर्वक विश्लेषण केल्यानंतरच एक उत्तम डिझाइन निवडले पाहिजे. सुरक्षिततेच्या दृष्टिकोनातून त्यांची कसून तपासणी करणे आवश्यक आहे.

३. अभियंत्याने **चांगली रचना आणि उत्पादन पद्धतीचे अन्वेषण करण्यासाठी आणि तिला बाणवण्यासाठी** सातत्याने काम केले पाहिजे. अशातून उत्पादने आणि सेवांचा सुरक्षित वापर वाढू शकतो.

४. अभियंत्याने आपली उत्पादने आणि सेवेच्या सुरक्षेसंबंधात **अभिप्राय, सूचना आणि सल्ल्याचे खुल्या मनाने स्वागत केले पाहिजे** आणि त्यांनी सुरक्षा मानके सुधारण्यासाठी या अभिप्रायांचा गंभीरपणे विचार करायला हवा.

५. अभियंत्याने अपघातासारखी जोखीम **कमी करायला किंवा त्यांना टाळण्यासाठी** गंभीरपणे काम करायला हवे आणि उत्पादने आणि सेवेचा **जास्तीत जास्त सुरक्षित वापर करायला हवा**. अपघात किंवा जोखीम टाळण्यासाठी केलेल्या उपायांना **'जोखीम नियंत्रक'** म्हटले जाते आणि अपघात किंवा जोखिमेचे परिणाम किंवा प्रभाव कमी करण्यासाठी केल्या जाणाऱ्या उपायांना **'परिणाम नियंत्रक''** म्हटले जाते.

६. एखाद्या गोष्टीच्या निर्मात्याला त्याचे तोटे आणि फायद्याबद्दल इतरांपेक्षा जास्त चांगले माहीत असते. त्यामुळे अभियंत्याने पर्यावरण, मालमत्ता, तसेच राष्ट्र आणि इतर बाबींच्या हिताचा विचार करून तंत्रज्ञान, उत्पादन आणि सेवेच्या संबंधात **एक सुरक्षा धोरण तयार केले पाहिजे**.

७. काही तंत्रज्ञान दुधारी तलवारीसारखे असते, ज्याची एक धार चांगल्याचे आणि दुसरी धार वाईटाचे प्रतिनिधित्व करते. अभियंत्याने त्यांचा **संभाव्य गैरवापर होणे टाळण्यासाठी** तंत्रज्ञान, उत्पादन आणि सेवेचे संरक्षण करायला हवे.

८. अभियंत्याने ग्राहक किंवा जनतेला एखाद्या **तंत्रज्ञान** किंवा उत्पादनाच्या **सुरक्षित वापर पद्धती**बद्दल स्पष्टपणे आणि साध्या शब्दांत समजावून सांगावे. उदाहरणार्थ, आपण इलेक्ट्रॉनिक वस्तू, लिफ्ट, गाड्या आणि इतर गोष्टींमध्ये इंजिनिअर्सनी तयार केलेली सुरक्षा मार्गदर्शक तत्त्वे शोधू शकता.

९. जर उत्पादनात कोणताही धोका आढळला तर त्याने लगेच जनतेला सूचित करणे आवश्यक आहे. उदाहरणार्थ, सीएफएल बल्बमध्ये विषारी पाऱ्याचा समावेश असतो; त्यामुळे बहुतेक सीएफएल बल्ब उत्पादन कंपन्या सीएफएल बल्बाची सुरक्षित विल्हेवाट करण्याबद्दल ग्राहकांना सूचना देतात.

१०. अभियंत्याने सेवा प्रदान करताना, विशेषतः सार्वजनिक सेवा प्रदान करताना जनतेच्या सुरक्षिततेच्या सर्व पैलूंची काळजी घेतली पाहिजे. उदाहरणार्थ, अभियंत्याने धरणात पाण्याची पातळी धोक्याच्या पातळीवर गेली तर संबंधित लोकांना सावध करणे आवश्यक आहे.

११. अभियंत्याने तात्काळ **हानी व्यवस्थापन योजना** तयार करायला हवी, जसे योग्य ठिकाणी प्रथमोपचार पेटी, अग्निशामक साधने इ. ठेवणे.

१२. अभियंतेदेखील सामाजिक प्राणी आहेत; त्यांनी संस्था आणि समाजात **सुरक्षिततेसंबंधी शिक्षण द्यायला हवे आणि एक सुरक्षा संस्कृती तयार केली पाहिजे**.

१३. अंतिम परंतु तितकेच महत्त्वाचे, अभियंत्याने **कार्य करत असताना स्वत: च्या** आणि **इतर सहकाऱ्यांच्या जीविताच्या सुरक्षिततेला** जास्तीत जास्त महत्त्व द्यायला हवे. कामावर असताना होणारे कोणतेही धोके टाळण्यासाठी त्यांनी काटेकोरपणे सुरक्षा मार्गदर्शक तत्त्वांचे अनुसरण करणे आणि आवश्यक सावधगिरी बाळगणे आवश्यक आहे.

अभियंत्यांचे दायित्व

दायित्व म्हणजे "कशासाठी तरी कायदेशीर जबाबदार राहण्याची अवस्था' किंवा 'कायदेशीर बांधीलकी किंवा नियमशास्त्राने बांधलेली अवस्था'. इतर सर्व व्यावसायिकांप्रमाणे, अभियांत्रिकीदेखील देशाच्या नियमशास्त्राने बांधलेली आहे आणि तिची कायदेशीर कर्तव्ये आणि जबाबदाऱ्या आहेत. अभियंत्यांची सर्व कार्ये, चुका आणि प्रतिबद्धता कायद्याच्या अधीन असतात आणि कोणताही अभियंता कायद्याहून श्रेष्ठ नसतो. उदाहरणार्थ, इमारत, पूल, किंवा उड्डाणपूल कोसळण्याच्या बाबतीत सहसा अभियंत्याला जबाबदार धरले जाते.

टोर्ट म्हणजे कोणतेही चुकीचे कार्य किंवा दिवाणी चुकांकरिता होणाऱ्या नुकसानीसंदर्भात एक कारवाई. दुसऱ्या शब्दांत, कोणा व्यक्तीच्या चुकीच्या कार्यामुळे होणाऱ्या **इजा किंवा नुकसानामुळे बळी पडलेल्या व्यक्तीकरिता एक कायदेशीर उपाय आहे**. अभियंताच्या कामामुळे कोणत्याही व्यक्ती किंवा जनतेला इजा किंवा नुकसान होते तर टोर्ट पीडितांकरिता उपाय उपलब्ध करतो. **टोर्टचा मुख्य उद्देश चुकीच्या कामासाठी संरक्षण प्रदान करणे आणि बळीला भरपाई देणे आहे**.

धोका आणि सुरक्षा घटनेच्या सुरुवातीस असतात, तर **दायित्व घटनेच्या नंतर येते**. दायित्व अशा व्यक्तीची **जबाबदारी निश्चित करू** इच्छिते, ज्याने हेतुपुरस्सर किंवा अनावधानाने चुकीची कृत्ये केली आहेत. एक अभियंता एका कंपनीसाठी काम करीत असेल, तर त्याच्या चुकीच्या कृत्यांना कंपनीच्या उत्तरदायित्वाकडे हस्तांतरित केले जाऊ शकत नाही; ते अभियंता आणि कंपनी दोन्हींचे दायित्व आहे.

अभियंते तेव्हा **'मोठ्या दायित्व'शी निगडित असतात, जेव्हा** ते आपले कर्तव्य किंवा जबाबदारीपासून ढळतात, जी त्यांच्यावर कायद्याने सोपवली आहे आणि असे उल्लंघन शिक्षापात्र असते. निष्काळजीपणा किंवा बेसावधपणे केलेली अभियांत्रिकी कृत्ये, जोखिमेचे ज्ञान असूनही कोणतीही कार्यवाही न करणे किंवा बेपर्वाई दाखवणे चुकीचे असते आणि शिक्षेस पात्र असते.

उत्तरदायित्वाचे प्रकार

उत्तरदायित्वाचे अनेक प्रकार आहेत; त्यापैकी महत्त्वाचे प्रकार खालीलप्रमाणे आहेत:

१. **प्राथमिक दायित्व:** जर एखादा अभियंता चुकीच्या कार्यामध्ये थेट योगदान करतो, ज्याच्यामुळे दुसऱ्यांना इजा किंवा नुकसान होते, तर तो त्यासाठी कायदेशीर जबाबदार असतो आणि त्याने बळी पडलेल्या व्यक्तीला उपाय किंवा भरपाई करणे आवश्यक आहे.

२. **दुय्यम दायित्व:** जेव्हा एखादी व्यक्ती दुसऱ्या व्यक्तीच्या चुकीत अप्रत्यक्षरित्या योगदान करते, तेव्हा त्याला दुय्यम दायित्व मानले जाते.

३. **अन्यार्थ दायित्व:** हे एक दुय्यम प्रकारचे दायित्व आहे. काही घटनांमध्ये **एक व्यक्ती (किंवा वरिष्ठ अधिकारी) इतर (दुय्यम) व्यक्तीद्वारे केलेल्या चुकीसाठी जबाबदार असते**. अशा दायित्वाला 'अन्यार्थ दायित्व' म्हटतात. हे खालील परिस्थितीत घडू शकते:

   (१) **मंजुरी करून दायित्व:** एखादी व्यक्ती एखाद्या कार्यामधील चुकीबद्दल माहीत नसताना दुसऱ्या व्यक्तीच्या त्या कामाला मंजुरी देत असेल किंवा मान्यता देत असेल, किंवा नंतर ते चुकीचे असल्याचे आढळले, तर करारावर स्वाक्षरी करणारी व्यक्ती यास जबाबदार ठरते.

(२) **संबंधांद्वारे दायित्व:** याचा अर्थ चुकीचे कार्य संबंधांच्या आधारे केले जाते, जसे मालक-सेवक, व्यवसायिक संबंध, पालक आणि मुले आणि इतर. उदाहरणार्थ, काही कार अपघातात प्रत्यक्षात ड्रायव्हरची चूक असते, तरी तिथे मालकही जबाबदार असतो.

(३) **प्रोत्साहन देण्याचे दायित्व:** शोषणाला मुद्दामहून प्रोत्साहन देणे.

४. **कठोर दायित्व:** एखाद्या व्यक्तीला या अटीवर धोकादायक किंवा हानिकारक कृती करण्याची परवानगी दिली जाऊ शकते की तिची काहीही चूक असो वा नसो, उपाय प्रदान करण्यास किंवा नुकसान भरपाई करण्यासाठी तिला जबाबदार धरले जाते. याला **'कठोर दायित्व'** म्हणून ओळखले जाते. कठोर दायित्वाच्या अंतर्गत, त्या व्यक्तीला चुकीच्या कामासाठी दोषी सिद्ध करण्याची कोणतीच गरज नसते. एखादी व्यक्ती **निष्काळजीपणा** आणि **वाईट उद्देशाने** किंवा वाईट उद्देशाशिवाय चुकीचे कार्य करू शकते, पण जर कोणतेही नुकसान झाले, तर संबंधित व्यक्तीने बळीची भरपाई करणे आवश्यक आहे.

३१

प्रकरण

अभियांत्रिकीमधील प्रामाणिकपणा, सचोटी व विश्वासार्हता

अभियंत्यांचा प्रामाणिकपणा

नैतिकदृष्ट्या योग्य, न्याय्य, चांगला, सच्चा, निष्ठावंत, खात्रीलायक आणि विश्वसनीय असणे आणि फसवणूक, लबाडी, चोरी न करणे आणि फसवी वृत्ती आणि वाईट वर्तन नसणे म्हणजे प्रामाणिकपणा. स्वतःशी आणि इतरांशी प्रामाणिक असणे हा सर्वोत्तम सद्गुण आहे. त्याच्यावर अनेक धर्म, तत्त्वज्ञान आणि संस्कृतींमध्ये महत्त्व आणि भर देण्यात आला आहे. एक प्रामाणिक माणूस आपल्या आयुष्यात आणि व्यवसायात नैतिक तत्त्वे मान्य करतो. एक प्रामाणिक व्यावसायिक/विद्वानाला समाजाकडून कौतुक आणि आदर प्राप्त होतो आणि ते इतरांना प्रेरणा देतात; उदाहरणार्थ, सर एम. विश्वेश्वरैय्या, स्वामी विवेकानंद आणि महात्मा गांधी. त्यामुळे, व्यावसायिक आणि वैयक्तिक दोन्ही जीवनात 'प्रामाणिकपणा हाच खरा सदाचार आहे'.

अभियांत्रिकी आचारसंहितेचे मूलभूत तत्त्व 'प्रामाणिकपणा' आहे. प्रामाणिकपणाला अभियंत्यांचे **मूलभूत कर्तव्य व जबाबदारी मानले जाते;** त्यात अपयशी झाल्यास शिक्षा होऊ शकते, जसे इशारा किंवा बडतर्फी. प्रामाणिकपणा अभियंत्यांना **'नैतिक एजंट'** म्हणून काम करण्याची प्रेरणा देतो.

अभियांत्रिकी व्यवसायाकरिता प्रामाणिकपणा हा पाया आहे**; कोणताही** अभियंता प्रामाणिक नसेल, तर त्याला व्यावसायिक यश मिळू शकत नाही. एक अभियंता **प्रामाणिक आणि न्याय्य; शिस्तबद्ध; नैतिक मूल्ये**, व्यवसाय **आणि तत्त्वांशी कटिबद्ध**; क्लायंट आणि संघटनेच्या बाबतीत अभिव्यक्ती आणि आचारामध्ये **सत्यवादी** आणि **विश्वासू**; भ्रष्टाचारामध्ये सहभागी नसणारा, फसवणूक, विश्वासघात आणि इतर गैरप्रकार न करणारा असा असेल अशी अपेक्षा केली जाते. व्यावसायिक अभियंत्याने स्वत:च्या सुधारणेसाठी मुक्तपणे **आणि प्रामाणिकपणे टीका स्वीकारणे** आवश्यक आहे.

तथापि, अभियंत्याने प्रामाणिकपणे वागताना सावधगिरीही बाळगली पाहिजे, कारण लबाड व्यक्ती अनेकदा आपल्या वैयक्तिक लाभासाठी प्रामाणिक व्यक्तीचे शोषण करण्याचा प्रयत्न करू शकतात. तसेच, अभियंत्याने आपला व्यवसाय, कंपनी, क्लायंट आणि इतर बाबतीत प्रामाणिक असणे आवश्यक आहे. त्यांच्या हितसंबंधांमध्ये संघर्ष उद्भवल्यास त्याने आपल्या मनाचा आवाज ऐकलाच पाहिजे आणि व्यावसायिक नीतिमूल्ये, घटनात्मक मूल्ये आणि तार्किक विचार करून मानवजातीच्या कल्याणाचा विचार केला पाहिजे.

प्रामाणिकपणा किंवा सत्याचा गैरवापर

प्रामाणिकपणा किंवा सत्याचा गैरवापर अनेक प्रकारे होऊ शकतो. त्यातील काही महत्त्वाचे खालीलप्रमाणे आहेत:

१. **खोटे बोलणे:** खोटे बोलणे म्हणजे, असत्य सांगणे; लबाडी करण्याच्या हेतूने ढोंग करणे किंवा एक असे विधान करणे, जे सत्यापासून वेगळे आहे किंवा सत्याला लपवित आहे. एक लबाड व्यक्ती श्रोत्याची दिशाभूल करण्याच्या किंवा दगा

करण्याच्या उद्देशाने सत्य म्हणून एक असत्य सांगण्याचा प्रयत्न करते. कधीकधी, एखादी व्यक्ती चुकून असत्य बोलते, त्यात दिशाभूल करण्याचा उद्देश नसतो; त्याला असत्य बोलणे म्हणतात, खोटे बोलणे नव्हे. सहसा भीती, अहंता, मत्सर, लोभ आणि इतर नकारात्मक भावना एका माणसाला खोटे बोलण्यास प्रवृत्त करतात.

२. **फसवणूक:** फसवणुकीमध्ये, एक व्यक्ती कदाचित थेट असत्य किंवा सत्य बोलत नसेल; ती फक्त दिशाभूल करते किंवा तिच्या म्हणण्याचा चुकीचा अर्थ लावला जाऊ शकतो, ज्याने इतरांना ते खरे असल्याचा भास होतो. उदाहरणार्थ, एक जाहिरात म्हणते, 'मोफत स्थानिक आणि एसटीडी कॉल ऑफर', पण खाली अटी आणि नियम असतात, त्या म्हणतात की ही ऑफर फक्त एक महिन्यासाठी वैध आणि सक्रिय आहे आणि ही ऑफर घेण्यासाठी आपणास दरमहा ५० रु. देणे आवश्यक आहे.

३. **रोखून ठेवलेली माहिती:** हेतुपुरस्सर सत्य लपवणे किंवा सत्य वगळून माहिती देऊन कोणाची दिशाभूल करणे हीदेखील एक प्रकारची फसवणूक मानली जाते. येथे एक व्यक्ती थेट खोटे बोलत नसते, पण त्याच वाईट हेतूने बोलत असते, जो सहसा खोटारड्यांमध्ये आढळतो. **उदाहरणार्थ**, 'अबक' प्रकल्पाच्या एक पूर्व-सर्वेक्षणामध्ये, एका अभियंत्याला कळले की त्याला १०० कोटींचा नफा होणार आहे आणि तसेच त्या प्रकल्पामुळे १०,००० लोकांच्या जीवनावर व राहणीमानावर परिणाम होणार आहे. पण तो अभियंता वैयक्तिक नफ्यासाठी हेतुपुरस्सर अधिकारी किंवा लोकांपासून माहिती लपवून ठेवतो.

४. **माहिती उघड करण्यात अयशस्वी होणे:** अभियंत्याकडून त्याच्या कामाबद्दल त्याच्या संबंधित लोकांना सर्व संबंधित माहिती उघड करण्याची अपेक्षा केली जाते. उदाहरणार्थ, प्रत्येक बॅटरीमध्ये तिचा वापर आणि विल्हेवाट करण्याबद्दल सुरक्षा मार्गदर्शक तत्त्वे स्पष्ट रीतीने दिली जातात. हेतुपूर्वक किंवा हेतूशिवाय संबंधित लोकांना खरी माहिती उघड न केल्याचे नकारात्मक परिणाम होऊ शकतात.

५. धोका सूचित करणारा**:** संस्थेत (खासगी किंवा सार्वजनिक) जे लोक बेकायदेशीर, अप्रामाणिक किंवा अनैतिक कार्ये उघडकीस आणतात किंवा त्याबद्दल माहिती देतात ते 'धोका सूचित करणारे' किंवा Whistleblowers म्हणून ओळखले जातात. हे एक **नैतिक कार्य** आहे, कारण याने संघटनेमध्ये चालणारे गैरप्रकार हुडकण्यात मदत होते. भारतात, ''व्हिसलब्लोअर्स संरक्षण कायदा, २०११' अशी माहिती देणाऱ्या लोकांना संरक्षण देतो.

६. **सत्य शोधण्यात अपयशी होणे:** खोटे न बोलता किंवा माहिती उघड न करता, एक अभियंता सत्य सांगणे टाळतो; हा अपूर्ण प्रामाणिकपणाचा एक प्रकार आहे. समजा, एक अभियंत्याने मोबाइल बॅटरीच्या वापराबद्दल पूर्ण आणि तपशीलवार माहिती सादर केली असूनही स्फोट झाला. तर अशा परिस्थितीत त्या अभियंत्याने त्याला अपघाती स्फोट समजण्याऐवजी बॅटरीत काय चुकले हे शोधले पाहिजे.

७. **गोपनीय माहिती उघड करणे:** अभियंत्याला आपले काम, तंत्रज्ञान, क्लायंट, संस्था आणि राष्ट्राबद्दल संवेदनशील माहिती असण्याची शक्यता आहे. अशा वेळेस प्रतिस्पर्धी कंपनी, शत्रू, अनोळखी लोक आणि इतरांना ही माहिती पुरवण्याला अप्रामाणिकपणा असे मानले जाते आणि तो कायदेशीर कारवाईस पात्र असतो. अणुऊर्जा प्रकल्पात कार्य करणाऱ्या लष्करी अभियंत्याने दहशतवाद्यांना आपले सुरक्षाविषयक तपशील सांगितले तर फक्त कल्पना करा, की किती मोठा विध्वंस होऊ शकतो!

८. **भ्रष्ट निर्णय:** भ्रष्ट निर्णय म्हणजे जेथे एक अभियंता इतर **अयोग्य घटकांमुळे** नैतिकता, नीतिमूल्ये, कार्यक्षमता आणि परिणामकारकतेशी तडजोड करतो. उदाहरणार्थ, एक अभियंता चाचणी न करता एखाद्या कामाला चांगले म्हणून प्रमाणपत्र देतो, कारण ते काम त्याच्या भावाने केलेले आहे.

अभियंत्यांची सचोटी

'सचोटी' (integrity) ही संज्ञा लॅटिन शब्द 'इंटिगर'पासून (Integer) आली आहे, याचा अर्थ 'संपूर्ण', किंवा 'सकल' आहे. सचोटी म्हणजे, **प्रामाणिक असण्याचे मानक किंवा गुण आणि दृढ नैतिक तत्त्वांचे पालन करणे** आणि नैतिक प्रामाणिकपणासह वर्तन करणे.

'सचोटी' असलेला माणूस खालील सामान्य नैतिक तत्त्वांशी बांधिलकी ठेवतो, जी त्याच्या संस्थेतील सर्व सदस्यांना सारखीच लागू होतातः

तो संघटनांची तत्त्वे, ध्येय, नियम आणि नीतिमूल्यांचे पावित्र्य किंवा सचोटीचे संरक्षण करण्यासाठी सहकार्य करतो. तो अनेक गटांमध्ये एक होऊन जातो. उदाहरणार्थ, भारत सरकारचा एखादा अभियंता लाच स्वीकारतो, तर तो सचोटीचा असल्याचे मानले जात नाही, कारण तो आचारसंहिता, सरकारी कायदे आणि सदाचरण राखण्यात अयशस्वी ठरलेला असतो. असे लोक कायदेशीर कारवाई आणि शिक्षेस पात्र ठरतात. अशा व्यक्तीला त्याच्या गटातूनही हाकलले जाते आणि त्यांचा इतर सदस्यांकडून अनादर केला जातो. एक सच्चा अभियंता स्वत:शी, इतरांशी आणि आपल्या संघटनेशी प्रामाणिकपणा, सत्यता, भ्रष्टाचारविरहित, निष्ठापूर्ण नैतिकतेने वर्तन करतो. राष्ट्र किंवा समाज अभियंत्यांकडून उच्च मूल्यांची अपेक्षा करतात, कारण ते लोकांच्या रोजच्या जीवनावर आणि माणुसकीच्या भविष्यावर लक्षणीय परिणाम करत असतात.

अभियंत्यांची सचोटी आणि काही मुद्दे

अभियांत्रिकी संशोधन, विकास व चाचणीमध्ये सचोटी

रवीची केस स्टडी: कर्नाटक सरकाराने रवीला एक स्थापत्य अभियंता म्हणून नियुक्त केले. त्याचे काम बंगलोरमध्ये एक नवीन आठ मजली इमारत उभारण्यासाठी पूर्वपाहणी करणे हे होते. रवीचा काका राम बंगलोर येथे एक बिल्डर आहे. रामने रवीला सांगितले, की जर रवीने तो बांधकाम प्रकल्प त्याला मिळवून दिला तर त्याला ५० कोटींचा नफा होईल. सर्वेक्षणाची माहिती लक्षात घेता, रवीला जाणवले की तेथे नवीन इमारतीचे बांधकाम करणे शक्य आहे. पण त्या इमारतीमुळे सुमारे १०,००० लोकांचे उपजीविकेचे साधनदेखील प्रभावित होणार आहे.

आता, आपण असे (निसरडे) मार्ग बघूया, ज्याच्यामुळे एखाद्या व्यक्तीची सचोटी गमावली जाऊ शकते:

१. **ट्रिमिंग किंवा गुळगुळीत करणे:** याचा अर्थ **मुद्दाम अनियमित किंवा चुकीची माहिती अचूक आणि तंतोतंत असल्याचे दर्शविणे**. येथे तो अभियंता हेतुपुरस्सर **सत्य माहितीत फेरफार करतो, जेणेकरून** त्याच्या स्वत: च्या गरजा पूर्ण होतील. उदाहरणार्थ, वरील बाबतीत, काकाला फायदा करण्यासाठी रवी डेटा असा ट्रिम करू शकतो, की ज्यामुळे प्रस्तावित बांधकामामुळे कोणाचेही नव्हे किंवा फक्त १०० लोकांचे जीवन व राहणीमान प्रभावित होते, असे तो भासवेल.

२. **शिजवणे किंवा कुकिंग:** याचा अर्थ **फक्त तोच डेटा किंवा निष्कर्ष दर्शविणे, जो प्रस्तावित प्रकल्पाच्या सिद्धांताला योग्य किंवा अनुकूल आहे** आणि इतर डेटा किंवा निष्कर्षांना **वगळणे किंवा काढून टाकणे**. याचा 'निवडक अंधत्व किंवा बुद्धिमान बहिरेपणा' म्हणून उल्लेख केला गेला आहे. उदाहरणार्थ, वरील बाबतीत, रवी फक्त प्रस्तावित इमारतीच्या रचनेमध्ये व्यवहार्यतेबद्दल रिपोर्ट सादर करून डेटा शिजवू शकतो आणि लोकांच्या उदरनिर्वाहावर होणाऱ्या संभाव्य परिणामाबद्दल काहीही उल्लेख करीत नाही, जेणेकरून त्याच्या काकाला फायदा मिळेल.

३. **फोर्जिंग किंवा खोटी रचना करणे:** याचा अर्थ **कोणतेही संशोधन न करता** फक्त **अनुकूल डेटा तयार करणे** किंवा ते **अनुचित मार्गाने करणे**. असा डेटा सत्याचे प्रतिनिधित्व करीत नाही. उदाहरणार्थ, वरील बाबतीत, रवी प्रस्तावित इमारत बांधण्याच्या व्यवहार्यतेबद्दल सरकारला फक्त अहवाल देण्यासाठी कोणतेही सर्वेक्षण न करता थेट डेटाच तयार करतो.

४. **वाङ्मयचौर्य:** लेखनातील एखाद्या भागाची सहीसही **नक्कल करणे आणि त्याला आपले स्वत:चे काम म्हणून सादर करणे**. वाङ्मयचौर्यामध्ये, एक व्यक्ती इतरांचे **शब्द किंवा कल्पना घेते** आणि आपल्या मूळ शब्दांत रचून असा दावा करतो की ते तिचे स्वतःचे आहे. इतरांची पूर्व परवानगी न घेता त्यांच्या बौद्धिक मालमत्तेचा अशा प्रकारे गैरवापर करतो. हे इतरांची कल्पना, शब्द, काम, संगीत रचना वगैरेंची चोरी करण्यासारखेच आहे. **प्रबंध, व्याख्यान, पुस्तके, लेख, जर्नल लेखन,**

गाणे रचना आणि इतर बाबतींत असे प्रकार नित्याचेच आहेत. वाङ्मयचोरी टाळण्यासाठी सर्वोत्तम मार्ग म्हणजे आपल्या स्वत:च्या कामाचा किंवा कल्पनेचा वापर करणे. दुसऱ्याचे शब्द किंवा कल्पना घेण्याची गरज भासल्यास त्याचा **संदर्भ किंवा उद्धरण दिले पाहिजे**. यातून आपण मूळ लेखकाला त्याचे श्रेय देतोच आणि आपले सदाचरणही कायम ठेवतो.

५. **बहुलेखकत्व (authorships):** याचा अर्थ, जर्नल, लेख, पुस्तक प्रकाशनामध्ये लेखक म्हणून अशा व्यक्तींची नावे दर्शविणे ज्यांनी वास्तविक त्या कामामध्ये काहीच योगदान दिलेले नसते. हे काहीही न लिहिता प्रकाशनामध्ये लेखकत्वाचा दावा करणे आहे. सहसा, कनिष्ठ संशोधक, जे जास्तीतजास्त प्रकाशनामध्ये आपले नाव टाकू इच्छितात ते वरिष्ठ संशोधकाचे नाव वापरतात आणि या व्यक्तीस मोफत प्रसिद्धी मिळते.

बौद्धिक संपदा हक्क

'बौद्धिक संपदा हक्क' (IPR) म्हणजे असे अधिकार आहेत जे लोकांना त्यांच्या विचारासाठी दिले जातात. ते सहसा **निर्मात्याला एक ठराविक काळासाठी आपल्या निर्मितीच्या वापरासाठी विशेष अधिकार देतात.'** हे बौद्धिक संपदा हक्क एखाद्या व्यक्तीच्या **बौद्धिक निर्मिती किंवा शोधासाठी त्याला कायद्याने मालकी हक्क देऊ करते. त्याला अमूर्त मालमत्ता** असे मानले जाते. हे बौद्धिक संपदा हक्क **संगीत, साहित्य आणि इतर कलात्मक कामे; शब्द, वाक्ये, चिन्हे आणि डिझाइन; अविष्कार आणि शोध यांना समावेशित करतात**.

त्यांचे 'उल्लंघन' करणे म्हणजे बौद्धिक मालमत्ता अधिकाराचे **उल्लंघन करणे आहे, ज्याला देशाच्या कायद्याचे उल्लंघन करणे** मानले जाते. भारत सरकारचे **पेटंट, डिझाइन्स आणि व्यापार प्रतीक (CPGDTM) नियंत्रक आणि कॉपीराइट ऑफिस (स्वामित्व हक्क कार्यालय)** भारतात बौद्धिक मालमत्ता अधिकारासंबंधी समस्यांचे नियमन आणि प्रशासन करतात. अभियंता किंवा अभियांत्रिकीसंबंधी संघटनांनी बौद्धिक मालमत्तेसंबंधी कायदे आणि नियमांचा आदर आणि पालन करणे आवश्यक आहे, अन्यथा ते प्रामाणिकपणाचे उल्लंघन मानले जाते.

बौद्धिक संपदा हक्कांचे प्रकार

निर्मिती किंवा शोधाचा विषय, प्रकार किंवा स्वरूपाच्या आधारे अनेक प्रकारचे बौद्धिक संपदा हक्क असतात, जसे,

१. **पेटंट:** पेटंट हा **विशेष किंवा मालकीहक्काचा अधिकार आहे, ज्याला** संशोधन प्रक्रियेसाठी शासनाने एका मर्यादित कालावधीसाठी **(२० वर्षे) मंजूर केलेले असते**. एक पेटंट अधिकार संशोधकाला विशिष्ट कालावधीसाठी अर्थात **२० वर्षे** रॉयल्टीच्या बदल्यात आपल्या शोधाच्या किंवा उत्पादनाच्या निर्मितीची किंवा विक्रीची परवानगी देतो आणि इतर कोणालाही त्याची निर्मिती, वापर, विक्री किंवा आयात करण्यावर बंदी घालतो. उदाहरणार्थ, आपण एड्सवर एक औषध शोधून काढले आहे, तर सरकार आपल्याला पुढील २० वर्षे पेटंट अधिकार मंजूर करेल. याचा अर्थ असा की, कोणतीही व्यक्ती किंवा कंपनी किंवा कोणतेही राष्ट्र आपल्या परवानगीशिवाय हे औषध वापरू किंवा रोख रकमेत बदलू शकत नाही; जर कोणी असे करेल तर तो कायदाभंग ठरतो. आपण आर्थिक लाभासाठी इतरांना हा अधिकार विकू शकता.

२. **उपयुक्तता मॉडेल:** उपयुक्तता मॉडेल काही फरकांसमवेत पेटंट अधिकारासारखे आहे. हे एखाद्या **शोधात किरकोळ सुधारणा किंवा सापेक्ष किरकोळ शोधासाठी ७-१० वर्षांच्या** कालावधीसाठी दिले जाते. एका पेटंटचे उपयुक्तता मॉडेलमध्ये रूपांतरण करणे नेहमी शक्य आहे, परंतु याच्या उलट होऊ शकत नाही.

---

[1] व्यापार-संबंधित गुंतवणूक उपायांवर (TRIMS) करार, ज्याचा सदस्य देशात परदेशी व्यापार व गुंतवणूक व्यवहाराचे नियमन करण्यासाठी जागतिक व्यापार संघटनेद्वारे प्रचार केला जातो.

३. **कॉपीराइट आणि संबंधित अधिकार:** कॉपीराइट सर्जनशील **साहित्य, कला, नाट्य, संगीत आणि कलात्मक** निर्मितीचे संरक्षण करतो, जसे पुस्तके, लेख, चित्रे, शिल्पे, चित्रपट आणि ध्वनी रेकॉर्डिंग, रचना किंवा संगीत, रेखांकन आणि चित्रे आणि इतर. हा साधारणपणे **लेखकाच्या कार्यकाळात आणि लेखकाच्या मृत्यूनंतर ६० वर्षांपर्यंत लागू असतो**. कॉपीराइट अधिकार फक्त विचारांच्या **अभिव्यक्तीच्या पद्धतीचा विचार करतो, संबंधित कल्पनेचा नाही**. तो लेखकाच्या कामाच्या पुनरुत्पादनास (मुद्रण, छायाप्रत किंवा झेरॉक्स करणे), संप्रेषण आणि अनुवादास प्रतिबंध करतो.

संबंधित अधिकार २० वर्षांसाठी **मूळ कामाला लोकांपर्यंत** पोहोचवण्यासाठी काही श्रेणींमध्ये दिले जातात, जसे गायक, भाषांतरकार वगैरे. **'भारतीय कॉपीराईट कायदा, १९५७' (२०१२मध्ये दुरुस्ती)** भारतातील कॉपीराइट आणि त्यासंबंधी मुद्द्यांना नियंत्रित करतो.

४. **भौगोलिक संकेत:** भौगोलिक संकेत **एक नाव किंवा चिन्ह** आहे, जे काही कृषी, हस्तकला आणि उत्पादित वस्तूंना ओळखण्यासाठी वापरले जाते, ज्या **एक विशिष्ट भौगोलिक प्रदेशापासून उद्गमित होतात**. उदाहरणार्थ, एक गाव, तालुका, प्रदेश किंवा देश. **भौगोलिक संकेत एक सामुदायिक अधिकार आहे, व्यक्तिगत अधिकार नव्हे**. तो उत्पादनाची प्रतिष्ठा आणि ती बनवण्याच्या पारंपरिक पद्धतीच्या गुणांना ओळखतो, त्यांना संरक्षण देतो आणि त्यांना प्रमाणित करतो. काही भारतीय भौगोलिक संकेत असे आहेत- **दार्जिलिंग चहा; म्हैसूर रेशीम; तिरुपतीचे लाडू; चन्नापटनाची खेळणी आणि बाहुल्या; कुर्गची संत्री; तंजावरची चित्रकला; म्हैसूरची चित्रकला आणि इतर**.

५. **व्यापार प्रतीक:** ट्रेडमार्क किंवा व्यापार प्रतीक म्हणजे **एक विशिष्ट चिन्ह, रचना आणि अभिव्यक्ती जी शब्द, वाक्प्रचार, लोगो इत्यादींच्या स्वरूपात मांडली जाते**. यातून हेही स्पष्ट होते, की संबंधित उत्पादन, वस्तू किंवा सेवा एका विशिष्ट संस्थेद्वारे पुरवली जाते. उदाहरणार्थ, नोकिया फोनचे प्रतीक, त्याचा लोगो, टॅगलाइन (कनेक्टिंग पीपल); एअरटेल, व्होडाफोन, टाटा डोकोमो दूरसंचार सेवा आणि इतरांचे प्रतीक.

६. **व्यापाराचे रहस्य:** व्यापाराचे रहस्य डेटा, मॅन्युअल, सूत्र, संकलन, रचना, प्रक्रिया, नमुना, इन्स्ट्रुमेंट आणि इतर स्वरूपात **मौल्यवान आणि गोपनीय व्यवसायिक माहितीचे संरक्षण करते**, ज्याच्यामुळे एक व्यवसाय नफा मिळवतो, उदाहरणार्थ, एमटीआर मसाला, पेप्सी, दुधाच्या चॉकलेट्सचे सूत्र इ.

७. **औद्योगिक डिझाइन: उत्पादनाचे बाह्य स्वरूप**, जसे **डिझाइन, संरचना, आकार आणि नमुना, रंग किंवा रचना** आणि इतर. ते एक द्विमितीय किंवा त्रिमितीय उत्पादन असू शकतो. उदाहरणार्थ, कार, बाईक्स, लढाऊ विमान यांचे बाह्य आकार/ रचना, चॉकलेटचे आवरण वगैरे.

८. **इंटिग्रेटेड सर्किटचा डिझाइन आराखडा:** इंटिग्रेटेड सर्किटची रचना (आयसीटी) एक **इलेक्ट्रॉनिक इंटिग्रेटेड सर्किटचा किंवा उत्पादनाचा प्रकार आहे, जे** एकत्र केलेले आणि आपसांत जुळलेले असतात. **इंटिग्रेटेड सर्किटच्या रचनेची मांडणी** आयसीटीच्या निर्मात्याला संरक्षण देते. त्याचे उल्लंघन झाल्यास दाद मागता येते.

९. **वनस्पती उत्पादकांचा अधिकार:** वनस्पती उत्पादकांचा अधिकार (Plant Breeders Right) किंवा वनस्पती उगविण्याचा अधिकार (PVR) हा विशेष अधिकार आहे, जो २०-३० वर्षांच्या कालावधीसाठी नवीन प्रकाराच्या वनस्पतीची लागवड करणाऱ्या उत्पादकांना दिला जातो, जे त्यांची लागवड व्यावसायिक किंवा अन्य विशिष्ट प्रयोजनासाठी करतात.

सहाना प्रकरण: सहाना बंगलोरमध्ये अभियांत्रिकी अभ्यासक्रमाच्या आपल्या शेवटच्या सत्राचे शिक्षण घेत आहे. ती एक तल्लख मुलगी आहे आणि तिने रोबोच्या एका नवीन डिझाइनचा शोध लावला, जो अपंग व्यक्तीस मदत करण्यास सक्षम आहे. ती बाजारात रोबो डिझाइनची विक्री करायच्या विचारात होती, जेणेकरून गरजू लोकांची सेवा करता येईल; म्हणून तिने एका रोबो-उत्पादन कंपनीशी संपर्क साधला. तिच्या नावीन्यपूर्ण आविष्काराचे परीक्षण केल्यानंतर कंपनीने तिला सांगितले, 'आम्ही आधीच अशा प्रकारच्या रोबोच्या उत्पादनाचा विचार करीत आहोत; त्यामुळे हा काही तंत्रज्ञानाचा नवा प्रकार नाही.' काही महिन्यांनंतर, त्या

कंपनीने सहानाच्याच प्रकारच्या रोबोची विक्री करणे चालू केले. तर, सहानावर अन्याय झाला का? तिने तर रोबोच्या नवीन प्रकाराचा शोध लावला होता. एक शोध लावल्यावर कोणत्याही व्यक्तीने कोणत्या प्रकारची सावधगिरी बाळगायला हवी? याबद्दल आपल्या प्राध्यापकांशी चर्चा करा.

सचोटी आणि हितसंबंधांचा संघर्ष

एखादी व्यक्ती किंवा संस्था विविध किंवा भिन्न हितांचा वेध घेत असते (उदा. मानसिक, भावनिक, धार्मिक, सामाजिक, आर्थिक आणि इतर) आणि ज्यामुळे त्या व्यक्तीचा किंवा संस्थेचा मूळ उद्देश भ्रष्ट होण्याची शक्यता असते, अशा वेळी हितसंबंध संघर्ष उभे राहतात.

व्यावसायिक कर्तव्ये आणि नीतिमूल्यांचे पालन करणारा एक व्यावसायिक निष्ठा, **प्रभाव, प्रलोभन आणि इतर अयोग्य गोष्टींच्या अधीन होऊ शकतो, जी त्याची** व्यावसायिकता किंवा व्यावसायिक न्याय भ्रष्ट करू शकतात आणि अशा प्रकारे तो आपल्या प्रामाणिकपणासोबत तडजोड करू शकतो. असा संघर्ष असलेला व्यावसायिक आपले क्लायंट, नियोक्ता किंवा संघटनेचा विश्वास गमावतो, आणि त्यामुळे आपला प्रामाणिकपणादेखील. आचारसंहिता अभियंत्याला व्यवसायात 'विश्वासू एजंट किंवा विश्वस्त' म्हणून कार्य करण्यास सांगते आणि **ज्ञात किंवा संभाव्य हितांची माहिती** संबंधित व्यक्तीस, जसे नियोक्ता किंवा क्लायंट, देण्याविषयी सांगते.

चार्ल्स हॅरीस आणि इतरांच्या[२] मते हितसंबंध संघर्ष खालीलप्रमाणे असू शकतात:

१. **वास्तविक:** जे आधीपासूनच अस्तित्वात आहेत आणि व्यावसायिक न्यायाला भ्रष्ट करू शकतात.
२. **संभाव्य: जे उद्भवण्याची शक्यता आहे आणि** नजीकच्या भविष्यात व्यावसायिक न्यायाला भ्रष्ट करू शकतात.
३. **उघड: जे** अस्तित्वात असल्यासारखे भासतात, पण प्रत्यक्षात अस्तित्वात नसतात. ते कदाचित व्यावसायिक न्यायाला भ्रष्ट करू शकणार नाहीत, पण एका व्यावसायिकाच्या आत्मविश्वास आणि सत्यनिष्ठेला प्रभावित करू शकतात.

जितके शक्य होईल तितके या सर्व प्रकारच्या हितसंबंध संघर्षांना टाळणे, हेच अभियंत्यासाठी योग्य ठरते. **भेटवस्तू स्वीकारू**न अशा संघर्षात सापडणे हे अतिशय स्वाभाविक आहे. सहसा सचोटी आणि हितसंबंध संघर्षासंदर्भात विश्लेषण करण्यासाठी **'सीमा-रेखांकन पद्धत'** वापरली जाते.

ग्राहक-व्यावसायिक नात्यामध्ये प्रामाणिकपणा

अभियंत्याकडे क्लायंट आणि त्यांच्याविषयी इतर गोपनीय माहिती असू शकते. हे प्रत्येक अभियंत्यांचे नैतिक कर्तव्य आहे की त्याने आपल्या क्लायंटची गोपनीय माहिती आणि हिताचे रक्षण केले पाहिजे. उदा. एक डॉक्टर आपल्या रुग्णांच्या 'गोपनीय बाबी'चे संरक्षण करतो.

एका अभियंत्याने कोणतेही वॉरंट नसताना आपल्या क्लायंटच्या कोणत्याही गोपनीय बाबी तिसऱ्या पक्षाकडे उघड करू नयेत; पण गरज असेल तेव्हा आपल्या क्लायंटच्या गोपनीय बाबी सरकार किंवा इतर घटनात्मक अधिकाऱ्यांना द्यावी, ज्यावेळी सार्वजनिक किंवा समाजाच्या व्यापक हिताचे संरक्षण करायचे असते. तसे न केल्यास तो प्रामाणिकपणाचा भंग ठरतो.

---

[२] Harris, Charles E. (२००९). *Engineering Ethics: Concepts and Cases*, ४th edition. Wadsworth Cengage Learning, Belmont, CA (pp.१३१–१३३).

एक तज्ज्ञ किंवा प्रत्यक्ष साक्षीदार म्हणून दर्शवलेली सचोटी

दोन किंवा अधिक व्यक्ती किंवा/आणि संस्थेमध्ये असलेला वाद, जसे पेटंटचे उल्लंघन, सदोष उत्पादन आणि इतर वादांच्या बाबतीत न्यायालय किंवा इतर कोणताही सक्षम अधिकारी साक्षीदार म्हणून तज्ज्ञांची मदत घेतात, ज्याला चांगले तांत्रिक ज्ञान आणि अनुभव आहे, आणि जो वाद निराकरणात मदत करतो.

जेव्हा एक अभियंता साक्षीदार म्हणून बोलावला जातो, तेव्हा त्याने कोणताही प्रभाव, धमकी, प्रलोभन आणि इतर गोष्टींपुढे न नमता न्यायालयात प्रामाणिक, नि:पक्षपाती आणि सच्ची साक्ष सादर केली पाहिजे. तसे केल्यास ती प्रामाणिकपणाशी तडजोड ठरते.

त्याने न्यायालयात वकीलाद्वारे होणाऱ्या उलटतपासणीदरम्यान आपल्या मतावर ठाम राहिले पाहिजे. त्याने न्यायालयात विश्वासार्ह आणि विश्वसनीय असणे आवश्यक आहे, कारण त्याची साक्ष न्यायदानावर प्रभाव टाकू शकते.

कोणाही अभियंत्याने केसमध्ये साक्षीदार होण्याचे स्वीकारणे ही चांगली गोष्ट आहे, जेव्हा त्याच्याकडे **पुरेसा वेळ असतो**. विश्वास ठेवा, संबंधित वकिलाचा सल्ला घेतल्यानंतर अभियंत्याजवळ **पुरेसे कौशल्य असते** आणि तो कोणत्याही वेळी नवीन माहिती स्वीकारण्यास तयार असतो.

सचोटी आणि माहिती पुरवण्यातले अपयश

एका अभियंत्यांची आणखी एक जबाबदारी आहे, की त्याने संबंधित जनता, अधिकारी किंवा संस्थेला वेळेवर आणि पुरेशी माहिती प्रदान करावी, जेणेकरून माहितीच्या अभावामुळे ते चुकीचा निर्णय घेणार नाहीत आणि ज्यामुळे लोकांच्या आरोग्य, सुरक्षा आणि जीवनासारख्या महत्त्वाच्या बाबींवर परिणाम होऊ शकतो. जनतेपासून मुद्दाम पर्याप्त माहिती लपवून ठेवणे म्हणजे आपला प्रामाणिकपणा गमावणे आहे. कधी कधी, इंजिनिअर्सकडून जनतेमध्ये महत्त्वपूर्ण माहिती उघड न झाल्याने भयंकर परिणाम होऊ शकतात. उदाहरणार्थ, काही वर्षांपूर्वी भारतात एक बस कंपनीने कायदेशीर कारवाईच्या भीतीने नदीमध्ये घातक कचरा टाकण्याबद्दल सर्व माहिती शासकीय अधिकाऱ्यांना उघड नाही केली; नंतर, त्या नदीच्या तीरावर काही लोकांनी प्रदूषित पाण्याचा वापर केला, त्याने काहींचा मृत्यू झाला आणि काहींची प्रकृती खालावली.

अभियंत्यांची विश्वासार्हता

चिनी आणि जपानी उत्पादनांमध्ये मुख्य फरक काय आहे? अर्थातच त्यांची विश्वासार्हता. जपानी उत्पादने चिनी उत्पादनांपेक्षा अधिक विश्वासार्ह असतात हे सर्वज्ञात आहे.

WordWeb शब्दकोश विश्वासार्हतेला 'अवलंबून किंवा विसंबून राहावे असा' गुण म्हणून स्पष्ट करतो. अभियांत्रिकी विश्वासार्हता म्हणजे, '**अभियांत्रिकीमध्ये विशिष्ट कालावधीसाठी** एका **उत्पादनावर (किंवा सेवेवर) अवलंबून राहण्याची संभाव्यता' आहे**. हे उत्पादनाची कल्पना, डिझाइन, उत्पादन, वाहतूक, सेवा, देखरेख आणि विल्हेवाट होईपर्यंत लागू होते. अभियांत्रिकी विश्वसनीयतेचा मुख्य उद्देश **उत्पादनाचे अपयश कमी करणे** किंवा **टाळणे आहे**.

अभियांत्रिकी उत्पादन किंवा सेवेची विश्वासार्हता हे सुचवते की ते उत्पादन विश्वसनीय, सुरक्षित, खरेदीयोग्य, दीर्घकाळ वापरण्यायोग्य, उत्तम दर्जाचे आहे, त्यात बिघाड झाल्यास किंवा कमतरता असल्यास हमी किंवा वॉरंटी आहे. एक व्यक्ती किंवा कंपनीला उत्पादनाचा दर्जा दीर्घकाळ टिकविण्यासाठी सुसंगत प्रयत्न करणे आवश्यक आहे. मगच ते क्लायंट/ग्राहक/जनतेचा विश्वास कमावू शकतात.

उदाहरणार्थ, नोकिया मोबाइल फोन आणि एक गैर-ब्रँडेड चिनी मोबाइल फोनबद्दल विचार करा; नोकिया कंपनी भारतात सातत्याने उच्च दर्जाचे मोबाइल फोनचे उत्पादन करत होती आणि त्यांनी अनेक वर्षे चांगली गुणवत्ता सेवा दिली आहे, आणि अशा प्रकारे

भारतीय ग्राहकांचा विश्वास संपादन केला. पण चीनची गैर-ब्रँडेड उत्पादने अतिशय कुप्रसिद्ध आणि अत्यंत अविश्वसनीय आहेत. अशा प्रकारे प्रामाणिक, पारदर्शक, सच्च्या, नैतिक मार्गाने उत्पादन केल्यास विश्वासार्हता आणि दीर्घकाळ लाभ मिळतो. उत्पादनाची गुणवत्ता कमी असेल तर ती विश्वासार्हता लगेच नाहीशी होईल. **ती जोखण्याची** सुप्रसिद्ध **पद्धत म्हणजे 'ग्राहकाचे समाधान'**.

म्हणूनच, एका अभियंत्याची महत्त्वाची नैतिक जबाबदारी ही आहे की त्याने आपले उत्पादन किंवा सेवेच्या विश्वासार्हतेला जास्तीत जास्त महत्त्व दिले पाहिजे. विश्वासार्हतेशिवाय आर्थिक नफा मिळवणे खूप कठीण आहे, कारण लोकांना विश्वासार्ह उत्पादनच हवे असते. त्यामुळे, एक व्यक्ती किंवा एक कंपनी आपल्या कामात/उत्पादनांत विश्वसनीयता नसल्याने आर्थिक नुकसान भोगू शकते. एक व्यावसायिक अभियंत्याकरिता फसवणूक करणे किंवा आपल्या उत्पादन किंवा सेवेच्या विश्वसनीयतेबद्दल खोटे वचन देऊन लोकांची प्रतारणा करणे अनैतिक आहे; अशा व्यावसायिकाची कारकिर्द झळाळणे संभव नाही.

जेव्हा लोक लिफ्टचा वापर करतात; रेल्वे, बस, उड्डाण आणि जहाजे यांचा वाहतुकीसाठी वापर करतात, किंवा मोठ्या इमारतीमध्ये राहतात; डॉक्टर ऑपरेशन थिएटरमध्ये एक मशीन वापरतात; एक लष्करी अधिकारी संरक्षण तंत्रज्ञान वापरतो; एक देश शस्त्रे आणि दारूगोळ्यासह युद्ध करायला जातो-- ते सर्व लोक अभियंत्यावर अवलंबून असतात आणि त्याच्यावर विश्वास टाकतात!! हेच अभियंत्यांच्या विश्वासार्हतेचे महत्त्व आहे.

परिशिष्ट I:
केंद्र, राज्यांची विषय सामग्री आणि समवर्ती सूची

१. केंद्र सूची

१. भारत आणि त्यातील सर्व भागांचे संरक्षण, ज्यात संरक्षण आणि इतर कृत्यांची तयारी समावेशित आहे, जी युद्ध काळात त्याचे संचालन करण्यासाठी आणि त्याच्या समाप्तीच्या नंतर प्रभावी कार्यविसर्जन करण्यासाठी हितावह असू शकते.

२. नौदल, लष्करी आणि हवाईदल; केंद्राची इतर कोणतीही सशस्त्र सेना.

२A. कोणत्याही राज्यामध्ये नागरी शक्तीची मदत करण्यासाठी केंद्र किंवा केंद्रीय नियंत्रणाच्या अधीन सशस्त्र सेनेची किंवा इतर कोणत्याही सेनेची किंवा युनिटची तैनाती करणे; अशा तैनातीच्या वेळेस अशा दलाच्या सदस्यांचे अधिकार, कार्यक्षेत्र, विशेषाधिकार आणि दायित्वे.

३. अशा भागात छावणी भागाला आणि स्थानिक स्वराज्याला मर्यादित करणे, अशा भागात लष्करी छावणी अधिकाऱ्यांचे संगठन आणि अधिकार आणि अशा भागात निवासांचे नियमन (भाड्याच्या नियंत्रणासमवेत).

४. नौदल, लष्करी आणि हवाई दलांची कामे.

५. शस्त्रास्त्र, बंदुक, दारुगोळा आणि स्फोटके.

६. अणुऊर्जा आणि त्याच्या उत्पादनासाठी आवश्यक असलेली खनिज संपत्ती.

७. संरक्षणाच्या हेतूने किंवा युद्ध संचालनासाठी आवश्यक असायला म्हणून कायद्याद्वारे संसदेने घोषित केलेले उद्योग.

८. केंद्रीय गुप्तचर आणि अन्वेषण विभाग.

९. भारतीय संरक्षण, परराष्ट्र व्यवहार, किंवा सुरक्षेशी संबंधित कारणांकरिता प्रतिबंधात्मक ताबा; अशा ताब्याच्या अधीन व्यक्ती.

१०. परराष्ट्र व्यवहार; त्या सर्व बाबी, ज्या केंद्राला कोणत्याही परकीय देशासोबत संबंध बनविण्यास कारणीभूत होतात.

११. राजनैतिक, सल्लात्मक आणि व्यापार प्रतिनिधित्व.

१२. युनायटेड नेशन्स संघटना.

१३. आंतरराष्ट्रीय परिषदा, संघटना आणि इतर संस्थांमध्ये सहभाग आणि त्यात घेतलेल्या निर्णयांची अंमलबजावणी.

१४. परदेशी देशांसोबत संबंध, अधिवेशने आणि करार करणे आणि करारांची अंमलबजावणी करणे.

१५. युद्ध आणि शांतता.

१६. विदेशी कार्यकक्षा.

१७. नागरिकत्व, नैसर्गीकरण आणि परदेशी.

१८. प्रत्यार्पण

१९. भारतामध्ये प्रवेश आणि भारतात देशत्याग आणि निष्कासन; पासपोर्ट आणि व्हिसा.

२०. भारताबाहेरील ठिकाणच्या तीर्थयात्रा.

२१. महासागरांत किंवा हवेत होणारे गुन्हे; राष्ट्राच्या कायद्याविरुद्ध जमीन किंवा महासागर किंवा हवेत केले जाणारे गुन्हे.

२२. रेल्वे.

२३. संसदेत केलेल्या कायद्याअंतर्गत किंवा जाहीर महामार्ग व राष्ट्रीय महामार्ग.

२४. आंतर्देशीय जलमार्गात शिपिंग आणि नौकानयन, संसदेत केलेल्या कायद्याअंतर्गत किंवा जाहीर जलमार्ग राष्ट्रीय जलमार्ग; अशा कालव्यांचे, रस्त्यांचे नियम.

२५. सागरी शिपिंग आणि नौकानयन, भरतीच्या पाण्यावर शिपिंग आणि नौकानयनासह; व्यापारी सागरी शिक्षण व प्रशिक्षणाची तरतूद आणि राज्य आणि इतर संस्थांद्वारे प्रदान असे शिक्षण आणि प्रशिक्षणाचे नियमन.

२६. शिपिंग आणि विमानाचा सुरक्षिततेसाठी दीपगृह, दीपजहाजे, बीकन आणि इतर तरतुदींचा समावेश.

२७. संसदेत घोषित किंवा सध्याच्या कायद्यात केलेल्या कायद्याअंतर्गत बंदरे प्रमुख बंदरे असल्याचे जाहीर, त्यांच्या मर्यादा, आणि संरचना आणि त्यातील अधिकाऱ्यांचे अधिकार.

२८. बंदरांसाठी खास रुग्णालये; खलाशी आणि सागरी रुग्णालये.

२९. वायुमार्ग; विमाने आणि वायुमार्गाचे नौकानयन; विमानतळांची तरतूद; हवाई वाहतूक आणि विमानतळांचे नियमन आणि संचालन; एरोनॉटिकल शिक्षण आणि प्रशिक्षणाची तरतूद आणि राज्य आणि इतर संस्थांद्वारे प्रदान केले जाणारे असे शिक्षण आणि प्रशिक्षणाचे नियमन.

३०. रेल्वे, समुद्र किंवा वायुमार्गद्वारे, किंवा राष्ट्रीय जलमार्गामध्ये प्रवासी आणि माल नेण्याचे डबे.

३१. पोस्ट आणि टेलिग्राफ; टेलिफोन, वायरलेस, प्रसारण आणि संचाराचे इतर स्वरूप.

३२. केंद्राची मालमत्ता आणि महसूल, पण राज्यात असलेली मालमत्ता राज्य कायद्याच्या अधीन, आतापर्यंत संसदेत कायद्याने म्हणून जतन अन्यथा उपलब्ध आहे.

३३. वगळले

३४. भारतीय राज्यातील शासकांच्या मालमत्तेसाठी वारसांचे न्यायालय.

३५. केंद्राचे सरकारी कर्ज.

३६. चलन, नाण्यांची पद्धती आणि कायदेशीर निविदा; परकीय चलन.

३७. परदेशी कर्ज.

३८. भारतीय रिझर्व्ह बँक.

३९. टपाल कार्यालय बचत बँक.

४०. केंद्र किंवा राज्याद्वारे लॉटरी.

४१. परदेशी देशांसोबत व्यापार आणि वाणिज्य, आयात आणि निर्यातसह सीमाशुल्क, सीमाशुल्काची व्याख्या.

४२. आंतर-राज्य व्यापार व वाणिज्य.

४३. बँकिंग, विमा आणि आर्थिक कंपन्यांसमवेत ट्रेडिंग कंपन्यांचे निगमन, नियमन, आणि समापन, परंतु सहकारी संस्थांचा समावेश नाही.

४४. महामंडळांचे निगमन, नियमन आणि समापन, मग त्या व्यापार करीत आहेत किंवा नाहीत, ज्यांचा हेतू एक राज्यापुरता मर्यादित नाही. पण विद्यापीठे समाविष्ट नाहीत.

४५. बँकिंग.

४६. विनिमय बिले, धनादेश, वचनचिठ्ठी आणि इतर समान साधने.

४७. विमा.

४८. शेअर बाजार आणि फ्यूचर्स मार्केट्स.

४९. पेटंट्स, शोध आणि डिझाईन्स; कॉपीराइट; व्यापार-प्रतीक आणि व्यापारी चिन्हे.

५०. वजन आणि मापदंडाच्या मानकांची स्थापना.

५१. भारताच्या बाहेर निर्यात केल्या जाणाऱ्या किंवा एक राज्यातून दुसऱ्या राज्यात पाठविल्या जाणाऱ्या वस्तूंसाठी गुणवत्ता मानकांची स्थापना.

५२. केंद्राच्या नियंत्रणाखाली असणारे उद्योग, जे संसदेत घोषित केले आहेत कायद्याने सार्वजनिक हिताच्या योग्य असतील.

५३. तेलक्षेत्र आणि खनिज तेल स्रोतांचे नियमन व विकास; पेट्रोलियम आणि पेट्रोलियम उत्पादने; संसदेकडून इतर द्रव्य आणि पदार्थ कायद्याद्वारे धोकादायक ज्वालाग्राही असल्याचे जाहीर.

५४. खाणी आणि खनिज विकासाचे अशा प्रमाणात नियमन, ज्यांना केंद्रीय नियंत्रणाखाली असलेल्या नियमन आणि विकास संसदेकडून कायद्याद्वारे सार्वजनिक हिताचे योग्य असल्याचे घोषित केले आहे.

५५. खाणी आणि तेलक्षेत्रात श्रम आणि सुरक्षा नियमन.

५६. आंतर-राज्य नद्या आणि नदीखोऱ्यांचे अशा प्रमाणात नियमन आणि विकास, ज्यांना केंद्रीय नियंत्रणाखाली असलेल्या नियमन आणि विकास संसदेकडून कायद्याद्वारे सार्वजनिक हिताचे योग्य असल्याचे घोषित केले आहे.

५७. प्रादेशिक पाण्याच्या पलीकडे मासेमारी आणि मत्स्यव्यवसाय.

५८. केंद्रीय संस्थांद्वारे मिठाचे उत्पादन, पुरवठा आणि वितरण, इतर संस्थांद्वारे मिठाचे उत्पादन, पुरवठा आणि वितरणाचे नियमन आणि नियंत्रण.

५९. अफूची लागवड, उत्पादन व निर्यात विक्री.

६०. सिनेमा चित्रपटांना प्रदर्शनासाठी मंजुरी.

६१. केंद्रीय कर्मचाऱ्यांसंबंधी औद्योगिक वाद.

६२. या संविधानाच्या प्रारंभी अस्तित्वात असलेल्या संस्था, जसे नॅशनल लायब्ररी, भारतीय संग्रहालय, इम्पीरियल युद्ध संग्रहालय, व्हिक्टोरिया स्मारक आणि भारतीय युद्ध स्मारक, आणि भारत शासनाने संपूर्ण किंवा काही भागात निधी उपलब्ध केलेल्या आणि संसदेकडून कायद्याद्वारे जाहीर इतर अशाच कोणत्याही संस्था, राष्ट्रीय महत्त्वाचा संस्था असतील.

६३. या संविधानाच्या प्रारंभी माहीत असलेल्या संस्था, जसे बनारस हिंदू विद्यापीठ, अलिगड मुस्लिम विद्यापीठ आणि दिल्ली विद्यापीठ; कलम ३७१ ई अनुसरून स्थापन केलेले विद्यापीठ; संसदेकडून कायद्याद्वारे घोषित इतर कोणत्याही संस्था राष्ट्रीय महत्त्वाच्या संस्था असतील.

६४. भारतीय शासनाद्वारे संपूर्ण किंवा त्याच्या काही भागात निधी उपलब्ध केलेल्या वैज्ञानिक किंवा तांत्रिक शिक्षण संस्था आणि संसदेने कायद्याद्वारे घोषित संस्था राष्ट्रीय महत्त्वाच्या असतील.

६५. गुन्ह्यांसदर्भात तांत्रिक प्रशिक्षण, संशोधन किंवा निदानासाठी केंद्रीय संस्था आणि इतर संस्था.

६६. उच्च शिक्षण संस्था किंवा संशोधन आणि वैज्ञानिक आणि तांत्रिक संस्थांसाठी मानकांचा समन्वय आणि निर्धारण.

६७. संसदेत कायद्याअंतर्गत किंवा जाहीर केलेल्या प्राचीन आणि ऐतिहासिक वास्तू आणि रेकॉर्ड आणि पुरातत्त्व स्थळे आणि त्यांचे अवशेष राष्ट्रीय महत्त्वाची असतील.

६८. भारतीय सर्वेक्षण, भूगर्भशास्त्र, वनस्पतीशास्त्र, प्राणीशास्त्र आणि मानवशास्त्र भारतीय सर्वेक्षण; हवामान संस्था.

६९. जनगणना.

७०. केंद्रीय लोकसेवा; अखिल भारतीय सेवा; केंद्रीय लोकसेवा आयोग.

७१. केंद्रीय पेन्शन, म्हणजे, भारत सरकारद्वारा किंवा भारतीय एकत्रित निधीतून देय पेन्शन.

७२. संसद, राज्य विधानमंडळे आणि राष्ट्रपती आणि उपराष्ट्रपतींची निवडणूक; निवडणूक आयोग.

७३. संसदेच्या अध्यक्षपदी असलेले अधिकारी आणि संसद सदस्यांचे वेतन आणि भत्ते.

७४. संसदेचे प्रत्येक सभागृह, समिती आणि सदस्यांचे अधिकार, विशेषाधिकार आणि सुरक्षाहमी आणि संसदेच्या समित्यांसमोर पुरावा किंवा कागदपत्रे देण्यासाठी लोकांच्या उपस्थितीची अंमलबजावणी किंवा संसदेद्वारे नियुक्त आयोग.

७५. राष्ट्रपती आणि राज्यपालांच्या अनुपस्थितीच्या रजेच्या संबंधात वेतन, भत्ते, विशेषाधिकार, आणि अधिकार, केंद्रीय मंत्र्यांचे वेतन व भत्ते; नियंत्रक आणि महालेखापरीक्षक यांचे अनुपस्थितीत रजा वेतन, भत्ते आणि अधिकार आणि सेवेच्या इतर अटी.

७६. केंद्र व राज्य खात्यांचे ऑडिट.

७७. सर्वोच्च न्यायालयाची (न्यायालयाचा अवमानासहित) संरचना, संघटन, कार्यकक्षा आणि अधिकार आणि त्यात घेतले जाणारे शुल्क, सर्वोच्च न्यायालयात वकिली करण्यास पात्र व्यक्ती.

७८. उच्च न्यायालयांच्या अधिकारी आणि सेवकांच्या तरतुदी वगळता उच्च न्यायालयांची संरचना आणि संघटन (सुट्ट्यांसमवेत); उच्च न्यायालयात वकिली करण्यास पात्र व्यक्ती.

७९. उच्च न्यायालयाच्या कार्यकक्षेचा विस्तार आणि कोणत्याही केंद्रीय प्रदेशपासून उच्च न्यायालयांना वगळणे.

८०. कोणत्याही राज्याच्या एक पोलिस दलाच्या सदस्याचे अधिकार आणि कार्यकक्षेला राज्याच्या बाहेर कोणत्याही भागात विस्तार, पण असे त्या बाहेरील राज्य सरकारच्या संमतीशिवाय होणार नाही, जिथे ते क्षेत्र वसलेले आहे; आणि कोणत्याही राज्याच्या एक पोलिस दलाच्या सदस्याचे अधिकार आणि कार्यकक्षेला राज्याच्या बाहेर रेल्वेच्या क्षेत्रांत विस्तार.

८१. आंतर-राज्य स्थलांतर; आंतर-राज्य विलगीकरण.

८२. कृषी उत्पन्नाव्यतिरिक्त इतर उत्पन्न कर.

८३. निर्यात शुल्क समवेत सीमाशुल्क.

८४. दारू मद्य, अफू, गांजा आणि इतर अंमली पदार्थ वगळता तंबाखू आणि इतर वस्तूवर उत्पादन शुल्क, परंतु अल्कोहोल युक्त औषधी आणि शौचालय साहित्य समवेत.

८५. कॉर्पोरेशन कर.

८६. कृषीयोग्य जमीन वगळता, व्यक्तिगत आणि कंपन्यांच्या मालमत्तेच्या भांडवलावर कर; कंपन्यांच्या भांडवलावर कर.

८७. कृषीयोग्य जमीन वगळता इतर मालमत्तेसंबंधात मालमत्ता कर.

८८. कृषीयोग्य जमीन वगळता मालमत्तेच्या परंपरेच्या संदर्भात शुल्क.

८९. रेल्वे, समुद्र किंवा हवाईमार्गे घेऊन जाणाऱ्या वस्तू किंवा प्रवाशांवर टर्मिनल कर; रेल्वे भाडे आणि मालभाड्यावर शुल्क.

९०. मुद्रांक शुल्क वगळता शेअर बाजार आणि फ्यूचर्स मार्केट्सच्या व्यवहारावर कर.

९१. विनिमय बिल, धनादेश, वचन बिल, कर्ज पत्र, ऋण पत्र, विमा पॉलिसी, शेअर्सचे हस्तांतरण, कर्जरोखे, प्रॉक्सी आणि पावत्यांच्या संबंधात मुद्रांक शुल्काचे दर.

९२. वर्तमानपत्राची विक्री किंवा खरेदी आणि त्यात प्रकाशित जाहिरातींवर कर.

९२A. वर्तमानपत्र वगळता इतर वस्तूंची विक्री किंवा खरेदीवर कर, ज्या आंतर-राज्य व्यापार किंवा वाणिज्यांमध्ये केल्या जातात.

९२B. आंतर-राज्य व्यापार किंवा वाणिज्यामध्ये मालावर लागणारा कर.

९३. या यादीमध्ये असलेल्या सर्व काही बाबींच्या नियमाच्या विरुद्ध गुन्हे.

९४. या यादीमध्ये असलेल्या कशाच्याही बाबतीत चौकशी, सर्वेक्षण, आणि आकडेवारी.

९५. सर्वोच्च न्यायालय वगळता, या यादीमध्ये असलेल्या कशाच्याही बाबतीत सर्व न्यायालयांचे कार्यक्षेत्र आणि अधिकार; नौदलावरील कचेरीची कार्यकक्षा.

९६. या यादीमध्ये असलेल्या कशाच्याही बाबतीत शुल्क, परंतु यात कोणत्याही न्यायालयात घेतले जाणारे शुल्क समावेशित नाही.

९७. यादी II किंवा यादी IIIमध्ये समावेशित नसलेली कोणतीही इतर बाब, ज्यात या दोन्ही याद्यांमध्ये उल्लेख नाही.

२. राज्य सूची

१. सार्वजनिक सुव्यवस्था.
२. पोलिस.
३. उच्च न्यायालयाचे अधिकारी व सेवक.
४. जेल, सुधारगृहे, बालगुन्हेगारांसाठी सुधारगृहे आणि इतर संस्था.
५. स्थानिक स्वराज्य संस्था.
६. सार्वजनिक आरोग्य व स्वच्छता; रुग्णालये आणि दवाखाने.
७. भारताबाहेरील तीर्थयात्रांव्यतिरिक्त इतर तीर्थयात्रा.
८. मद्यनिर्मिती.
९. अपंग आणि बेरोजगारांना सवलत.
१०. दफन आणि दहनभूमी.
११. वगळले.
१२. राष्ट्रीय महत्त्वाची वगळता इतर ग्रंथालये, संग्रहालये आणि इतर तत्सम संस्था; प्राचीन आणि ऐतिहासिक स्मारके आणि दस्तावेज.
१३. संचार, जसे रस्ते, पूल, फेरी, आणि दळवळणाची इतर साधने, जी यादी I मध्ये निर्दिष्ट नाही; महापालिका ट्राममार्ग.
१४. कृषी शिक्षण आणि संशोधनासमवेत कृषी.
१५. पशु संरक्षण आणि पशुरोग प्रतिबंध; पशुवैद्यकीय प्रशिक्षण आणि व्यवसाय.
१६. गुरेढोरे यांच्या बेकायदेशीर प्रवेशाला प्रतिबंध.
१७. पाणी, म्हणजे पाणी पुरवठा, सिंचन आणि कालवे, निकासी व बंधारे, पाणी साठवणे आणि जलऊर्जा.
१८. जमीन, अर्थात, भूमीवर अधिकार, भूमीचा कालावधी आणि भाडेवसुली.
१९. वगळले.
२०. वगळले.
२१. मत्स्यव्यवसाय.
२२. पाल्यांचे न्यायालय.
२३. खाणी आणि खनिज विकास नियमन.
२४. उद्योग.
२५. गॅस आणि गॅस काम.
२६. राज्यांतर्गत व्यापार आणि वाणिज्य.
२७. मालाचे उत्पादन, पुरवठा आणि वितरण.
२८. बाजार व उत्सव.
२९. वगळले.
३०. कर्ज आणि सावकार; कृषी कर्जबाजारीपणातून सुटका.
३१. धर्मशाळा आणि त्यांचे मालक.
३२. यादी I मध्ये निर्दिष्ट केलेल्या व्यतिरिक्त इतर महामंडळे; आणि विद्यापीठे; असमाविष्ट ट्रेडिंग, साहित्यिक, वैज्ञानिक, धार्मिक आणि इतर संस्था आणि संघटना; सहकारी संस्था.

३३. थिएटर आणि नाट्य प्रस्तुती; सिनेमा, खेळ, मनोरंजन आणि इतर.
३४. बेटिंग आणि जुगार.
३५. राज्याचे बांधकाम, जमिनी व इमारती.
३६. वगळले.
३७. राज्य विधानसभा निवडणूक.
३८. राज्य विधानसभांच्या अध्यक्षपदी असलेले अधिकारी आणि सदस्यांचे वेतन आणि भत्ते.
३९. राज्य विधानसभा, तिचे सदस्य आणि समित्यांचा अधिकार, विशेषाधिकार आणि सुरक्षाहमी.
४०. राज्य मंत्र्यांचे वेतन आणि भत्ते.
४१. राज्य सार्वजनिक सेवा; राज्य लोकसेवा आयोग.
४२. राज्य पेन्शन.
४३. राज्याचे सरकारी ऋण.
४४. खजिना.
४५. जमिनीच्या नोंदीची देखभाल आणि जमीन महसूल.
४६. कृषी उत्पन्नावर कर.
४७. कृषीभूमीच्या वारसाहक्काच्या संदर्भात कर्तव्ये.
४८. कृषी जमीन संदर्भात मालमत्ता कर.
४९. जमिनी व इमारतींवर कर.
५०. खनिज हक्कावर कर.
५१. मद्य, अफू, गांजा आणि इतर अंमली उत्पादनावर अबकारी शुल्क, पण यात अल्कोहोल समावेशित औषधी आणि शौचालय द्रव्ये समाविष्ट नाहीत.
५२. स्थानिक क्षेत्रांत आलेल्या मालावर कर.
५३. वीज सेवन किंवा वीज विक्रीवर कर.
५४. वर्तमानपत्रांव्यतिरिक्त इतर वस्तूच्या विक्री किंवा खरेदीवर कर.
५५. वृत्तपत्रांमध्ये प्रसिद्ध जाहिरातीव्यतिरिक्त इतर जाहिरातींवर कर आणि रेडिओ किंवा दूरदर्शनवर प्रसारित जाहिराती.
५६. रस्ता किंवा आंतर्देशीय जलमार्गावर वहन होणाऱ्या वस्तू आणि प्रवाशांवर कर.
५७. वाहनावर कर.
५८. प्राणी आणि नौकांवर कर.
५९. टोल.
६०. व्यवसाय, व्यापार, कॉलिंग आणि रोजगारावर कर.
६१. कॅपिटेशन कर.
६२. चैनीच्या वस्तूंवर कर.
६३. सूचीतील तरतुदीमध्ये उल्लेख केलेल्या व्यतिरिक्त इतर कागदपत्रांच्या संदर्भात मुद्रांक शुल्क दर.
६४. या यादीमध्ये उल्लेखित सर्व बाबींसंदर्भात नियमांविरुद्ध गुन्हे.
६५. सर्वोच्च न्यायालय वगळता या यादीमध्ये उल्लेखित सर्व बाबतीत सर्व न्यायालयांची वैधता आणि कार्यक्षेत्र अधिकार.
६६. या यादीमध्ये उल्लेखित सर्व बाबतींत शुल्क, परंतु यात कोणत्याही न्यायालयात घेतले जाणारे शुल्क समाविष्ट नाही.

३. समवर्ती (समाईक) सूची

१. फौजदारी कायदा, भारतीय दंड संहितेमध्ये समाविष्ट सर्व बाबतींसमवेत.
२. फौजदारी प्रक्रिया, फौजदारी संहिता प्रक्रियेमध्ये समाविष्ट सर्व बाबींसमवेत.
३. राज्याच्या सुरक्षेशी संबंधित कारणांकरिता प्रतिबंधात्मक अटक, सार्वजनिक सुव्यवस्था कायम राखणे, किंवा समुदायास आवश्यक गोष्टींचा पुरवठा आणि सेवेची देखभाल.
४. आरोपी व्यक्ती, कैद्यांना एका राज्यातून दुसऱ्या राज्यात नेणे.
५. विवाह आणि घटस्फोट; तान्ही व अल्पवयीन मुले; दत्तक; मृत्युपत्र, कायदेशीर मृत्युपत्र न करता मागणे आणि वारसा; एकत्र कुटुंब व विभाजन.
६. कृषी जमीन व्यतिरिक्त इतर मालमत्तेचे हस्तांतरण; खतांची आणि कागदपत्रांची नोंदणी.
७. करार.
८. न्यायिक कारवाई करण्यायोग्य चुका.
९. दिवाळखोरी आणि समापन.
१०. ट्रस्ट आणि विश्वस्त.
११. प्रशासक आणि अधिकृत विश्वस्त.
११A. न्याय प्रशासन; सर्वोच्च न्यायालय व उच्च न्यायालय वगळता सर्व न्यायालयांची संरचना आणि संघटन.
१२ पुरावा व शपथ; कायदे, सार्वजनिक कायदे आणि नोंदीची आणि न्यायालयीन कारवाईची ओळख.
१३. दिवाणी प्रक्रिया, दिवाणी संहिता प्रक्रियेमध्ये समाविष्ट सर्व वस्तूंसमवेत.
१४. न्यायालयाचा अवमान, पण सर्वोच्च न्यायालयाच्या अवमानाचा समावेश नाही.
१५. भटके आणि फिरत्या जमाती.
१६. मानसिक असंतुलन आणि मनोरुग्ण.
१७. पशू क्रौर्य प्रतिबंध.
१७A. वन.
१७B. वन्य प्राणी आणि पक्षी संरक्षण.
१८. खाद्यपदार्थ आणि इतर वस्तूंची भेसळ.
१९. औषधे व विष.
२०. सामाजिक आणि आर्थिक नियोजन.
२०A.लोकसंख्या नियंत्रण आणि कुटुंब नियोजन.
२१. व्यावसायिक आणि औद्योगिक मक्तेदारी, मेळ आणि विश्वस्त.
२२. व्यापार संघटना; औद्योगिक व कामगार वाद.
२३. सामाजिक सुरक्षा व सामाजिक विमा; रोजगार आणि बेकारी.
२४. कामगार कल्याण, कामाच्या अटी, भविष्य निर्वाह निधी, कर्मचारी दायित्व, कामगार भरपाई, अपंगत्व आणि वृद्धकाळ पेन्शन आणि मातृत्वलाभ.
२५. शिक्षण, तांत्रिक शिक्षण, वैद्यकीय शिक्षण आणि विद्यापीठांसमवेत.
२६. विधि, वैद्यकीय व इतर व्यवसाय.
२७. मदत व पुनर्वसन.
२८. धर्मादाय संस्था, धार्मिक देणग्या आणि धार्मिक संस्था.

२९. माणूस, प्राणी किंवा वनस्पतींवर परिणाम करणारे संसर्गजन्य किंवा साथीचे रोग
३०. जन्म आणि मृत्यू नोंदणीसमवेत जीवनविषयक आकडेवारी.
३१. प्रमुख बंदरांव्यतिरिक्त इतर बंदरे.
३२. आंतर्देशीय जलपथवर, शिपिंग आणि नौकानयन.
३३. तेलबिया आणि तेल, सोयाबिन आणि खाद्यपदार्थ; गुरांचा चारा समवेत इतर घन खाद्य; कच्चा कापूस, कापूस बियाणे आणि कच्च्या तागाचे व्यापार आणि वाणिज्य, आणि उत्पादन, पुरवठा आणि वितरण.
३४. किमतींवर नियंत्रण.
३५. मनुष्यांद्वारे चालणारी यंत्रे.
३६. कारखाने.
३७. बॉयलर.
३८. वीज.
३९. वर्तमानपत्र, पुस्तके आणि प्रिंटींग प्रेस.
४०. राष्ट्रीय महत्त्वाची वगळता पुरातत्त्व स्थळे आणि इतर अवशेष.
४१. निर्वासित मालमत्ता (कृषी मालमत्तेसमवेत).
४२. मालमत्तेचे संपादन आणि मागणी.
४३. कर आणि इतर सार्वजनिक मागणीसंदर्भात राज्यातील दाव्यांची पुनर्प्राप्ती.
४४. न्यायालयीन मुद्रांकाच्या मार्गाने गोळा केलेले कर किंवा शुल्क व्यतिरिक्त इतर मुद्रांक शुल्क, पण मुद्रांक शुल्काचे दर समावेशित नाही.
४५. यादी २ किंवा यादी ३मध्ये निर्दिष्ट कोणत्याही कारणांसाठी चौकशी आणि आकडेवारी.
४६. सर्वोच्च न्यायालय वगळता या यादीमधील सर्व बाबींच्या संबंधात सर्व न्यायालयांचे कार्यक्षेत्र आणि अधिकार.
४७. या यादीमध्ये निर्दिष्ट सर्व काहींच्या बाबतीत शुल्क, परंतु कोणत्याही न्यायालयात घेतले जाणारे शुल्क यात समाविष्ट नाही.

परिशिष्ट II:
प्राधान्याचा तक्ता

भारतीय गणराज्याच्या प्राधान्याचा तक्ता किंवा प्राधान्याचे क्रम केंद्र व राज्य सरकारच्या अधिकाऱ्यांच्या हुद्दे आणि क्रमाशी संबंधित आहे. हे खाली दिल्याप्रमाणे आहे.

दर्जा	व्यक्ती
१.	राष्ट्रपती
२.	उपराष्ट्रपती
३.	पंतप्रधान
४.	आपापल्या राज्यांतील राज्यपाल
५.	माजी राष्ट्रपती
५A.	उपपंतप्रधान
६.	भारताचे सरन्यायाधीश आणि लोकसभेचे सभापती
७.	केंद्रशासित प्रदेशांचे कॅबिनेट मंत्री, आपापल्या राज्यांचे मुख्यमंत्री, राज्यांच्या नियोजन आयोगाचे उपाध्यक्ष, माजी पंतप्रधान, राज्यसभा आणि लोकसभेतील विरोधी नेते
७A.	भारतरत्न मान्यताप्राप्त
८.	राष्ट्रकुल देशांचे उच्चायुक्त, इतर देशांचे राजदूत, आपल्या राज्यांच्या बाहेरील राज्यांचे मुख्यमंत्री, आपल्या राज्यांच्या बाहेर राज्यांचे राज्यपाल.
९.	सर्वोच्च न्यायालयाचे न्यायाधीश
९A.	केंद्रीय लोकसेवा आयोगाचे अध्यक्ष, मुख्य निवडणूक आयुक्त आणि भारताचे महालेखापरीक्षक
१०.	राज्यसभेचे उपाध्यक्ष, राज्यांचे उपमुख्यमंत्री, लोकसभेचे उपसभापती, नियोजन आयोगाचे सदस्य, केंद्राचे राज्यमंत्री (आणि संरक्षण बाबींसाठी संरक्षण मंत्रालयात कोणतेही इतर मंत्री)
११.	भारताचे ॲटर्नी जनरल, कॅबिनेट सचिव, आपापल्या केंद्रशासित प्रदेशांत नायब राज्यपाल
१२.	लष्करप्रमुख आणि पूर्ण जनरल हुद्द्याचे इतर समकक्ष अधिकारी
१३.	विशिष्ट राजदूत आणि भारतात मान्यताप्राप्त परिपूर्ण मंत्री
१४.	आपापल्या राज्यात विधानसभांचे अध्यक्ष आणि सभापती. आपापल्या कार्यक्षेत्रात उच्च न्यायालयांचे मुख्य न्यायमूर्ती
१५.	आपापल्या राज्यात कॅबिनेट मंत्री आणि केंद्रशासित प्रदेशांचे मुख्यमंत्री आणि इतर.
१६.	लेफ्टनंट जनरल हुद्द्याचे आणि समकक्ष अधिकारी
१७.	केंद्रीय प्रशासकीय न्यायाधिकरण, अल्पसंख्याक आयोग, अनुसूचित जातींकरिता राष्ट्रीय आयोग, अनुसूचित जमातींकरिता राष्ट्रीय आयोग अशा महत्त्वाच्या आयोगांचे अध्यक्ष, आपापल्या कार्यक्षेत्राच्या बाहेर उच्च न्यायालयांचे मुख्य न्यायमूर्ती, आणि इतर.
१८.	आपापल्या राज्यांच्या बाहेर राज्य कॅबिनेट मंत्री, आपापल्या राज्यांच्या बाहेर राज्य विधानसभांचे अध्यक्ष आणि इतर.

१९. आपापल्या केंद्रशासित प्रदेशांत केंद्रशासित प्रदेशांचे मुख्य आयुक्त, ज्यांच्या जवळ मंत्री परिषदा नाहीत आणि इतर.

२०. राज्य विधानसभांचे उपाध्यक्ष आणि डेप्युटी स्पीकर्स आणि इतर.

२१. खासदार

२२. आपापल्या राज्याच्या बाहेर राज्यातील उपमंत्री

२३. लष्कर कमांडर/उपप्रमुख किंवा इतर सेवांमध्ये समकक्ष अधिकारी, राज्य सरकारचे मुख्य सचिव आणि इतर.

२४. लेफ्टनंट जनरल किंवा समकक्ष अधिकारी

२५. भारत सरकारचे अतिरिक्त सचिव. अतिरिक्त सॉलिसिटर, राज्याचे महाधिवक्ता आणि इतर.

२६. भारत सरकारचे संयुक्त सचिव आणि समकक्ष दर्जाचे अधिकारी. मेजर जनरल किंवा समकक्ष हुद्द्याचे अधिकारी